TRUYỆN NGẮN MURAKAMI HARUKI
NGHIÊN CỨU VÀ PHÊ BÌNH

HOÀNG LONG

TRUYỆN NGẮN MURAKAMI HARUKI

NGHIÊN CỨU VÀ PHÊ BÌNH

LOTUS MEDIA
2020

TRUYỆN NGẮN MURAKAMI HARUKI
NGHIÊN CỨU VÀ PHÊ BÌNH
Tác giả: Hoàng Long
Lotus Media xuất bản lần thứ nhất tại Hoa Kỳ, 2020
Bìa và trình bày: Uyên Nguyên
ISBN: 978-1-71661-675-4

Mục Lục

PHẦN 3 - TRUYỆN NGẮN KAWABATA YASUNARI

PHỤ LỤC

LỜI THƯA NHÂN DỊP TÁI BẢN

Quyển chuyên luận này tuy luôn nằm trong danh mục tham khảo của các công trình nghiên cứu về Murakami Haruki nhưng rất tiếc đã tuyệt bản từ lâu. Theo lời yêu cầu của nhiều độc giả, đặc biệt là các bạn sinh viên, chúng tôi quyết định cho tái bản quyển sách này với một vài thay đổi nhỏ.

Lần tái bản này ngoài việc viết lại cơ bản phần tiểu luận, chúng tôi còn bổ sung thêm bốn truyện ngắn rất thú vị và đặc sắc của tác giả Murakami Haruki là "Vương quốc điêu tàn" (駄目になった王国), "Kẻ lãng du ba mươi hai tuổi" (32歳のデイトリッパー), "Đường bờ biển tháng năm" (5月の海岸線) và "Chim lặn" (かいつぶり). Những truyện này được chúng tôi dịch từ nguyên tác Nhật ngữ, trích trong tập "Một ngày tốt lành đi xem kangaroo" (カンガルー日和) do nhà xuất bản Kodansha ấn hành, tái bản lần thứ 76 năm 2014.

Sau rất nhiều phấn khích và nhận định quá đà, bây giờ bình tâm nhìn nhận lại ta vẫn thấy tầm vóc Murakami Haruki trong sự tinh tế khi viết về nỗi cô đơn và tình yêu tuổi trẻ chứ không phải ở chiều kích tư tưởng. Chính vì vậy mà tác phẩm của ông luôn được yêu thích như là ngấn tích của một thời tuổi trẻ mê say cuồng vọng mà mỗi lần nhớ lại ta đều mỉm cười trong thoáng chút bùi ngùi vì "thơ ngây đi mất trong bước buồn giờ mới hay..." (Trúc Phương).

Sài Gòn, ngày 28/8/2020

Hoàng Long

PHẦN 1

TIỂU LUẬN

TRƯỜNG VĂN HÓA NHẬT BẢN TRONG TÁC PHẨM CỦA KAWABATA YASUNARI VÀ MURAKAMI HARUKI

1. Khái lược nền văn học Nhật Bản từ khởi thủy đến hiện đại:

1.1 Văn học Nhật Bản từ khởi thủy đến 1868:

Nền văn học Nhật Bản đã có lịch sử hơn một ngàn hai trăm năm hình thành và phát triển. Khởi đi từ những huyền sử như Kojiki (古事記 Cổ sự ký) ra đời năm 721 và Nihongi (日本紀 Nhật Bản kỷ) ra đời năm 720 diễn giải về lịch sử Nhật Bản cổ xưa vốn nhuốm đầy sắc màu huyền thoại, rồi đến những hợp tuyển thơ ca như Manyoshu (万葉集 Vạn diệp tập), những tố chất ban sơ của nền văn học Nhật Bản dần hình thành, chuẩn bị cho thời kỳ phát triển rực rỡ nhất của cái đẹp, thời Heian (平安 Bình An), kéo dài từ thế kỷ 9 đến thế kỷ 12.

Như những bông hoa khoe sắc trong vườn Thượng uyển, thơ ca và các tác phẩm mang tính tự sự Monogatari (物語 vật ngữ) bừng nở trong thời Heian. Tiếp tục truyền thống thời Nara, thơ tanka (短歌 đoản ca) phát huy vai trò của mình trong hợp tuyển Kokinshu (古今集 Cổ kim tập). Các tác phẩm vật ngữ khởi đầu, được xem như là thủy tổ của vật ngữ là tác phẩm "Taketori monogatari" (竹取物語 Trúc thủ vật ngữ), còn có tên gọi khác là "Tiểu thư ánh trăng" (かぐや姫 Kaguya hime), ra đời khoảng đầu thế kỷ 10. Tiếp theo sau đó là các truyện "Kim tích vật ngữ", "Truyện nàng Ochikubo", "Truyện xứ Ise" và đặc biệt là sự xuất hiện của tác phẩm vĩ đại nhất trong lịch sử văn học Nhật "Genji monotagari" (源氏物語 Truyện chàng Genji) của nữ sĩ Murasaki Shikibu, miêu tả những mối tình trong đời của chàng hoàng tử Genji chói sáng.

Vai trò của "Truyện Genji" trong văn học Nhật Bản quan trọng như Truyện Kiều ở Việt Nam và Hồng Lâu Mộng trong văn học Trung Quốc. Tác phẩm này có ít nhất ba điều đặc sắc. Thứ nhất đây có thể được xem như là tiểu thuyết tâm lý đầu tiên của thế giới. Trong khi những tác phẩm cùng thời chỉ miêu tả toàn chuyện thần linh, yêu ma, quỷ quái với những phép thuật hoang đường thì truyện Genji lần đầu tiên miêu tả chi tiết sống động về tâm lý, tính cách của những con người hơn một ngàn năm trước với đầy đủ những buồn vui, đau khổ, bi hoan ly hợp. Không những thế tác giả Murasaki còn đưa vào tác phẩm của mình những quan niệm về nhân sinh, âm nhạc, hội họa, thơ văn với lời văn rất mực ưu nhã và quý phái. Thứ hai qua tác phẩm "Truyện Genji" chúng ta mới biết được đến một trong những khái niệm then chốt của mỹ học Nhật Bản là "mono no aware" (もののあわれ). Khái niệm này không thể dịch được ra tiếng nước ngoài dù chúng ta có thể hiểu đó là "nỗi bi cảm, sự u hoài" trước sự vật. Nhờ công lao của học giả Motoori Norinaga trong công trình nghiên cứu về truyện Genji mà chúng ta mới biết được khái niệm "aware" là khái niệm mỹ học xuyên suốt thời Heian. Aware vốn là sự kết hợp của hai từ cảm thán "a" (あ) và "hare" (はれ), đều là tiếng tự nhiên phát ra khi tâm tình con người bị xúc động mạnh. Trong thời Heian, tầng lớp quý tộc triều đình đã hạn định ý nghĩa của từ aware vào cái đẹp u nhã, sự u uất thầm lặng và nhấn mạnh đến sự vô thường của Phật Giáo. Khái niệm này có thể nói là xuyên suốt truyện Genji. Chẳng hạn với quan niệm cuộc đời là phù du, vô thường, gieo nhân nào gặt quả nấy và ai cũng phải gánh lấy nghiệp của mình nên tác giả Murasaki đã cho tám trong mười người đàn bà đi qua cuộc đời Genji cạo đầu đi tu trong khi hai người kia thì bạc mệnh chết trẻ. Điểm đặc sắc thứ ba là về phức cảm Genji (đứa con khao khát hình bóng người mẹ, trường hợp Genji là yêu người mẹ kế Fujitsubo) đã đi suốt chiều dài lịch sử văn học Nhật Bản ảnh hưởng đến tận những tác phẩm văn học hiện đại của Kawabata và Tanizaki như "Ngàn cánh hạc" và "Mộng phù kiều" giúp chúng ta hiểu được não trạng đặc biệt "amae" của người Nhật mà nhà nghiên cứu Takeo Doi trong quyển "Giải phẫu sự phụ thuộc" đã phân tích rõ ràng. Theo đó người Nhật mang tình cảm phụ thuộc, ham muốn nương tựa vào người mẹ đi đến suốt cuộc đời mình và hình thành thái độ của anh ta với thực tế cuộc sống. Tác phẩm này đã nhiều lần được chuyển thể thành phim. Mới đây nhất là bộ phim "Genji, bí ẩn ngàn năm" (源氏物語千年の謎 Genji monogatari: sennen no nazo) được đạo diễn Tsuruhashi Yasuo quay và công chiếu rộng rãi vào năm 2011. Điểm đặc biệt của bộ phim này là chính tác giả Murasaki Shikibu cũng trở thành một nhân vật trong phim vừa quan sát đời sống sinh hoạt và chính trị cung đình vừa viết chính truyện Genji. Như nhà văn Kawabata đã nhận định "Văn hóa

Heian là văn hóa cung đình - do đó nó mang đậm nữ tính. Thời *Genji-monogatari* và *Chẩm thảo tử* là giai đoạn phát triển rực rỡ của nền văn hóa đó. Rồi từ đỉnh cao nó bắt đầu đi xuống, đã bắt đầu thoáng hiện những nốt buồn báo hiệu hồi kết của vinh quang. Đó là thời kì nở rộ của văn hóa cung đình Nhật Bản"[1]

Và thời đại quang vinh Heian đã kết thúc vào cuối thế kỷ 12 để bước vào thời kỳ khói lửa của nội chiến cát cứ phân tranh. Tuy thế như một ngôi sao băng rực rỡ đi qua đêm trường nhân loại, những tác phẩm như Genji monotagari, Taketori monotagari... cùng với bi cảm aware đã lưu dấu trong nền văn học Nhật Bản như một thời kỳ huy hoàng nhất của cái đẹp.

Thời trung đại khói lửa bắt đầu từ thế kỷ 13 đến thế kỷ 16, trải qua hai thời kỳ là Kamakura (1186 – 1333) và Muromachi (1333 – 1600). Với sự hình thành và phát triển của chế độ Mạc phủ cùng với các trang viên, quyền lực đã rơi từ giai cấp quý tộc xuống giai cấp võ sĩ. Điều này làm cho văn học thời kỳ này mang tính anh hùng và dung dị. Thêm vào đó là sự du nhập của Thiền Tông Trung Quốc qua những thiền sư nổi tiếng như Eisei (Vinh Tây) (1141 – 1215), Dogen (Đạo Nguyên) (1200 – 1253) đã làm cho văn học mang cảm thức u huyền (yugen) thay cho aware, mang tính tâm linh thay cho tâm ý. Tác giả Suzuki Setsuko nhận định:

" "Yugen" 幽玄 mang một ý nghĩa rộng chỉ bầu không khí mang tính thần bí, u ám, thâm sâu, ưu mỹ, tính nước đôi, tĩnh lặng, biến chuyển và buồn thương. Theo bản nguyên, khái niệm này ở Trung

---

[1] Kawabata Yasunari, Diễn từ nhận giải thưởng Nobel văn chương "Sinh ra từ vẻ đẹp Nhật Bản", trích trong Kawabata Tuyển tập tác phẩm, Nxb Lao động, trang 973.

Quốc để miêu tả những điều thâm sâu mà con người không thể thấy và lý giải được. Từ này cũng được sử dụng nhiều trong Phật Giáo, biểu thị chân lý tối hậu không thể nắm bắt bằng tri tính.

Vào thế kỷ 12, khái niệm "yugen" đã trở thành khái niệm không thể thiếu của thơ waka, được đồng nhất với khái niệm "dư tình". Căn để của sự biến hoá này nằm ở nhận thức mỹ học là thơ waka cần phải biểu hiện cảm xúc một cách thâm diệu, cực tinh tế và do đó chỉ có thể biểu hiện bằng cách uyển ngữ, thông qua "dư tình". Fujiwara no Toshinari (藤原俊成) viết rằng "một bài thơ ưu tú phải khơi gợi ra một ý nghĩa ám thị mà không sử dụng ngôn ngữ hay hình thức thừa thãi" (優れた和歌は言葉や形で過剰に表現しなくても暗示的意味を喚起する)".

Và trong ví dụ dẫn chứng, một bài tanka về trăng mùa thu, tuy trong đó không miêu tả nhưng độc giả vẫn có thể cảm nhận được tiếng nai kêu. Vào thế kỷ 13,14, khái niệm "u huyền" tuy vẫn mang hàm ý của "dư tình" nhưng nghiêng về biểu hiện cái đẹp ưu nhã, siêu vượt trần thế. Sự thay đổi này là do ảnh hưởng của con trai Toshinani, nhà thơ Fujiwara no Sadaie (藤原定家). Tác gia kịch No Zeami (世阿弥) là người thể hiện khái niệm "Yugen" theo ý nghĩa này. Vào thế kỷ 15, trong số nhiều yếu tố của "yugen", thì sự cam chịu lặng lẽ chiếm vị trí trung tâm nội hàm khái niệm.

Khái niệm "yugen" chiếm vị trí hạt nhân của mỹ học thời trung đại vẫn còn gây ảnh hưởng sâu rộng đến những thời đại sau. Sự phát triển của những khái niệm như "wabi" và "sabi" đều dựa phần lớn trên yếu tố tinh thần mà khái niệm "yugen" đã nuôi dưỡng"[1].

---

[1] Trích theo Hoàng Long, Bông hồng cho ngày tháng không tên, tập tiểu luận

Các tác phẩm tiêu biểu của thời kỳ này là các tác phẩm chiến tranh như quân ký (軍記 gunki) và chiến ký (戦記 senki) như Heikei monogatari và Thái Bình ký (太平記 Taiheiki) cùng với tuyển tập thơ ca Tân Cổ Kim Hòa Ca Tập (新古今和歌集 Shinkokinwakashu). Đoạn mở đầu của tác phẩm Heikei Monogatari như tóm tắt linh hồn của thời đại "tiếng chuông trong Kỳ Viên Tinh Xá ngân nga nhắc nhở người ta mọi vật vốn là vô thường. Bốn phía nơi Đức Thế Tôn nhập diệt, hoa hai hàng cây thiêng sa la bạc trắng như muốn nhắn nhủ: kẻ thịnh tất phải suy, những ai quyền thế ngạo mạn cũng chỉ được một thời. Mọi sự khác đều ngắn ngủi như giấc mộng đêm xuân. Dũng mãnh lắm rồi cũng bị tiêu diệt như bụi bay khi cơn gió lướt qua".

Thời đại Edo (1603- 1867) dưới sự lãnh đạo của Mạc Phủ Tokugawa kéo dài 264 năm có thể xem là một trong những thời kỳ êm đềm nhất trong lịch sử Nhật Bản. Với chính sách bế quan tỏa cảng, người Nhật dựa vào nội lực của chính mình để phát huy đặc tính văn hóa trên tất cả lĩnh vực từ cá tính dân tộc, tay nghề, mỹ thuật...Giai cấp samurai được khuyến khích coi trọng văn hơn võ; giai cấp thương gia ngày trở nên giàu có. Thêm vào đó nhờ vào sự phổ cập các trường tư thục, trường dạy trong chùa (terakoya 寺子屋) và kỹ thuật in ấn phát triển, sách in bằng bản khắc gỗ ra đời nên dân thường có điều kiện tiếp xúc với văn chương. Văn học được đại chúng hóa và văn hóa trở thành văn hóa của thị dân (Chonin bunka 町人文化). Khái niệm chủ đạo của thời kỳ này là "ukiyo" (浮世 phù thế). Ukiyo là trôi nổi trên dòng đời, sống với từng khoảnh khắc của đời sống phù hoa. Những tác gia nổi tiếng trong thời kỳ này là

---

và dịch thuật văn học Nhật Bản, Nxb Văn học, 2014, trang 178-179

Saikaku với những tác phẩm "Người đàn bà đa tình", "Người đàn ông đa tình", "Năm người đàn bà si tình"... cùng với Chikamatsu trong sân khấu Joryuri và Kabuki, rồi thì Matsuo Basho với thơ Haiku. Riêng với Basho, ông đã đưa thể loại Haiku lên đến đỉnh cao bằng các cuộc du hành thực tế và tâm linh cao nhã của mình.

1.2 *Văn học Nhật Bản từ thời Minh Trị đến nay:*

Bắt đầu từ năm 1868, Nhật Hoàng Minh Trị tiến hành công cuộc cải cách duy tân khiến Nhật Bản phát triển rực rỡ về kinh tế, khoa học kỹ thuật, không những đuổi kịp các nước tư bản Phương Tây về sau này mà còn cùng với các nước Mỹ, Đức, Pháp, Ý âm mưu phân chia quyền lực thế giới khiến xảy ra hai cuộc chiến tranh Thế giới lần thứ nhất (1914-1918) và lần thứ hai (1939-1945). Từ khi dân trí được mở mang thêm thì văn hóa nghệ thuật cũng nhân đó mà cường thịnh. Các nhà văn thời này chịu ảnh hưởng chủ nghĩa duy tâm, chủ nghĩa tự do và chủ nghĩa lãng mạn thuộc các nền văn học Anh, Pháp, Đức.

Thời Minh Trị kéo dài từ năm 1868 đến năm 1911. Người khởi xướng mở màn cho sự phát triển tiểu thuyết hiện đại Nhật Bản là Futabatei Shimei với tác phẩm "Phù vân" (浮雲 Ukigumo). Tác phẩm này được viết vào những năm 1887-1889, đóng vai trò khai phá nghệ thuật miêu tả tâm lý cho tiểu thuyết Nhật về sau này. Tác gia thứ hai phải kể đến là Shimazaki Toson (島崎藤村 Đảo Kỳ Đằng Thôn) với thi phẩm "Rau non" (若菜集 Nhược thái tập) và tiểu thuyết "Phá giới" (破戒 Hakai). Nhưng hai tác gia đỉnh cao của thời kỳ này là Mori Ogai (森鴎外) và Natsume Soseki (夏目漱石). Cả hai tác gia này đều đi du học nước ngoài. Soseki du học Anh và Mori Ogai du học Đức, sau này làm đến chức Tổng Trưởng

Quân Y của lục quân.

1.2.1 Natsume Soseki, văn hào siêu vượt thời đại:

Natsume Soseki (夏目漱石 Hạ Mục Thấu Thạch) sinh năm 1867 tại Tokyo. Năm 1890, ông nhập học trường đại học Tokyo. Sau khi tốt nghiệp, ông giảng dạy Anh ngữ tại các trường ở Matsuyama và Kumamoto. Năm 1896 ông lập gia đình. Năm 1900, Soseki sang Anh Quốc du học và đến năm 1903 trở về nước, bắt đầu giảng dạy văn học Anh tại trường Đại học Tokyo. Năm 1905, Soseki viết và xuất bản quyển tiểu thuyết đầu tiên "Tôi là con mèo" (吾輩は猫である).

Nội dung tác phẩm là những lời nhận xét hóm hỉnh của con mèo nhà giáo viên Kushami về những người khách đến chơi. Tác phẩm này ra đời khiến cho tên tuổi Natsume Soseki ngay lập tức trở nên nổi tiếng. Đến năm 1907 ông bỏ hẳn công việc giảng dạy để chuyên chú vào việc sáng tác văn chương. Ông đã viết rất nhiều tiểu thuyết như "Cỏ mọc ven đường" (道草), "Cậu ấm" (坊ちゃん), "Ánh sáng và bóng tối" (明暗), "Gối cỏ" (草枕), "Tam tứ lang" (三四郎), "Cánh cửa" (門), "Nỗi lòng" (心), "Từ đó về sau" (

それから). Soseki mất năm 1916, năm bốn mươi chín tuổi. Đến năm 1984, chân dung của ông được xuất hiện trên tờ một ngàn yên.

Ngày 29 tháng 6 năm 2000, nhật báo Asahi Shinbun[1] công bố kết quả điều tra về những nhà văn Nhật Bản có ảnh hưởng nhất đến công chúng trong mười thế kỷ từ thế kỷ mười đến thế kỷ hai mươi. Trên cơ sở điều tra hai mươi ngàn năm trăm chín mươi sáu người, người ta đã chọn được năm mươi nhà văn tiêu biểu, đứng đầu là Natsume Soseki. Tác giả Murakami Haruki đứng thứ mười hai. Văn hào Mori Ogai đứng thứ mười sáu.

Dưới đây là danh sách mười hai nhà văn được yêu thích theo thứ tự:

Natsume Soseki 夏目漱石
Murasaki Shikibu 紫式部
Shiba Ryotaro 司馬遼太郎
Miyazawa Kenji 宮沢賢治
Akutagawa Ryunosuke 芥川龍之介
Matsuo Basho 松尾芭蕉
Dazai Osamu 太宰治
Matsumoto Seicho 松本清張
Kawabata Yasunari 川端康成
Mishima Yukio 三島由紀夫
Arishima Takeo 有島武雄
Murakami Haruki 村上春樹

Với kết quả này, nhật báo Asahi đã viết một bài vinh danh ông

[1]Nguồn: http://info.asahi.com/guide/soseki/contest.html.

"Văn hào Soseki, siêu vượt thời đại" (漱石文豪時代を超越).

Còn riêng văn hào Mori Ogai tuy là một nhà văn và dịch giả nổi tiếng nhưng đã từ bỏ nghiệp văn chương để làm một bác sĩ phục vụ trong quân đội. Ông chỉ trở lại viết văn sau khi đã nghỉ hưu. Tác phẩm nổi tiếng nhất của ông là "Nhạn"(雁), một câu chuyện tình nhẹ nhàng mà cay đắng của một tình yêu không thành.

Sau thời Minh Trị đến thời Đại Chính (大正) kéo dài từ năm 1912 đến năm 1925. Trong thời đại này, chúng ta thấy sự xuất hiện của nhà văn viết truyện ngắn hàng đầu, một "Chekhov của Nhật Bản" là Akutagawa Ryunosuke.

1.2.2 Bậc thầy truyện ngắn Akutagawa:

Akutagawa Ryunosuke (1892- 1927) không những là một nhà văn xuất chúng của văn học Nhật Bản hiện đại mà còn là tác gia Nhật Bản được nước ngoài biết đến nhiều nhất cùng với Kawabata Yasunari, Mishima Yukio và Murakami Haruki. Tuy chỉ sống một cuộc đời 35 năm ngắn ngủi nhưng Akutagawa đã kịp để lại gần ba trăm tác phẩm trong số đó có nhiều kiệt tác như "Cái mũi" (鼻 Hana), "Lã Sinh Môn" (羅生門 Rashomon), "Bức bình phong địa ngục" (地獄変 Jigokuhen), "Trong rừng trúc" (藪の中 Yabu no naka)...đã trở thành mẫu mực kinh điển cho thể loại truyện ngắn trên thế giới. Giải thưởng văn học Akutagawa được lập từ năm 1935 cho đến nay vẫn là giải thưởng văn học uy tín nhất của Nhật Bản và mang niềm vinh dự lớn cho những tác giả được trao.

Akutagawa sinh ngày 1/3/1892 tại Tokyo. Khi chưa được một tuổi thì người mẹ của ông phát bệnh điên nên được phía họ hàng đưa về làm con nuôi. Tốt nghiệp đại học Tokyo ngành văn chương

Anh, Akutagawa dạy tiếng Anh một thời gian rồi chuyển về làm việc tại tòa soạn báo Mainichi để dành hết tâm huyết của mình cho sự nghiệp văn học.

Là nhà văn tiêu biểu của nhóm "Trào lưu mới" (Tân tư trào) sáng tác theo chủ nghĩa Tân hiện thực, Akutagawa thường mượn cốt truyện xưa để nói nay, mượn huyễn ảo để nói hiện thực. Trường phái tân hiện thực (Shingenjitsu shugi 新現実主義) của nhóm Trào lưu mới (Tân tư trào 新思潮) gồm Kikuchi Kan, Kume Masao, Yamamoto Yuuzo, Akutagawa "có cái nhìn khách quan về hiện thực tối tăm và bản tính con người, biết dùng lý trí làm vũ khí để đưa ra một lối giải thích mới với bút pháp tinh xảo"[1]. Lấy xuất phát điểm là từ nghi vấn về chủ nghĩa lý tưởng của phái Bạch hoa 白樺 Shirakaba (mà các tác gia chủ yếu là Mushakoji Saneatsu, Nagayo Yoshiro, Shiga Naoya, Arishima Takeo, Satomi Ton...) liệu có mang tính quá chủ quan và không tưởng, đánh mất hiện thực hay không nên nhóm Tân tư trào đề nghị sửa lại cách nhìn nhận và nắm bắt hiện thực bằng lý trí từ một quan điểm mới.

Các sáng tác của Akutagawa chủ yếu nói đến bản tính xấu xa, ích kỷ của con người với một thái độ bế tắc bi quan. Như trong tác phẩm nổi tiếng "Lã Sinh Môn", tên cướp sau khi trách mụ già làm điều xấu là nhổ tóc người chết đi bán lại lột luôn bộ quần áo mụ già mang đi. Truyện "Sợi tơ nhện" nói về tên cướp Kandata vì không muốn cho những tội nhân địa ngục khác trốn thoát nên vĩnh viễn chìm trong địa ngục. Truyện "Cánh đồng khô" nói về các đệ tử khi chăm sóc cho thi hào haiku nổi tiếng Basho sắp lâm

---

[1] Nguyễn Nam Trân, Tổng quan lịch sử văn học Nhật Bản, Nxb Giáo dục Việt Nam, năm 2011, trang 380.

chung thì cũng chỉ nghĩ đến lợi ích riêng của mình. Trong tác phẩm "Trong rừng trúc", Akutagawa cho ta thấy cái gọi là sự thật tùy theo cách nhìn nhận của mỗi con người....Về cuối đời, vì dùng chính cuộc đời mình để viết những tác phẩm tự truyện "tư tiểu thuyết" (私小説 shi-shosetsu) mang màu sắc bệnh tâm thần (có lẽ di truyền từ người mẹ) nên văn chương tàn phá Akutagawa như chính lời ông tự thuật "đó là chỉ là một sự tự diệt. Như con rắn ăn chính cái đuôi của mình" khiến Akutagawa tìm đến cái chết. Vào đêm 23/7/1927, ông đã uống hai liều thuốc ngủ cực mạnh, chấm dứt cuộc đời văn chương ngắn ngủi mà rực rỡ ở tuổi ba mươi lăm.

Một trong những tác phẩm tiêu biểu về cuối đời gói ghém tư tưởng về nhân sinh, nghệ thuật đồng thời hé mở nỗi bi quan sâu sắc khiến Akutagawa phải tìm đến cái chết chính là tác phẩm "Kappa" (河童 Hà đồng). Con người thể hiện bản tính của mình qua hành động còn nhà văn thể hiện mình qua tác phẩm. Vì vậy việc phân tích tác phẩm "Kappa" sẽ giúp chúng ta có thể hiểu được phần nào về cuộc đời và tác phẩm của một đời văn huyền thoại.

Tác phẩm là câu chuyện của bệnh nhân tâm thần số 23 trong một bệnh viện thần kinh ở ngoại ô thành phố Tokyo. Trong một lần leo lên ngọn núi Hotaka, giữa lúc sương mù dày đặc, anh ta bắt gặp một con kappa rồi lạc lối vào thế giới của loài kappa trong một thời gian dài. Nơi đây anh làm quen được với bác sĩ Chak, chàng sinh viên Rapp, thi sĩ Tốc, nhà tư bản Gael, đại nhạc sĩ Kraback... Cuối cùng anh ta thoát được và trở về với thế giới loài người nhưng vẫn quả quyết những con Kappa vẫn ghé thăm anh ta trong bệnh viện tâm thần qua đường ống nước. Những điều anh ta quan sát được ở xã hội loài thủy quái này thật khác biệt và nhiều khi trái ngược lại với xã hội loài người. Đây có thể là một dụng ý của Akutagawa. Mượn lời chàng sinh viên Rapp trong truyện như sau *"Chỉ đơn giản là vì trong lòng tôi quá khó chịu đến nỗi tôi quyết định xem thế giới nhìn qua đôi chân như thế nào. Dường như nó cũng như thế vậy thôi"*[1]

Điểm đầu tiên mà nhân vật chính nhận thấy là:

"Điều làm tôi ngạc nhiên hơn cả là các khái niệm của họ không bình thường – thậm chí có thể nói là ngược ngạo – về những cái khôi hài và nghiêm túc. Cái mà loài người chúng ta cho là quan trọng và nghiêm túc thì họ lại thấy khôi hài còn cái mà người ta cho là khôi hài thì họ lại cung kính xem như là một điều quan trọng và nghiêm túc. Chẳng hạn chúng ta có thái độ rất nghiêm túc đối với khái niệm nhân đạo và công bằng, còn loài kappa khi nghe nói đến những từ đó thì phá ra cười đến vỡ bụng".

Trong thế giới kappa, con cái đuổi theo quyến rũ và tán tỉnh con đực. Về sự sinh đẻ của loài Kappa thì thực lạ lùng. Trước khi đẻ, kappa cha ghé sát vào bụng vợ mình và hỏi "Con có muốn ra đời không? Hãy nghĩ cho kỹ và trả lời nhé". Và nếu đứa con đáp là "con không muốn ra đời vì gánh nặng bệnh tâm thần của cha và hơn nữa con thấy đời sống loài Kappa không có gì tốt đẹp cả" thì bà đỡ ngay lập tức *"nhét vào bụng bà mẹ một ống thủy tinh to và tiêm vào đó một chất nước gì đấy. Người vợ thở phào nhẹ nhõm. Vào lúc này thì cái bụng to của chị ta xẹp xuống y như quả bóng bay bị rút hết khinh khí"*

---

[1] Akutagawa, Tuyển tập tác phẩm, Phong Vũ dịch, Nxb Hội Nhà văn, 2000. Chúng tôi có sửa lại phiên âm tiếng Nhật cho chính xác với nguyên tác.

Con người ta bị quăng ném vào thế giới, không thể tự chủ được việc mình bị sinh ra. Chi tiết này gợi nhớ đến câu nói nổi tiếng của J.P Sartre "sinh tôi ra sao không hỏi ý kiến tôi?". Phải chăng con người ta sinh ra là đã khổ rồi vì không thể tự chủ việc mình được sinh ra, có chăng thì chỉ có quyền tự chủ với cái chết mà thôi.

Ngoài ra chúng ta còn thấy nhiều chi tiết kỳ lạ khác trong thế giới của Kappa như in sách bằng óc lừa, ăn thịt công nhân thất nghiệp để không xảy ra nạn chết đói và tự tử. Và khi nhân vật chính phản đối thì bác sĩ Chak lập luận chẳng phải loài người cũng có chuyện bán con gái làm đĩ thì sao?

Trong tác phẩm này ngoài việc "*nhìn thế giới qua đôi chân*" bằng cách lật ngược những khái niệm của con người, Akutagawa còn đưa ra những tư tưởng của mình về nghệ thuật qua lời thi sĩ Tốc rằng "*nghệ thuật không chịu bất cứ ảnh hưởng nào, rằng nghệ thuật phải vị nghệ thuật, rằng nghệ sĩ, do đó có trách nhiệm trước tiên là trở thành siêu nhân làm điều thiện và điều ác*"

Đây là tư tưởng chủ yếu nhất về nghệ thuật của Akutagawa. Vì thế trong "Lã Sinh Môn" ông đã cho rằng để chấm dứt điều ác thì phải làm một điều ác khác. Trong "Bức bình phong địa ngục", Akutagawa đã để cho lão họa sư Yoshihide hoàn thành bức tranh địa ngục trong khi con gái mình đang quằn quại trong lửa đỏ. Để vươn đến cái Đẹp tuyệt đối nhiều khi ta phải hy sinh cái Thiện. Nhưng liệu cái đẹp xa lìa nhân tính như vậy có đáng để cho chúng ta tìm kiếm hay không?

Trong tác phẩm còn có nhiều chi tiết đáng chú ý khác. Như khi nhân vật chính chán nản đi tìm cứu rỗi nơi tôn giáo "Đạo sống" thì thấy ngay cả Đức cha bề trên còn không đủ sức tin vào Thượng đế của mình. Hay như thi sĩ Tốc chán đời tự sát rồi hiện hồn về xem vinh quang của mình sau khi chết. Khi được hỏi về việc có hối tiếc về việc tự sát không thì hồn ma thi sĩ Tốc trả lời là không vì "*nếu như chán cuộc đời của bóng ma thì tôi sẽ lại cầm súng lục và kết liễu đời mình bằng tự phục sinh*".

Sau khi hoàn thành tác phẩm Kappa được vài tháng, chính Akutagawa cũng tự sát bằng thuốc độc, thừa nhận "sự thất bại của lý trí". Cũng như thi sĩ Tốc trong truyện đã dùng súng kết liễu đời mình trong bi kịch.

Trong tác phẩm Kappa, triết gia kappa Mag có nói một câu thâm thúy "thằng ngốc luôn tin rằng tất cả mọi người, trừ hắn ta, đều là những thằng ngốc". Chúng ta có thể mượn lời của Shakespeare trong vở bi kịch Macbeth:

"It is a tale toldby an idiot, full of sound and fury, signifying nothing" (Đây là câu chuyện do thằng ngốc kể, đầy thanh âm và cuồng nộ, chẳng có ý nghĩa gì)

Cuối cùng cuộc đời có nghĩa gì chăng? Hay chỉ là những thanh âm và cuồng nộ của những thằng điên đang gào thét không ngừng? Và văn chương rồi cũng vô vọng, không thể cứu rỗi được cuộc đời chúng ta? Thế nên Kawabata, Akutagawa, Dazai Osamu phải tìm đến cái chết?

Nhưng dù sao đi nữa văn chương vẫn là cái cuối cùng còn lại. Vinh quang luôn phải đi cùng với sự đọa đày. Như thi sĩ Tốc hiện hồn về dương gian để biết được vinh quang sau khi chết, nếu Akutagawa quay trở lại nơi này cũng sẽ nhìn thấy được vinh quang của sự bất tử. Đó là sự an ủi cho một kiếp đời ngắn ngủi của

Akutagawa và cũng phần thưởng cao quý nhất của một nhà văn chân chính khi biết tên tuổi mình đã trở thành huyền thoại.

Thời Chiêu Hòa (昭和 Showa) (1926-1989) xuất hiện văn hào Kawabata Yasunari (Xuyên Đoan Khang Thành), người đầu tiên đưa văn học Nhật Bản đăng quang trên trường quốc tế bằng giải thưởng Nobel văn chương năm 1968 được trao cho các kiệt tác "Xứ tuyết", "Ngàn cánh hạc", "Cố đô". Ông tự sát năm 1972, bốn năm sau ngày nhận giải Nobel. Tác phẩm của ông có thể nói là kết tinh của "cái đẹp và nỗi buồn" với văn phong nhẹ nhàng mơ hồ như sương như khói những vẫn tuyệt diễm riêng mình trong cõi hắt hiu.

Thời kỳ này còn có nhiều nhà văn tên tuổi khác như Mishima Yukio, Tanizaki Junichiro, Dazai Osamu, Abe Kobo...

1.2.3 Abe Kobo và cuộc truy tìm bản ngã:

Abe Kobo (安部公房) (1924-1993) là một trong những nhà văn xuất sắc của nền văn học Nhật Bản hiện đại. Những sáng tác của ông đi sâu vào việc phân tích tâm lý nhân vật, đặt con người trước những hoàn cảnh biên cương, bắt buộc phải lựa chọn và tranh đấu để tìm lại chính mình hay ý nghĩa của cuộc đời. Hai tác phẩm tiêu biểu nhất là "Người đàn bà trong cồn cát" (砂の女) và "Khuôn mặt tha nhân" (他人の顔) xác lập vị trí nhà văn của Abe Kobo đều đã được sang Việt ngữ. Nếu như "Người đàn bà trong cồn cát" thể nghiệm hình ảnh con người bị quăng ném một cách phi lý vào một làng cát, nơi mà cát chiếm hữu mọi thứ một cách dần dần kiên nhẫn và ca ngợi sự gắng sức đấu tranh tìm ra ý nghĩa cuộc đời mình qua việc phát minh cái bẫy nước thì "Khuôn mặt tha nhân" lại đặt ta vào một thể nghiệm khác khi con người không còn có khuôn mặt của mình, phải đi tìm lại nối kết với xã hội và con người bằng lớp mặt nạ vô danh. Cả hai tác phẩm này đều được chính Abe Kobo chuyển thể kịch bản và đạo diễn Hiroshi Teshigahara quay phim năm 1964 và 1966, giúp cho tên tuổi Abe Kobo càng thêm lừng lẫy.

Để có thể hiểu được câu truyện "Khuôn mặt người khác", chúng ta thử hình dung nếu con người không có gương mặt thì sẽ ra sao? Tất nhiên đó là một việc rất khó tưởng tượng. Khuôn mặt, không chỉ là lớp bên ngoài mà còn đánh dấu sự hiện diện của bản thân chúng ta từ bên trong nữa. Vì thế mất đi khuôn mặt đồng nghĩa với lại những sang chấn thần kinh. Đó là trường hợp một nhà nghiên cứu hóa học cao phân tử bị bỏng nặng khuôn mặt của mình trong một vụ thí nghiệm. Bị mất đi khuôn mặt, anh mới dằn vặt về chính mình, cảm thấy sự quan trọng vô cùng của khuôn mặt như bản chất con người. Dưới lớp băng trắng, anh cay đắng nhận ra "...ý nghĩa đích thực của mặt bộc lộ rõ nhất khi nó bị lấp dưới lớp băng – hiệu ứng của mặt nạ...có thể coi đó là cách tốt nhất để lẩn trốn mọi người – xóa bỏ mặt, người ta xóa bỏ luôn cả tâm hồn..." Đúng như lời vị bác sĩ K đã nói với anh "Mặt, xét cho cùng là vẻ biểu cảm của nó...đó là phương trình biểu thị quan hệ với những người khác. Đấy là con đường mòn liên kết ông với họ. Nếu con đường đó bị vùi lấp thì ngay cả những người gắng tìm cách đi trên con đường đó cũng sẽ đi ngang qua trước nhà ông như đi ngang qua một chốn hoang phế không người"[1].

Từ khi bị mất đi khuôn mặt, anh cảm thấy mọi thứ xung quanh

---

[1] Kobo Abe, Khuôn mặt người khác, Phạm Mạnh Hùng dịch theo bản tiếng Nga, Nxb Hội nhà văn tái bản năm 2001, trang 36.

trở nên biến dạng, méo mó hẳn đi, cho dù đó là nhạc Bach mà anh yêu thích. Anh trở nên nhạy cảm đến mức bệnh hoạn, xa lánh thế gian và cả tình yêu thương của người vợ hiền dịu xinh đẹp.

Và rồi để tìm cách nối kết với cuộc đời, mà trước hết nối kết với người vợ xinh đẹp, anh bắt đầu tìm hiểu về vai trò của mặt nạ. Theo anh "Nếu dùng quần áo để che thân là một tiến bộ của văn minh thì vị tất đã có thể đảm bảo rằng trong tương lai mặt nạ sẽ không trở thành vật hết sức thông dụng. Ngay cả hiện nay, mặt nạ cũng được dùng trong những nghi thức hết sức quan trọng, trong những ngày hội, anh khó lòng giải thích cặn kẽ sự việc đó nhưng anh cho rằng có lẽ mặt nạ làm cho quan hệ giữa người ta với nhau có tính phổ biến hơn, ít riêng tư hơn là khi bộ mặt được phơi ra..."[1]. Mặt nạ không chỉ là vật thay thế đơn thuần mà là ý muốn hết sức siêu hình toan đổi vẻ ngoài của mình lấy một vẻ ngoài nào khác có ưu thế hơn hẳn. Từ đó anh đi đến một quyết định tìm cách chế tạo một chiếc mặt nạ cho riêng mình. Về kỹ thuật điều này hoàn toàn có thể vì chuyên ngành của anh là về hóa học cao phân tử, có luận án về lưu biến học được nhiều người trích dẫn. Về tâm lý, anh cho rằng "do không còn mặt, anh bị chôn vùi trong cái xà lim riêng, vì vậy mặt nạ thành ra có ý nghĩa sâu sắc. Kế hoạch của anh biến thành một mưu toan trốn tù, một mưu toan trong đó sự tồn tại của con người được đặt vào ván bài"[2] .

Sau khi tìm được một khuôn mặt thích hợp, anh đổ khuôn và chế tạo mặt nạ. Đầu tiên anh chỉ nghĩ rằng mặt nạ chỉ là lớp da khoác

---

[1] Sđd, trang 18.

[2] Sđd, trang 39.

lên khuôn mặt đầy những vết sẹo tổ đỉa của mình, để khôi phục đường mòn với ngoại giới và tha nhân. Cho dù có bao nhiêu mặt nạ, anh vẫn cứ là anh thôi. Anh đã nghĩ chắc chắn như vậy.

Vấn đề là ở chỗ mặt nạ khiến anh trở thành nhân cách khác mà như anh thú nhận thì đúng là con quái vật. "...Chính lúc ấy anh đã biến thành con quái vật. .. Bộ mặt quái vật tạo nên trái tim quái vật. Mặt quái vật hãm nó vào cảnh cô đơn, còn sự cô đơn đó tạo nên trái tim quái vật. ..Nếu như số kiếp anh là phải biến thành con quái vật thì anh sẽ trở thành con quái vật loại gì và sẽ giở những trò quái ác gì?"[1]

Anh bắt đầu giáo dục mặt nạ, để mặt nạ tự thể nghiệm, ghen tuông với mặt nạ và trò chuyện, tranh luận với chính nó. Và một cách không ngờ, cái mặt nạ đã trở thành người chỉ huy bắt "anh phải tiến về phía trước, từng bước chà đạp lên sở thích của mình, nếu muốn tạo nên trái tim người khác thích hợp với bộ mặt người khác"[2]. Trong khi đi mua chiếc yoyo đồ chơi cho con gái viên quản lý, anh nhân tiện mua cho mình khẩu súng hơi "wante" để đóng vai trò như một người đi săn.

Săn ai? Anh lên kế hoạch táo bạo quyến rũ chính người vợ xinh đẹp của mình. Anh nhận ra quyến rũ người khác chính là việc nhổ bỏ cái hàng rào của con người cũ, nhân cách cũ vì "khi hắn phá điều cấm về tính dục thì đồng thời hắn phá cả hàng rào của chính hắn". Để tập dượt, anh vào quán rượu, sờ soạng cô gái mặc áo xanh thẫm để biết được độ vững của hàng rào cấm như là một thu

---

[1] Sđd, trang 77.

[2] Sđd, trang 149

hoạch. Rồi anh bắt tay vào quyến rũ vợ mình. Với khuôn mặt người khác, anh đến làm quen, mời nàng đi cà phê và dẫn vào khách sạn. Anh tức tối trước sự bội phản của vợ mình và cảm thấy vô cùng tuyệt vọng vì có điều gì đó mà anh không hiểu nổi.

Mãi đến sau này, khi đọc lại lá thư của người vợ viết trước lúc bỏ anh mà đi anh mới nhận ra vấn đề. Điều mỉa mai ở đây là khi đeo vào chiếc mặt nạ, anh không lừa được ai khác, từ cô bé con người quản lý bị chậm phát triển đến người vợ xinh đẹp của anh mà chỉ lừa được chính bản thân mình. Cái mặt nạ không phải là phương tiện giúp anh khôi phục lại con đường mòn giao tiếp với ngoại giới và tha nhân mà trở thành một nhà ngục giam hãm rồi chỉ huy, biến đổi anh trở thành con quái vật. Anh dằn vặt với những ý nghĩ quái đản, ghen tuông với chính cái mặt nạ dù anh quyết ý đi tán tỉnh vợ mình để tìm kiếm sự hồi phục. Đỉnh điểm của bi kịch là cuộc ân ái giữa hai người. Dưới lớp mặt nạ anh vừa tức giận trước sự sa ngã của vợ mình và muốn xé toang chiếc mặt nạ giữa cuộc ái ân vừa cảm thấy tuyệt vọng. Người vợ để mặc cho anh quyến rũ gần như là bị cưỡng dâm với ý nghĩ làm cho anh vui, để chia sẻ với những nỗi khổ đau của chồng mình phải gánh chịu vừa cảm thấy cay đắng và khinh bỉ .

Nấp sau chiếc mặt nạ, anh tha hồ tự tung tự tác và do đó con người anh lộ ra. Đúng như người vợ đã nhận xét cái mặt tầm thường của anh trước kia mới là chiếc mặt nạ, còn chiếc mặt nạ mới chính là con người thật của anh.

Và đúng như người vợ đã viết "Chẳng phải anh cần tôi mà anh cần tấm gương soi. Đối với anh, bất cứ người nào khác cũng chỉ là tấm gương soi mang hình ảnh của anh. Tôi không muốn trở lại hoang mạc của những tấm gương đó..."[1] . Và rồi nàng bỏ đi. Còn anh đọc bức thư của người vợ trong sự choáng váng bẽ bàng.

Với hình thức ba quyển vở màu đen, trắng và xám đầy những lời thú nhận của nhân vật chính để lại cho vợ mình cùng với bức thư nhận xét cuối cùng của người vợ; tác phẩm "Khuôn mặt người khác" kết thúc lửng lơ. Ta không biết liệu người vợ có quay trở lại hay nhân vật chính sẽ dùng súng hơi để tự sát? Abe Kobo chỉ đặt ra một thể nghiệm về con người đánh mất khuôn mặt nỗ lực đi tìm kiếm lại sự kết nối với thế giới này mà thôi chứ không đưa ra câu trả lời nào cả.

Nhưng chúng ta có thể tự hỏi tại sao khuôn mặt lại quan trọng như thế đối với con người? Tôi chính là thân thể tôi và cái nổi bật nhất là khuôn mặt. Có thể nói khuôn mặt tôi chính là bản thân tôi. Do đó, nếu một người không có mặt hàm nghĩa anh ta là một thực tại rỗng, không có bản sắc, không thể nhận diện và do đó không thể phân biệt. Trong tiếng Hán Việt cũng có từ "nhận diện", "thể diện", "sĩ diện"... đều nhấn mạnh tầm quan trọng của khuôn mặt. Vốn được quy định bởi những yếu tố di truyền từ mới sinh ra, những đường nét cơ bản quan trọng nhất của khuôn mặt không thể sửa đổi bằng phẫu thuật thẩm mỹ. Do đó, dưới gương mặt duy nhất này, con người ta nỗ lực xây dựng nên hình ảnh của chính mình. Khi chúng ta trình diễn một vai trò nào đó đủ lâu, khuôn mặt ta trở thành bản chất, gắn liền với nhân cách của chúng ta. Không phải ngẫu nhiên mà từ "Nhân cách" (personality) trong tiếng Anh lại có nguồn gốc từ chữ La Tinh "persona", có nghĩa là

---

[1] Sđd, trang 267

"mặt nạ".

Còn khi không ai biết ta là ai cả, nói cách khác khi chúng ta mang một chiếc mặt nạ để trở thành một người vô danh khác, ta có thể làm bất kỳ điều gì mình muốn. Do đó, con người thật, bản tính thật hiện ra dưới lớp mặt nạ. Đó là điều nghịch lý mà người vợ đã nhận ra về khuôn mặt của chồng mình. Khuôn mặt tầm thường trước khi bị tai nạn thực ra là chiếc mặt nạ, còn mặt nạ mới chính là bản chất thật của anh ta.

Với gương mặt duy nhất của mình đôi khi chúng ta phải kìm nén ham muốn cá nhân vì sợ phán xét của kẻ khác, trở nên đạo đức giả một cách tinh vi. Do đó mà khuôn mặt thật của chúng ta nhiều khi dần dần biến thành một lớp mặt nạ mà chúng ta không tự ý thức được. Còn dưới lớp mặt nạ, hay khi có quá nhiều khuôn mặt, hay trở nên vô hình... điều gì đảm bảo rằng chúng ta không phạm phải những tội lỗi ghê gớm nhất? Có lẽ đó chính là điều mà tác phẩm này gợi ra?

Ra đời cùng với "Một nỗi đau riêng" (個人的な体験) của Oe Kenzaburo và cùng nói về cuộc đấu tranh nội tâm đầy mâu thuẫn của nhân vật chính nhưng đúng như nhà văn Mishima Yukio đánh giá "một nỗi đau riêng" thì xuất sắc hơn về mặt kỹ thuật viết văn, còn "Khuôn mặt người khác" thì lại xuất sắc hơn về mặt nghệ thuật. Cả hai tác phẩm đều đưa ta chạm vào cái vực sâu không đáy của thăm thẳm kiếp người.

Từ năm 1989 đến nay, Nhật Bản bước vào thời kỳ Heisei (平成 Bình Thành). Trong thời kỳ này chúng ta được chứng kiến sự lên ngôi đăng đàn lần thứ hai của văn học Nhật Bản với giải thưởng Nobel 1994 dành cho nhà văn Oe Kenzaburo (大江健三郎 Đại

Giang Kiện Tam Lang) với các tác phẩm chính "Một nỗi đau riêng" (個人的な体験), "Họ hàng nhân sinh" (人生の親戚), bộ ba "Cây xanh bốc cháy" (燃え上がる緑の木)... Ông còn là nhà phê bình thời sự với những bài châm biếm rất sắc sảo. Ngoài ra, những nhà văn tên tuổi khác như Murakami Haruki. Yoshimoto Banana, Murakami Ryu, Hiromi Kawakami... đều có những tác phẩm được dịch sang tiếng Anh, gây ấn tượng mạnh với độc giả quốc tế.

Khảo sát văn học Nhật Bản từ thời Minh Trị đến nay chúng ta thấy rõ sự chuyển giao thế hệ rất rõ ràng giữa các nhà văn Nhật Bản trước vận mệnh của dân tộc và thế giới. Khi bắt đầu mở cửa thời Minh Trị, Nhật Bản tiếp thu học hỏi văn minh Tây Phương thì thế hệ nhà văn Mori Ogai và Natsume Soseki đại diện cho những người đi du học tiếp thu văn hóa Âu Châu và sáng tác trên cơ sở văn hóa truyền thống. Thế hệ của Akutagawa thì hoang mang trăm lối trước bi kịch cuộc sống con người trong gió bão văn minh kỹ thuật Tây Phương. Rồi đến Kawabata lại quay về với những nét đẹp cổ xưa Nhật Bản. Sự leo thang của chiến tranh thế giới thứ hai làm cho Nhật Bản phải gánh chịu hai quả bom nguyên tử xuống Hiroshima và Nagasaki làm bao nhiêu người chết và tật nguyền ngơ ngác. Thế hệ của Oe Kenzaburo là kêu cứu, phản ánh sự tang thương của chiến tranh cùng lời kêu gào phản chiến. Rồi chiến tranh cũng qua đi, con người lại đối mặt với vấn đề toàn cầu hóa, đánh mất đi bản sắc văn hóa dân tộc. Thế hệ của Murakami Haruki đại diện cho một lớp người "yêu cuồng sống vội", những hình nhân múa may trên nền nhạc jazz, uống cà phê Starbucks và ăn fast food. Tác phẩm của ông phản ánh những con người đánh mất tất cả, lang thang bế tắc vô nghĩa trên các đường phố lớn tìm lại tuổi thơ và những niềm hạnh phúc nhỏ nhoi. Sự chuyển đổi từ

Kawabata đến Murakami Haruki thực chất là sự chuyển đổi của trường văn hóa Nhật Bản truyền thống sang trường văn hóa tiêu dùng chiếm lĩnh toàn cầu.

2. **Trường văn hóa Nhật Bản trong sáng tác của Kawabata Yasunari và Murakami Haruki:**

Tác phẩm văn chương nào cũng là tác phẩm văn hóa. Bởi dù sao khi sáng tác, nhà văn phải chịu ảnh hưởng của ngôn ngữ, hoàn cảnh đang sống, tức là các trường văn hóa mà anh ta đang hiện diện. Theo Đoàn Văn Chúc: "Trường trong trường văn hóa được hiểu tương tự như trường trong vật lý học, là một khu vực trong đó một hiện tượng từ hay ẩn dụ, trường văn hóa là một không gian "dân cư trong đó một hay những sự kiện văn hóa được diễn ra".

Vì thế, bởi vì mỗi dân tộc sống ở một không gian cư trú riêng, một loại hình dân cư riêng, nên những sự kiện văn hóa của dân tộc này khác với sự kiện văn hóa của dân tộc khác. Có giống nhau thì ở cái mạch ngầm nội tại của thân phận loài người. Chính vì thế ta có thể giải thích vì sao Bakhtin lại hiểu Rabelais hơn người khác. Những lễ hội Carnavan là cái phần chìm nội tại của một thuở ấu thơ con người. Nó có thể bị biến mất ở một vài dân tộc nhưng hằng số di truyền vẫn là hằng định tính. Và Bakhtin đã bắt được cái mạch ngầm logos nội tại ấy. Mỗi một dân tộc có những thể loại văn chương, những cách suy nghĩ và đặc trưng văn hóa riêng. Chẳng hạn, ở Ba Tư có thể thơ Rubai, ở Hàn Quốc có thể thơ Sijo, Việt Nam có thơ lục bát... Và riêng Nhật Bản, với vị trí đặc thù của mình là quần đảo, nằm khá xa đất liền đủ để tránh ngoại xâm nhưng đủ gần để tiếp thu văn hóa. Tất cả những tinh hoa văn hóa của Trung Quốc và sau này là Âu - Mỹ đều do người Nhật đích thân du nhập bằng cách cử người sang du học. Và dĩ nhiên, theo quy luật khúc xạ văn hóa, tất cả những tinh hoa qua lăng kính của nền văn hóa bản địa đều được nâng lên một tầm cao mới. Như nghệ thuật uống trà (茶道 Chadò), cắm hoa (生け花 Ikebana), kiếm đạo (剣道 Kendò) là tiếp thu từ Trung Quốc nhưng đã thành những thành tố của nền văn hóa bản địa Nhật Bản. Ngay cả ngôn ngữ và văn chương Nhật từ thơ Haiku và Tanka đến sân khấu kịch No, các truyện ngắn và tiểu thuyết thì đối với chúng ta cũng đều là tiếp cận với một trường văn hóa khác.

Tuy những chủ đề lớn của đời sống con người như nỗi đau, tình yêu, cái chết và những bi kịch nhân sinh là tất yếu có mặt trong từng tác phẩm của tất cả các nhà văn nhưng cách thể hiện mỗi người mỗi dân tộc mỗi khác. Chúng tôi nhận thấy rằng sự mới lạ của văn chương chỉ là cách thể hiện. Cái nỗi niềm cô đơn của người xưa đìu hiu bên dòng sông có cây dương liễu "Dương tử giang đầu dương liễu xuân, dương hoa sầu sát độ giang nhân" đến nỗi niềm cô đơn của con người phố phường xe cộ, các khu nhà cao tầng và bàn phím máy tính là giống nhau. Cái tình yêu thương nam nữ từ xưa trong bụi dâu "Tang bộc" đến love-hotel ngày nay nào có khác chi. Tùy mỗi trường văn hóa, mà cách thể hiện nỗi niềm đó là khác biệt.

Kawabata Yasunari thể hiện rõ ràng trường văn hóa đặc thù Nhật Bản. Suốt đời ông đi tìm kiếm những vẻ đẹp thiên nhiên và tâm hồn người Nhật Bản. Các tác phẩm của ông gắn liền với số phận của xứ xở Phù Tang, thấm đẫm linh hồn dân tộc. Từ phong tục giặt vải Chijimi bằng tuyết cho thanh sạch đến sự nuối tiếc vì sự tàn phai của nghi lễ trà đạo, trang phục và thư pháp của người

Nhật đều được Kawabata tái hiện trong "Xứ tuyết", "Ngàn cánh hạc" và "Cố đô", những tiểu thuyết lừng danh của văn học Nhật Bản hiện đại. Viện Hàn lâm Thụy Điển khi quyết định trao giải thưởng Nobel cho Kawabata vào năm 1968 đã nhận xét "ông là người tôn vinh vẻ đẹp hư ảo và hình ảnh u uẩn của hiện hữu trong đời sống thiên nhiên và trong định mệnh con người". Điều này thể hiện thấu suốt trong các tác phẩm của ông.

Chào đời năm 1899 tại một làng quê nhỏ ở gần thành phố Osaka, ngay từ nhỏ, Kawabata đã gánh chịu nhiều nỗi bất hạnh. Năm 3 tuổi, mẹ mất. Năm 4 tuổi, cha mất. Năm lên tám, bà mất. Và đến khi ông mười lăm tuổi, người ông bệnh tật cũng từ bỏ Kawabata khi đại chiến thế giới thứ nhất bùng nổ vào năm 1914. Tác phẩm "Nhật ký tuổi mười sáu" (十六歳の日記 Juroku sai no nikki) là tiếng nói của một con người nhỏ bé bơ vơ trước trần gian mênh mông không người nương tựa.

Năm ông được hai mươi mốt tuổi, cuộc hôn nhân sắp thành với Chiyo, một cô bé mười lăm tuổi bất ngờ tan vỡ vì Chiyo từ hôn. Từ đó, trong các tác phẩm của mình, Kawabata để cho niềm cô đơn vĩnh cửu theo dấu chân người lữ khách qua những ngày tháng ngao du.

Năm 1920, Kawabata được vào học ở khoa Văn của trường đại học Tokyo. Lúc đầu ông chọn học ban văn chương Anh, sau đó chuyển qua nghiên cứu văn học Nhật. Ngay trong thời gian này, ông đã gây được sự chú ý của nhà văn lão thành Kikuchi Kan bằng truyện ngắn "Lễ chiêu hồn" đăng trên tạp chí "Văn nghệ xuân thu", rồi sau đó ông trở thành biên tập viên của tờ tạp chí này.

Năm 1924, Kawabata tốt nghiệp đại học, sáng lập tạp chí "Văn nghệ thời đại" với nhà văn Yokomitsu và thành lập nhóm "Tân Hưng nghệ thuật phái (Shinko geijutsu ha) hay còn gọi là "Tân cảm giác phái" (新感覚派 ShinKankakuha). Nhóm này làm chủ văn đàn tiểu thuyết từ sơ kỳ Chiêu Hòa (1926) đến ngày đệ nhị thế chiến bùng nổ[1].

Năm 1926, Kawabata cho khởi đăng truyện "Cô vũ nữ xứ Izu" (伊豆の踊り子 Izu no odoriko) trên tạp chí "Văn nghệ thời đại". Truyện này lấy cảm hứng từ lần đầu tiên Kawabata đi du lịch ở xứ Izu năm 1918. Cùng năm này, ông cho xuất bản tập truyện ngắn trong lòng bàn tay "Trang sức tình cảm" gồm ba mươi sáu truyện.

Trong thời gian chiến tranh (khoảng từ năm 1920 đến năm 1945), Kawabata viết rất nhiều tác phẩm. Năm 1929, tiểu thuyết "Hồng đoàn ở Asakusa" (浅草紅団 Asakusa kurenai dan) được khởi đăng trên báo. Năm 1931, Kawabata cho ra đời tác phẩm "Thủy tinh huyễn tưởng". Năm 1933, tác phẩm "Cầm thú" (禽獣) và "Con mắt của mạt kỳ" ra đời. Từ năm 1935, Kawabata bắt đầu thai nghén kiệt tác "Xứ tuyết" với những đoạn văn "Chiếc gương soi cảnh sắc ban đêm" và "Chiếc gương buổi sáng trăng". Năm 1942, truyện "Danh thủ cờ Gô" (名人) ra đời.

Từ năm 1945, sau những điêu tàn của cuộc chiến, Nhật Bản gượng dậy với tinh thần "Hòa hồn Dương Tài" (和魂洋才 Tinh thần Nhật Bản, kỹ thuật Tây Phương). Với tư cách của một nhà văn dân tộc, Kawabata đã chọn con đường tìm kiếm và phát kiến cái đẹp trong đời sống thiên nhiên và tinh thần Nhật Bản. "**Mỹ chi**

---

[1] "Nhật Bản tư tưởng tưởng sử" của Ishida Kazuyoshi, bản dịch của Châm Vũ Nguyễn Văn Tần trong bộ tủ sách Kim văn dịch thuật, 1972-1973, tập 2, trang 441.

tồn tại mỹ phát kiến" (美の存在と発見 Bi no sonzai to kakken) – Cái đẹp thì tồn tại và chúng ta phải kiếm tìm. Đó là châm ngôn của ông. Thế giới chỉ triển nở cho những ai biết ngắm nhìn. Và thế giới du hành khởi sự. Đó là cuộc kiếm tìm tâm linh cao nhã, không dành cho số đông. Đó cũng đồng thời là ước mộng tuyệt vọng tàn xiêu của đuổi bắt tình yêu ảo ảnh. Và bởi thế, trong sự quay cuồng hỗn loạn của cuộc thế, ông có niềm vui của kẻ đi đúng đường.

Kawabata đã đắm mình trong hạnh của ẩn mật để ẩn cư sáng tác. Ông biết rõ về những gì cần phải làm. Trong khi các nhà văn khác lao đao kiếm sống, Kawabata viết tiểu thuyết bình dân phục vụ đại chúng để mưu sinh như "Người Tokyo" nhưng không bao giờ đưa vào tổng tập tác phẩm của mình, song song với việc viết những tiểu thuyết kiệt tác. Và chính những tiểu thuyết "Xứ tuyết" (雪国), "Ngàn cánh hạc" (千羽鶴) và "Tiếng rền của núi" (山の音) đã mang lại cho ông giải Nobel văn chương danh giá năm 1968. Như thế vừa viết những tác phẩm "gần gũi với quần chúng", Kawabata vừa thực hiện tâm nguyện du hành tâm linh, tìm kiếm vẻ đẹp cuộc sống, một mình một cõi trên thế cuộc giang hồ.

Ngày 16 tháng 4 năm 1972, Kawabata rời nhà đến bờ biển Hayama. Đêm đó, trong căn nhà nơi bờ biển, Kawabata đã tự sát bằng hơi gas, không để lại lý do tuyệt mệnh hay "từ thế chi ca", chấm dứt bảy mươi ba năm phong ba cuộc thế, cưỡi sóng bạc đầu, để tàn rơi như giọt nước giữa lòng đại dương.

Kawabata đã đi vào lịch sử văn học Nhật như là người đầu tiên đưa văn học Nhật ngang tầm quốc tế, để sau đó tiếp nối là Oe Kenzaburo đăng đàn vào năm 1994, mang lại giải thưởng Nobel văn chương lần thứ hai cho văn học Nhật Bản. Và cho đến đầu thế kỷ XXI, có một tác gia đang làm mưa làm gió trên văn đàn không những ở Nhật Bản mà còn ở quốc tế với hàng chục triệu bản dịch được công bố khắp thế giới, hứa hẹn mang về cho Nhật Bản thêm một vinh quang Nobel nữa. Đó chính là Murakami Haruki (村上春樹 Thôn Thượng Xuân Thụ). Sinh năm 1949 tại Kyoto, trong một gia đình gia giáo, cha là giáo viên dạy văn cấp ba, ngay từ nhỏ, Murakami đã có khuynh hướng phản kháng lại truyền thống Nhật Bản. Trong khi xem một trận đấu bóng chày vào năm 1978, ý nghĩa viết văn đến với ông như một định mệnh. Và tác phẩm đầu tay "Lắng nghe gió hát" (風の歌を聴け) được giải thưởng Gunzo – tác giả mới vào năm 1979.

Sau đó, ông cho ra đời một loạt các tác phẩm lấy đề tài là tình yêu và tuổi trẻ lồng trong khí hậu văn chương ẩn dụ đầy sương khói nhưng cũng rất thực tiễn như "Cuộc phiêu lưu theo những con cừu", "Giáng sinh của Người Cừu", "Người tình vệ tinh" và đặc biệt là "Rừng Na Uy", một kiệt tác của văn học Nhật hiện đại với những nghi vấn thiên thu của tuổi trẻ muôn thuở cô đơn.

Cùng với Banana Yoshimoto, Murakami Haruki là nhà văn hiện đại Nhật Bản đang gây một cơn cuồng phong hứng khởi cho độc giả toàn thế giới. Mỗi tác phẩm của ông viết ra đều được dịch sang tiếng Anh, Pháp và được in ra hàng trăm triệu bản. Matt Thompson cùng những nhà phê bình khác cho rằng chắc chắn Murakami sẽ đạt giải thưởng Nobel văn chương vào một ngày không xa. Bên cạnh việc miêu tả đời sống Nhật Bản hiện đại, Murakami còn viết về "những tâm hồn mất mát, lang thang đây đó để tìm hạnh phúc nhỏ nhoi" (theo lời Shame North)

Murakami là một con người phản kháng lại văn hóa truyền thống

Nhật. Ông và vợ ông từng sống ở Mỹ lâu năm và có ý muốn định cư ở đó. Khi được Matt Thompson hỏi về những con rối Kabuki, Murakami đã trả lời là "tôi thấy chúng chán ngắt". Ở đây chúng tôi nhận thấy cần phải trích một đoạn của Martin Heidegger: "Chắc ông cũng biết rằng sân khấu Nhật Bản vắng lặng - sự vắng lặng này muốn một sự liên kết khác thường. Việc đó nhờ người nghệ sĩ chỉ bằng một động tác nhỏ cũng đủ để thực hiện một điều gì to tát từ sự yên tĩnh". Đó là nền văn hóa Nhật Bản truyền thống. Murakami muốn phá vỡ và thay thế điều này bằng những hình nhân múa may quay cuồng bế tắc trên nền nhạc Jazz. Đấy đích thực là thế giới của Murakami.

Kenzaburo Oe, tác giả Nhật Bản thứ hai được giải thưởng Nobel văn chương sau Kawabata Yasunari, tuyên ngôn rằng Murakami Haruki thuộc về dòng "văn chương không thanh cao" và chê tác phẩm của Murakami là hôi mùi bơ (batakusai) vì các tiện nghi văn minh và giá trị văn hóa Âu Mỹ ngập tràn trong đó. Đi xa hơn, Oe còn cho rằng các tác phẩm của Murakami thể hiện sự tha hóa của nền văn học Nhật Bản đương đại. Nhiệm vụ của chúng tôi là tìm ra mục đích của sự phá hủy truyền thống để xây dựng một thế giới hiện đại và hậu hiện đại trong những tác phẩm của Murakami. Để làm được điều này, chúng tôi căn cứ vào tác phẩm "Rừng Na Uy" và một số truyện ngắn khác mà chúng tôi đã dịch và giới thiệu. Không chỉ là người tuyên ngôn cho thế hệ mình, Murakami còn đưa chúng ta chìm ngập vào một thế giới của hàng tiêu dùng với Coca cola, nhạc jazz, phim khiêu dâm, love-hotel, cuộc sống học đường của thời sinh viên... Có lẽ giới trẻ tìm thấy hình ảnh của thế hệ mình trong từng trang văn của Murakami. Bằng phương pháp liên văn bản và xếp chồng văn bản, chúng tôi phân tích và kết luận được cái thế giới nhân vật trong tác phẩm Murakami chính là hình ảnh của Nhật Bản hiện đại và của cả giới trẻ nói chung trên toàn cầu.

Nếu như Kawabata trong các tác phẩm của mình miêu tả về một trường văn hóa đặc thù Nhật Bản với những nghi lễ cổ xưa như trà đạo, thư pháp, lễ hội, phong tục giặt vải Chijimi bằng tuyết... thì Murakami và các nhà văn viết theo lối hậu hiện đại thì bắt đầu có sự khác biệt. Những tác phẩm của Kawabata là những cuộc du hành tâm linh cao nhã của người lữ khách đi tìm cái đẹp bị đọa đày, mang theo vết đau riêng về ước mộng tuyệt vọng tàn xiêu của đuổi bắt tình yêu ảo ảnh. Văn phong thanh thoát bay như gió nhưng tuyệt diễm riêng mình trong cõi hắt hiu, mang theo chút hào quang say đắm phũ phàng của Dostoievski. Tình yêu trong tác phẩm của Kawabata chủ yếu nhấn mạnh đến tâm linh, và tình dục được nâng lên hàng nghệ thuật. Còn Murakami thẳng thừng tuyên bố "tình dục chỉ là một loại thể thao". Tác phẩm của Murakami Haruki phơi bày không che giấu những nghi vấn thiên thu của tuổi trẻ muôn thuở cô đơn về nỗi đau, tình yêu và cái chết nhưng được làm cho huyền ảo và mờ tối đi qua màn sương mù ẩn dụ. Điều đó đã làm cho thế giới nhân vật của Murakami hiện ra dưới một làn mưa bay, nửa hiện thực, nửa hoang đường. Murakami viết về tình dục rất vui, như một thói quen, như một trò đùa. Murakami còn viết về tình yêu đồng giới như trong truyện "Những bóng ma vùng Lexington".

Tác phẩm của Murakami và các nhà văn viết theo lối hậu hiện đại không thuộc một trường văn hóa nào cả. Hay chính xác hơn là chúng thuộc về một trường văn hóa duy nhất - nền văn hóa tiêu dùng đang chiếm lĩnh toàn cầu. Bất cứ một người trẻ tuổi nào đều thấy mình hiện diện trong tác phẩm của Murakami. "Thế giới của Murakami có quy mô hành tinh, đụng chạm đến những vấn đề của toàn thể loài người". Nhà báo Philipp Vase đã nhận định như vậy. Trong thế giới của Murakami, chúng ta bắt gặp những con người lang thang vô nghĩa trên các đường phố Nhật Bản hiện đại. Cũng giống như bao con người bế tắc khác đang lang thang trên các đường phố ở Canada, Mỹ và Sài Gòn. Bởi chính Murakami đã nhận xét: "Năm 1968 hoặc 1969 là thời kỳ lý tưởng, chúng ta có triết lý của chúng ta, chúng ta có chủ nghĩa của Marx. Nhưng thời điểm đó đã trôi qua. Thanh niên ngày nay không biết phải làm gì!".

Những suy tư và nghi vấn thiên thu của tuổi trẻ muôn thuở cô đơn về nỗi đau, tình yêu và cái chết được phơi bày không che giấu trong các tác phẩm của Murakami còn minh chứng cho mối quan hệ mật thiết giữa văn học và văn hóa mà một nhà văn qua tác phẩm của mình có thể phát biểu tuyên ngôn và cách sống của một thời đại của mình đã nghiệm sinh và sống trải, được tìm thấy tiếng nói chung nơi người đọc trên toàn thế giới.

"Rừng Na Uy" là tác phẩm đầu tiên thành công vang dội của Murakami, mang đến cho ông tiếng tăm và ảnh hưởng quốc tế. Được so sánh với "Bắt trẻ đồng xanh" (Catcher in the Rye) của J.S, "Rừng Na Uy" xô đẩy ta vào cơn sóng loạn cuồng của những nghi vấn thiên thu của tuổi trẻ muôn thuở cô đơn về tình yêu, nỗi đau và cái chết.

Câu truyện đưa ta trở về hồi ức của Watanabe, người đàn ông 37 tuổi đang đáp xuống phi trường Hamburg. Bản nhạc "Rừng Na Uy" vang lên, đưa anh trở về miền kỷ niệm. Những ký ức xa xưa đưa Watanabe trở về thời sinh viên của hai mươi năm trước với tình yêu bạn bè và cuộc sống giảng đường. Những người bạn, người tình và người đời đã đi qua đời anh như cái bóng.

Kizuki, bạn thân thời trung học với Watanabe, tự sát vào năm 17 tuổi. "Cái đêm Kizuki chết đã vạch một đường ranh và từ đó tôi không thể xem cái chết hoặc cuộc sống một cách đơn giản như vậy nữa. Cái chết không phải là phản đề của cuộc sống mà đã là một phần bản chất nguyên khôi của tôi và tôi không thể nào chối bỏ được sự thật đó, dù gắng sức bao nhiêu đi nữa". Đó là điều đầu tiên mà Watanabe cảm nhận về kiếp người sau cái chết của Kizuki.

Sau cái chết ấy, Naoko (người yêu của Kizuki bị sốc và nàng bắt đầu có những triệu chứng thần kinh. Watanabe đến với Naoko như một điều tự nhiên để xoa dịu nỗi niềm, từ tình bạn, hai người tiến đến tình yêu.

Cùng năm đó, Watanabe thi đậu vào đại học và đến ở ký túc xá, làm quen với giảng đường đại học và những người bạn mới như Kamikaze, Nagasawa. Còn Naoko theo học tại một trường nữ sinh nằm ngoài thành phố Musashino.

Mối tình của hai người trải qua thời sinh viên xa nhà với khung cảnh giảng đường và trại điều dưỡng tâm thần. Naoko phải vào trại điều dưỡng vì chứng bệnh thần kinh. Watanabe thường đến thăm nàng và làm quen được với Reiko, người bạn cùng phòng với Naoko. Reiko đánh đàn ghita tuyệt hay, đặc biệt là bản "Rừng Na Uy" mà Naoko rất thích.

Watanabe với cuộc sống giảng đường và bươn chải làm thêm vẫn thư từ đều đặn với Naoko, thỉnh thoảng đến thăm nàng và Reiko.

Naoko và Reiko viết thư cho Watanabe kể về cuộc sống trong trại điều dưỡng của mình. Họ không giấu diếm với nhau điều gì kể cả việc Watanabe quen Midori như người tình khi thiếu vắng Naoko. Năm 21 tuổi Naoko tự sát. Reiko đến báo tin cho Watanabe. Hai người làm tình và Reiko ra đi, vĩnh viễn biến mất trong đời Watanabe.

Watanabe vô vọng gọi điện cho Midori, chỉ để nghe được giọng nói của nàng trong cơn mưa hay nước mắt đời day dứt triền miên.

Lang thang trong cánh đồng lúa mạch đến tận cánh rừng Na Uy, người đọc đều bắt gặp những băn khoăn day dứt của tuổi trưởng thành về cuộc sống, tình yêu, nỗi đau và cái chết. Bởi ai cũng có một thời tuổi trẻ, một quãng thời gian nổi loạn với cách hành xử tưởng như bạo tàn trước khi hòa nhập vào thế giới người lớn với những cảm xúc chín chắn của tuổi trưởng thành .

Tuy nhiên cũng có nhiều ý kiến phản bác lại hai tác phẩm trên. Họ cho rằng họ chẳng học được gì từ hai tác phẩm này mà chỉ rặt toàn ngữ ngôn đao to búa lớn kiểu "mình nhổ vào", "tôi chết mất", "cô đơn kinh khủng", "tôi suýt ngất", và những cảnh làm tình, thủ dâm, văng tục bạt mạng. Thế nhưng cảnh đó ai mà không từng trải qua trong đời. Đó chẳng phải là thuộc bản chất người hay sao? Hơn thế, nếu tinh ý bạn đọc đều có thể dễ dàng nhận ra đó chỉ là phương tiện thiện xảo (upaya) để chuyên chở một cứu cánh tối hậu về bài học làm người trong cõi nhân sinh. Nhà văn khi sáng tác chính là đang sáng thế, thực hiện trò chơi linh thánh lila. Những hiện tượng mờ ảo sương phủ của nhân vật trong những "hoàn cảnh biên cương" trong tác phẩm chính là hé mở những nỗi niềm muôn thuở. Nếu tinh ý, ta sẽ tìm ra rất nhiều chi tiết hay trong

"Bắt trẻ đồng xanh" như "nói chung, tôi chuộng hòa bình, nếu phải thú thật cùng các bạn". Hay khi Holden nhận xét về vai diễn của Alfres Lunt và Lina Fontann, bạn hiểu không, họ diễn được, chỉ có điều quá được. Một người còn chưa kịp nói hết, người kia đã nhanh chóng hòa theo. Cứ như những người thực sự đang nói chuyện cứ ngắt lời nhau và v.v... Tất cả đều quá giống cảnh mọi người nói chuyện và ngắt lời nhau ở ngoài đời, chính cái đó làm hỏng bét vở kịch!". Thật là một nhận xét của bậc thầy ca kịch. Trong khi đọc, ta sẽ bắt gặp liên tục những viên ngọc sáng như vậy!

Nhưng xét cho cùng, khen chê là chuyện thị phi của nhân gian. Cái cay đắng của nhà văn thật đúng như Nietzsche nói rằng: "người ta thường được khen hay bị chê nhưng ít khi được hiểu". Hay khi được hiểu rồi thì cũng đã muộn màng. Nói như Nguyễn Tất Nhiên (1952-1992) "khi em chợt hiểu, chợt ngùi thương, thì chúng ta đâu còn cơ hội nữa". Bùi Giáng (1926-1998) trong "Mưa nguồn" khi viết về Nguyễn Du cũng đã hạ hai câu kết tuyệt mù cay đắng "em quốc sắc, em thiên hương đã uổng; làm sao khuây khỏa hận của thiên tài". Nỗi thôi thúc bức bách phải viết của nhà văn nhiều khi không phải như M. Kundera quan niệm là "chứng cuồng viết" mà nhiều khi còn vì một điều sâu thẳm hơn mà A. Schopenhauer đã nói đầy day dứt – "Nếu chúng ta cũng câm miệng thì ai sẽ là người nói thay?".

Dù sao đi nữa, hai tác phẩm này đều đã thành công vang dội. Quyển tiểu thuyết "Rừng Na Uy" đã gây một chấn động mạnh trong làng văn Nhật Bản. Ngay trong năm đầu tiên, tác phẩm này được tiêu thụ trên một triệu bản. Chưa có một tác phẩm nào viết về đời sống sinh viên sát thực đến thế. Những băn khoăn tương lai, tình cảm đôi lứa, làm thêm kiếm tiền đi học, hẹn hò và thủ dâm... Tất cả đều được phơi bày trong tác phẩm.

Trong các truyện ngắn khác như "Folklore thời chúng ta" cũng thế. Đây là một câu chuyện có thật vào những năm sáu mươi thời của chính Murakami Haruki. Một chuyện tình buồn. Quá buồn. Tác giả xem đó là những sự kiện "truyền thống văn hóa" mà mình góp nhặt và thuật lại như một chứng nhân lịch sử.

Nhân vật chính của câu chuyện là một cặp tình nhân hoàn hảo vào thời đó. Cả hai người làm lớp trưởng trường cấp 3, học giỏi, biết chơi thể thao, là người kết lại những ý kiến trong cuộc thảo luận ở lớp. Anh chị CLEAN như trong quảng cáo kem đánh răng tình yêu của họ kéo dài suốt bốn năm nhưng cuối cùng tan vỡ vì giá trị truyền thống. "Ngay đến những xúc chạm sinh lý, họ cũng có luật của mình. Không bao giờ cởi bỏ quần áo, chỉ dùng tay sờ soạng nhau mà thôi. Một tuần một lần, họ ở chung với nhau một buổi chiều trong phòng ngủ của người này hay người kia. Cả hai nhà đều yên tĩnh. Cha đi vắng. Mẹ ra ngoài có việc. Họ dành cho nhau từ mười đến mười lăm phút để sờ soạng nhau say sưa rồi quay trở về với việc học tập của mình, ngồi cạnh nhau. "Được rồi chứ nhỉ? Quay trở về sách vở thôi. Nàng nói và kéo thẳng chiếc áo sơ mi của mình".

Nàng muốn giữ trinh tiết đến khi lập gia đình, chàng muốn chiếm hữu thân xác người yêu. Nàng hứa rằng "Em sẽ ngủ với anh, nhưng không phải bây giờ. Sau khi lập gia đình, em sẽ ngủ với anh. Em hứa".

Và rồi hai người chia tay.

Chàng vào làm một hãng kinh doanh. Nàng lấy chồng là một đạo diễn nhưng không có con. Nàng gọi điện cho chàng trong lúc chàng kinh doanh khó khăn nhắc lại việc thực hiện lời hứa năm xưa. Nhưng đúng như chàng thuật lại "chúng tôi ôm ghì nhau". Anh ta nói: "Nhưng tôi không ngủ với nàng. Nàng không trút bỏ quần áo. Chúng tôi dùng tay sờ soạng nhau như những ngày xưa cũ. Tôi nghĩ như thế là tốt nhất. Có lẽ nàng cũng nghĩ như vậy. Chúng tôi vuốt ve nhau rất lâu, lâu lắm. Không ai nói lời nào. Có gì để chúng tôi nói? Đó là cách duy nhất để chúng tôi nhận ra nhau sau những năm xa cách. Như khi chúng tôi còn học ở trường. Tất nhiên, mọi thứ giờ đã khác có lẽ tình dục bình thường tự nhiên đơn giản sẽ giúp chúng tôi hiểu nhau hơn. Và có lẽ nó sẽ làm cho chúng tôi cùng vui vẻ, hạnh phúc. Nhưng chúng tôi đã trải qua một thời kì quá dài đến bây giờ, những ngày thơ dại xưa đã bị cất giữ, và không ai có thể mở dấu niêm phong"

Murakami Haruki không lên án gì quan niệm trinhh tiết cả, cũng như không lên án gì những giá trị đạo đức của những năm sáu mươi. Nhưng như tác giả viết "và chỉ có một điều tôi muốn bạn hiểu, tôi chẳng có chút tự hào gì về thời đại mình". Nhân vật chính của câu chuyện sau khi ra trường , có việc làm, anh mới nhận ra rằng thế giới này đủ lớn để cho những giá trị khác nhau có thể cùng tồn tại. Những giá trị làm nên con người nhưng cũng làm nên vết thương đời người. Cảm thấy mình bơ vơ vì không bị "nhốt trong hộp" nữa là cảm giác vô cùng phi lý. Phi lý nhưng có thật. Đó là cảm giác của nhân vật chính của câu chuyện này. Bởi ngay từ nhỏ chúng ta đã như chim nhốt trong lồng, không làm chủ được cuộc đời chỉ biết tuân theo "các bậc cao niên" dạy bảo. Cuối cùng là gì ư? Chỉ là một cái ngục lớn giam hãm con người mà thôi.

Những thiên tài xuất hiện trong cơn thịnh nộ như Nietzsche như Nagarjuna như Bồ Đề Đạt Ma muốn phá hủy giá trị để âm thầm tái tạo bình minh. Nào thấy gì ngoài cô đơn miên viễn, những lời nguyền rủa của đám đông hiện thế và bóng tối những cơn điên? Mỗi thời đại có những giá trị riêng của mình. Chính vì thế mà những vết thương khác nhau, đặc biệt cho từng thế hệ. Con người tự đâm chính mình bằng những thứ ta tự mình huyễn hoặc, tự mình tấn phong, rồi tự mình làm ngục thất cho chính mình. Và kết thúc công cuộc hiện sinh làm người bằng huyệt tự mình đào sẵn, tay trắng như từ khi lạc bước vào thế giới này?

Đó là những tư tưởng gợi lên trong tác phẩm. Nhìn qua nó giống như câu truyện cười. "Và khi mọi chuyện kết thúc, nhà vua và cận thần phá lên cười". Cuối cùng anh nói "Tôi luôn nghĩ đến câu này khi nhớ lại ngày tháng đó. Tôi đoán nó là một phản xạ có điều kiện. Tôi không biết có phải không nhưng nỗi buồn dường như luôn chứa đọng trong những câu chuyện cười nhỏ lạ lùng!"

Bởi câu chuyện là câu chuyện đời của tất cả chúng ta. Chính vì thế mà tuy không phải là một bài luân lý mới nhưng nó là kinh nghiệm sống của cả bao nhiêu thế hệ. "Đó là lý do mà tôi không thể cười nổi khi nghe anh nói chuyện. Và đến bây giờ tôi vẫn không thể cười". Đó có lẽ là thái độ của chúng ta.

Một điều dễ nhận thấy là trong các tác phẩm của mình, Murakami đã đưa ra những quan điểm riêng của mình về tình dục, như chính lời ông nói "tôi tự tạo quy tắc cho mình". Theo ông, "tình dục chỉ là một loại thể thao". Murakami viết về tình dục mà văn phong không hề nhuốm màu dục tính. Thậm chí, chúng ta đọc còn thấy rất vui nữa. Trong "Rừng Na Uy", hai anh chị dắt nhau vào rạp xem phim sex và rất lấy làm vui thích khi nghĩ về mấy chục "Kim quy tháp" dựng đứng lên. Còn trong truyện "Dĩa bay đáp xuống Kushiro", hai anh chị vừa làm tình vừa thay nhau lắc chuông leng keng vì sợ gấu đến. Murakami viết về tình dục như thể chính ông đang hiện diện nhưng tảng lờ đi như không có chuyện gì xảy ra cả. Như một thiền sư đắc đạo trong động điếm, ai làm tình cứ làm còn ta tu cứ tu. Nhưng chính vì thế mà văn phong Murakami hấp dẫn.

Còn trong "Lưỡi dao săn", chúng có một cách hiểu khác về chức năng gia đình. Trong một chuyến dừng chân nơi khu nghỉ mát bờ biển, nhân vật tôi đã gặp hai mẹ con người Mỹ tật nguyền. Bà mẹ bị co giật thần kinh, và người con trai bị liệt phải ngồi xe lăn. Đêm cuối cùng trước khi rời khỏi khách sạn, nhân vật tôi do tắm nắng hay bơi quá nhiều nên đã không ngủ được. Và thức dậy lang thang. Trong ánh trăng, "tôi" đã gặp người thanh niên tật nguyền. Hai người nói chuyện với nhau về quan niệm sống và về những con dao. Dù bị dính chặt vào chiếc xe lăn, vô dụng như một cái cây nhưng anh ta vẫn tìm cho mình một "lý do hiện hữu". Anh phát hiện ra rằng gia đình là một hệ thống tồn tại cho chính nó và một trong những đặc trưng quan trọng của gia đình là "sự thiếu hụt sẽ bị hút về cái thiếu hụt lớn hơn và sự thừa mứa sẽ bị hút cái thừa mứa lớn hơn". Trong ý nghĩa đó thì "cái chân vô dụng của tôi là một ngọn cờ mà gia đình tôi tập hợp lại. Cái chân chết của tôi là một cái trục cho những thứ khác xoay xung quanh". Theo anh, đó là sự phân công lao động. Và "mẹ con tôi cũng có vai trò của mình. Đó là con đường hai chiều. Thật khó mà diễn tả nhưng tôi nghĩ chúng tôi bù vào sự thừa mứa của họ bằng cách không làm gì cả. Đó là lý do hiện hữu của chúng tôi (tiếng Pháp trong bản dịch:

raison được d'ê tre).

Người thanh niên lại kể cho "tôi" nghe về giấc mơ của mình. "Có một con dao sắc chém vào phần mềm của đầu tôi, nơi mà ký ức hiện hữu. Nó mắc kẹt sâu trong đó. Nhưng nó không làm tổn thương hay đè nặng lên tôi. Nó chỉ mắc kẹt ở đó. Và tôi đứng ở một bên, nhìn vào cảnh tượng đó như thể nó xảy ra với một ai khác. Tôi muốn người nào đó rút con dao ra, nhưng không ai biết con dao bị mắc kẹt trong đầu tôi. Tôi nghĩ về việc mình tự kéo nó ra nhưng tôi không thể đưa tay vào trong đầu mình được. Đó là điều lạ lùng nhất. Tôi có thể chém chính mình nhưng không thể kéo con dao ra được. Và rồi tất cả mọi thứ bắt đầu biến mất. Tôi cũng bắt đầu phai mờ dần. Chỉ còn con dao ở lại. Chỉ có con dao là luôn luôn ở đó đến tận lúc cuối cùng. Như xương của một động vật tiền sử trên bãi biển. Đó là giấc mơ của tôi". Anh ta nói.

Câu chuyện "một ngày tốt lành để đi xem kangaroo" nói lên vấn đề nhận thức thế giới và chân lý. Cứ như một câu chuyện của trẻ con. Tôi và nàng đến xem con kangaroo mới đẻ rồi đi về. Nhưng ai bảo đó là cái "anh nhi" của Lão Tử mà Cao Xuân Huy tán tụng cũng được mà nói câu chuyện này là "lảm nhảm" cũng đâu sai. Nếu như Tô Đông Pha đã dùng "Lô sơn yên tỏa Chiết Giang triều", Bùi Giáng trong "Mưa nguồn" dùng hình ảnh "bóng nai vàng" để tượng trưng cho chân lý, thì ta cũng có thể nói Murakami đã hình tượng chân lý như con kangaroo. Giữa việc "tìm kiếm" và "nhận thấy", "mặc khải" chân lý thì cũng như đã nhìn thấy Lô sơn, bóng con nai vàng, chú kangaroo vậy thôi. "Lô sơn yên tỏa Chiết Giang triều, Vị đáo bình sinh hận bất tiêu, Đáo đắc bản lai vô biệt sự, Lô sơn yên tỏa Chiết Giang triều".

Cái thể và cái dụng của Lô Sơn là ở chỗ đó. Cũng như nước đun sôi để nguội và nước lạnh đều giống nhau nhưng chỉ khác ở chỗ một bên đã triệt sạch vi trùng. Cái "sở đắc" khi ta mặc khải được chân lý khó có thể diễn tả bằng lời. Thế nên Albert Camus mới viết "một người là người bởi những điều mình yên lặng hơn là bởi những điều mình nói". Hay diệu dụng hơn như Nagarjuna đã ví việc tranh luận về bản thân chân lý qua hình ảnh đám đông tranh cãi có thiên thần ở trong phòng kín hay không vậy. Bảo có hay không đều không có cơ sở. Bậc hiền giả "nhìn" thấy có thiên thần trong phòng kín bằng "thiên nhãn" thì không thể bảo cho đám đông biết được. Cho nên Tuệ Sĩ rất có lý khi bảo sự thành công lớn nhất của ngôn ngữ cũng chính là sự thất bại của nó trong việc diễn tả cái tuyệt đối. Chân lý không thể bị đóng khung trong ngôn ngữ. Con người cũng không thể bị đóng khung trong những lời rao giảng kệ kinh mà quên đi bản chất người. Đó là tư tưởng chính yếu của Heiddeger qua ngữ ngôn Trần Đức Thảo "Bản thể trong thế giới, như Heiddeger khẳng định, không phải là một tình huống khách quan được hiện thực các sự vật áp đặt, mà đúng ra là một cấu trúc bản thể học riêng thuộc về sinh vật người: con người không tồn tại bởi lẽ con người trong thế giới và bởi lẽ có vị trí của nó trong thế giới, mà vị trí con người trong thế giới chỉ đích thực có thể có được do con người tồn tại với tư cách là con người và do bản chất con người của nó". Đó là lo âu, xao xuyến, hãi sợ và cô đơn.

Thế nên chân lý có thể hiển bày trong bóng dáng con nai vàng, chuồn chuồn, châu chấu như Bùi Giáng: "Không tự mình bước tới bờ hương chín thì mật không về tụ trong trái" hay con kangaroo như Murakami đều "siêu tuyệt" cả. Ai bảo rằng câu chuyện này nhảm nhí. Đúng quá chứ còn gì nữa. Ai bảo rằng nó vui tươi, nó buồn bã cô đơn như đời sống thì cũng đâu có sai. Điều sai biệt có lẽ nằm ở chính thế nhìn của mỗi chúng ta.

Nhưng câu truyện có thể hiểu một cách giản đơn. Con người bị "ngủ mê" trong đời sống tối trầm lặng. Đi làm, về nhà, ăn ngủ ... lâu lâu đi đổi gió như xem kangaroo cho đỡ buồn! Để chờ chết. Và "Khi nỗi chết rứt nụ và lớn rộng bằng trái đất (Phạm Công Thiện), ta còn lại gì trên dòng năm tháng trầm luân?". "Còn nguyên phố thị hội đàm, với trăng châu thổ muôn vàn dưới kia" (Bùi Giáng).

Kangaroo bị nhốt trong chuồng còn chúng ta bị giam giữ trong đời sống tẻ nhạt thường ngày. Chúng ta nhìn ngắm kangaroo hay chính chúng ta là kangaroo? Điều này không thể biết.

Điểm qua một số tác phẩm của Murakami, chúng tôi nhận thấy rằng thế giới mà ông tạo dựng ra trong tác phẩm của mình thuộc về một trường văn hóa duy nhất; nền văn hóa tiêu dùng chiếm lĩnh toàn cầu. Nhân loại múa may yêu đương, giận hờn, sinh sống trên nền nhạc jazz với những tiện nghi hiện đại: máy nghe nhạc Walkman, love-hotel, tàu Shinkansen ...Việc đưa khái niệm trường văn hóa vào để soi chiếu mối tương quan giữa văn hóa và văn học không chỉ làm sáng tỏ tác phẩm của Murakami mà còn giúp chúng ta hiểu những sáng tác của trào lưu hậu hiện đại. Nghiên cứu và dịch Murakami đưa chúng tôi đến một xác tín rằng việc Murakami sẽ đạt giải thưởng Nobel văn chương là điều dễ hiểu trong một thế giới đổ vỡ và mất mát quá nhiều niềm tin như hiện nay.

Sài Gòn, tháng 8/2020

Hoàng Long

PHẦN 2

Truyện ngắn

MURAKAMI HARUKI

Để quý độc giả hiểu hơn về khí hậu văn chương của Murakami, chúng tôi trích dịch mười tám truyện ngắn tiêu biểu của ông cùng với lời nhập đề cho mỗi truyện. Mỗi tác phẩm văn chương luôn là một hệ thống mở. Vì vậy mà từng người có cách tiếp cận riêng với bản văn. Hy vọng những gợi ý của chúng tôi sẽ làm quý độc giả quan tâm và tìm hiểu sâu hơn về tác giả Murakami cùng với trường văn hóa Nhật Bản hiện đại.

Hoàng Long

Người đàn ông băng

Lời dẫn truyện

Cùng với Banana Yoshimoto, Haruki Murakami là tác gia triển vọng nhất trong nền văn học Nhật Bản hiện đại. Sau những tiểu thuyết thành công vang dội như "Rừng Na Uy", "Kafka trên bờ biển" ... nhà văn Nhật Bản 52 tuổi ngày vẫn sáng tác miệt mài. Từ tác phẩm nổi tiếng đầu tiên "Rừng Na Uy", chúng ta đã có dịp chiêm ngưỡng văn phong và những ám ảnh của tác giả về tình yêu, nỗi cô đơn và cái chết. Để giúp người đọc tiếp cận với văn phong Murakami, chúng tôi xin dịch tác phẩm "Người đàn ông băng" với mong muốn giới thiệu một gương mặt sáng giá trong dòng văn học thế giới hiện đại.

Câu chuyện là một ẩn dụ nên chúng ta chỉ có thể đọc bằng các biểu tượng. Ẩn dụ này lại được viết theo văn phong hậu hiện đại. Từ một cảm thức cổ xưa, sự cô đơn của con người đi lang thang trên mặt đất. Giọng văn Murakami tưng tửng, đùa cợt, không chú ý vào bất cứ sự kiện nào. Nói theo ngôn ngữ của Krishnamurti là "đời không tâm điểm". Vì thế, rất khó tóm tắt truyện của Murakami cũng như các tác phẩm hậu hiện đại.

Biểu tượng lớn nhất của truyện là người đàn ông băng và thế giới băng. Nó nói lên sự xa cách giữa con người và tha nhân, sự vắng mặt của hơi ấm người nên tuy "đồng sàng" mà "dị mộng". Dù gần gũi về xác thân nhưng chỉ còn lại sự lạnh toát vô hồn. Chúng ta thử đọc đoạn nói về cảnh làm tình với người băng: "Khi người đàn ông băng làm tình với tôi, tôi thấy trong tâm trí mình một tảng băng mà tôi chắc là nó hiện hữu ở một nơi cô tịch. Tôi nghĩ chắc anh biết tảng băng đó nằm ở đâu. Nó đông cứng, cứng đến mức tôi nghĩ rằng không gì có thể cứng hơn. Nó là tảng băng lớn nhất trên thế giới. Tảng băng nằm ở một nơi nào xa xôi và người đàn ông băng vượt qua ký ức của tảng băng đó để đến với tôi, đến với thế giới". Tôi hình dung nhân vật đang miêu tả "kim quy tháp" của người đàn ông băng. Và con người mãi cô đơn trong thế giới riêng mình, rợn ngợp, đi qua thế giới này băng tuyết.

Trong văn Murakami, chủ đề thường cũ. Chỉ cách viết là mới lạ. Không phải việc bị bỏ rơi trong thế giới băng là tiền đề hàng đầu của thuyết hiện sinh sao? Con người hiện hữu trong thế giới chỉ để hiện hữu, không có một căn nguyên nào; chính vì thế mà y lo âu, xao xuyến và cô đơn. Chiếc máy bay định mệnh đưa ta đến vùng băng tuyết, rồi bỏ đi, mặc ta sống hết mùa đông cuộc đời. Phải chăng đó là sự phi lý của Albert Camus? Nhân gian nói cười một ngữ ngôn ta không hiểu. Ta không thể nhập cuộc. Chỉ có thể dấn thân?

Nhưng cuộc sống vẫn tiếp tục qua hình tượng bào thai. Ta cũng biết rằng những thế hệ sau cũng cô đơn như người đi trước. Niềm cô đơn không mới nhưng khác ở cách thể hiện. Mùa đông của cuộc đời cũng chính là "một mùa địa ngục" của Arthur Rimbaud?

Một điều chúng tôi nhận thấy trong tác phẩm của Murakami là tình yêu luôn gắn với tình dục. Nhưng ông viết về điều này một cách rất vô tư hồn nhiên như thiền sư đắc đạo trong động điếm. Ai làm chuyện nấy. Ai làm tình cứ là còn ta tu cứ tu. Thiền chẳng qua cũng chỉ là một sự tập trung cao độ, chuyên chú vào việc làm của mình. Khi đói thì ăn, khi lạnh thì mặc áo. Theo Murakami, "tình dục chỉ là một loại thể thao", và ông viết về tình dục nhưng văn phong lại không mang dục tính. Trong "Đĩa bay đáp xuống Kushiro", nhà văn cho hai người vừa làm tình vừa lắc chuông leng keng vì sợ gấu đến. Trong "Rừng Na Uy", đôi tình nhân vào rạp xem phim sex và lấy làm vui khi hình dung những chiếu "kim quy tháp" dựng đứng lên. Chẳng có gì là cấm kỵ trong văn Murakami. Ngay từ "tác phẩm mẹ" của nền văn học Nhật Bản là "Truyện chàng Genji"(Genji Monogatari), nữ sĩ Murasaki đã để nhân vật Genji yêu người mẹ kế của mình và có một đứa con. Sau đến Tanizaki trong "Mộng phù kiều", ông cũng dựng một cảnh tương tự. Còn đối với Kawabata, trong "Tiếng rền của núi", người cha già mang mặc cảm phạm tội với con dâu... Đối diện, không né tránh những điều hiển nhiên của cuộc sống, trong đó có đời sống tình dục là một đặc điểm nổi bật của văn học Nhật Bản hiện đại.

Con người sẽ quen với sự giá lạnh. Cũng như gen băng tuyết được kết hợp gen của người để tạo thành đứa con. Những nỗi niềm riêng không chia sẻ được và ta mặc nhiên chấp nhận, "có những niềm riêng làm sao nói hết, như mây, như mưa, như cát biển khơi". Truyện khép lại bằng hơi sương lạnh giá đưa ta về quá khứ. Con người ta bị đóng băng trong quá khứ của chính mình. Những gì ta cưu mang cũng sẽ là quá khứ khi ta lìa bỏ nơi này tìm về một mùa xuân xa xôi? Dù là "mùa xuân đen" bất tận của cái chết.

Tôi chợt nhớ một câu của Jorge Luis Borges: "Lịch sử thế giới có lẽ là lịch sử của một vài ẩn ngữ". Liệu ẩn ngữ này có biểu hiện nơi Murakami? Chúng ta có quyền hy vọng như Matt Thompson hy vọng khi viết về Murakami: "Liệu giải Nobel văn chương đang chờ đón ông?". Chúng ta hãy chờ xem.

*

Tôi đã cưới một người đàn ông băng. Tôi gặp anh lần đầu nơi một khách sạn trong khu trượt tuyết. Đó có lẽ là nơi lý tưởng để gặp người đàn ông băng. Tiền sảnh khách sạn náo nhiệt bởi các cô cậu trẻ tuổi nhưng người đàn ông băng ngồi một mình trong góc xa nhất lò sưởi, đang chậm rãi đọc sách. Mặc dù đã gần trưa nhưng ánh sáng giá lạnh của buổi sớm mùa đông dường như kéo dài xung quanh anh ta.

"Nhìn xem kìa. Người băng đấy", bạn tôi thì thầm.

Lúc ấy, tôi hoàn toàn không có ý tưởng gì về người đàn ông băng. Bạn tôi cũng vậy. "Anh ta chắc hẳn được làm từ băng tuyết. Đó là lý do mà người ta gọi là người băng". Bạn tôi phát biểu ý kiến vẻ rất nghiêm trọng, như thể cô ấy đang nói chuyện với một bóng ma hay ai đó đang mắc bệnh truyền nhiễm.

Người đàn ông băng cao lớn, có vẻ như còn trẻ nhưng mớ tóc đinh rậm ngắn lại có những mảng trắng như những cái túi tuyết đông. Xương gò má nhô ra nhọn hoắt giống như tảng băng. Nhưng ngón tay sương muối giá lạnh như thể chẳng bao giờ tan. Tuy nhiên ngoài những cái đó ra, người băng trông có vẻ bình thường. Anh ta không thể gọi là đẹp trai nhưng trông hấp dẫn, cái đó còn tùy cách nhìn của bạn. Trong mọi trường hợp, có điều gì đó ở anh ta xuyên thủng tim tôi, và tôi cảm thấy, hơn bất cứ cái gì khác, đó là đôi mắt anh ta. Cái nhìn câm lặng và trong suốt như những mảnh vụn của ánh sáng xuyên qua những cột băng trong buổi sáng mùa đông. Nó như một tia sáng đơn độc của cuộc sống phản chiếu trên một hình hài nhân tạo.

Tôi đứng đó ngắm người đàn ông băng từ xa. Anh ta không nhìn lên. Anh ta chỉ ngồi yên không động đậy, cứ mê mải đọc sách như thể không có ai xung quanh.

Sáng hôm sau, người đàn ông băng vẫn ở chỗ cũ, đọc sách với tư thế chính xác như hôm qua đến ngạc nhiên. Khi tôi đến phòng ăn dùng bữa trưa, và khi tôi đi trượt tuyết trở về cùng với những người bạn vào buổi tối, anh ta vẫn ngồi đó, chiếu những tia nhìn không đổi lên quyển sách hôm qua. Việc đó cứ tiếp tục cho đến ngày hôm sau nữa. Ngay cả khi mặt trời đã lặn, ngay khi đêm đã khuya, người băng vẫn ngồi trên ghế, im lặng như quang cảnh mùa đông ngoài cửa sổ.

Vào buổi chiều ngày thứ tư, tôi kiếm cớ không đi ra chỗ dốc trượt. Tôi ở lại khách sạn một mình, lang thang một hồi nơi tiền sảnh vắng lạnh như một thành phố ma. Không khí ấm áp và ẩm ướt, căn phòng thoảng mùi buồn chán lạ lùng – cái mùi của tuyết đọng nơi đế giày của những người trượt tuyết giờ đang tan chảy trước lò sưởi. Tôi nhìn ra cửa sổ, lật qua vài trang báo rồi đi đến chỗ người đàn ông băng, tập trung tinh thần mà nói chuyện.

Tôi hay e dè trước mặt người lạ, và nếu như không có lý do chính đáng, tôi thường không nói chuyện với những người tôi không quen biết. Nhưng chẳng hiểu sao tôi cảm thấy mình buộc phải nói chuyện với người đàn ông băng. Đó là đêm cuối cùng của tôi ở khách sạn, và nếu để dịp này trôi qua thì tôi sợ mình sẽ chẳng bao giờ được nói chuyện với người băng nữa.

"Ông không trượt tuyết sao?" – Tôi hỏi, làm như vẻ tình cờ.

Anh ta chậm rãi quay mặt về phía tôi, như thể vừa nghe một tiếng ồn phía xa, và anh ta nhìn chằm chằm vào tôi bằng đôi mắt đó. Rồi anh điềm tĩnh lắc đầu. "Tôi không trượt truyết". Lời nói của anh ta biến thành những đám mây trắng lơ lửng trên đầu anh, như lời thoại của nhân vật trong truyện tranh. Tôi đã thực sự nhìn thấy những từ bay trong không khí, cho đến khi anh lau sạch chúng bằng những ngón tay sương muối giá lạnh.

Tôi không còn gì để nói nữa. Chỉ đỏ mặt và đứng đó. Người đàn ông băng nhìn sâu vào mắt tôi và dường như khẽ mỉm cười.

"Em có muốn ngồi xuống đây không? Em thấy tôi quyến rũ chứ gì? Và em muốn biết người đàn ông băng như thế nào đúng không?" - Rồi anh ta cười lớn. – "Thư giãn đi nào. Không có gì phải lo lắng. Em chẳng bị cảm vì nói chuyện với tôi đâu".

Chúng tôi ngồi cạnh nhau trên chiếc trường kỷ trong góc tiền sảnh khách sạn và nhìn những bông tuyết nhảy múa ngoài cửa sổ. Tôi gọi một ly ca cao nóng và uống, nhưng người đàn ông băng chẳng uống gì. Anh ta dường như chẳng hay chuyện hơn tôi là mấy. Không những thế, chúng tôi dường như không có bất cứ cái gì chung để nói với nhau. Đầu tiên, chúng tôi nói về thời tiết. Rồi chúng tôi nói về khách sạn. "Anh ở đây một mình sao?" – Tôi hỏi người đàn ông băng. "Đúng", anh ta trả lời. Và anh hỏi rôi có thích trượt tuyết không? "Không thích lắm" – tôi đáp. "Tôi chỉ đi vì đám bạn khăng khăng rủ tôi đi. Thật ra, tôi rất hiếm khi trượt tuyết".

Có quá nhiều điều tôi muốn biết. Phải thân hình anh ta được làm từ băng tuyết không? Anh ta ăn cái gì? Anh ta sống ở đâu trong mùa hè? Anh ta có gia đình không? Và những điều tương tự vậy. Nhưng người đàn ông băng không nói gì về mình cả và tôi phải tự ngăn mình không hỏi những câu cá nhân.

Thay vào đó, người băng nói về tôi. Thật khó tin, bằng cách nào đó anh ta đã biết mọi điều về tôi.

Anh ta biết số thành viên trong gia đình tôi, biết tuổi tác của tôi, tôi thích cái gì và ghét cái gì, tình trạng sức khỏe tôi thế nào, những ngôi trường tôi đã học qua, những người bạn tôi đã gặp. Anh ta thậm chí còn biết những điều xảy ra trong đời tôi từ thuở xa lơ xa lắc mà tôi đã quên lâu rồi.

"Tôi không hiểu". Tôi nói với vẻ bối rối. Tôi cảm thấy mình như bị lột trần trước mặt người lạ. "Làm thế nào anh biết quá nhiều về tôi? Anh có thể đọc suy nghĩ của người khác à?".

"Không, tôi không thể đọc tâm trí người khác hay những điều tương tự vậy. Tôi chỉ biết thôi". Người đàn ông băng đáp – "Tôi chỉ biết thôi. Như thể tôi nhìn sâu vào một tảng băng, và khi tôi nhìn em như thế, mọi thứ về em trở nên rõ ràng và thấy được".

"Thế anh có thể nói về tương lai của tôi không?" – Tôi hỏi.

"Tôi không thể nhìn thấy tương lai", - anh ta nói chậm rãi. – "Tôi không có chút hứng thú gì đối với chuyện tương lai. Chính xác hơn, tôi chẳng có khái niệm gì về tương lai cả. Bởi vì băng đá không có tương lai. Tất cả những gì nó có là quá khứ ẩn tàng trong đó. Băng đá giữ gìn mọi vật theo cách này - rất rõ ràng sạch sẽ và sinh động như thể chúng còn sống. Đó là thể tính của băng".

"Điều đó tuyệt vời đấy chứ". Tôi nói và mỉm cười. "Tôi tin những điều anh nói. Cuối cùng, thực sự tôi chẳng muốn biết tương lai mình sẽ đi về đâu".

Chúng tôi gặp lại nhau chỉ một vài giờ sau khi trở về thành phố. Cuối cùng, chúng tôi đã bắt đầu hẹn hò. Chúng tôi không đi xem phim cũng không la cà ở quán cà phê. Thậm chí chúng tôi không đi nhà hàng. Người băng rất hiếm khi ăn cái gì đó để lấy sức nói chuyện. Thay vào đó, chúng tôi luôn ngồi ở ghế đá công viên và nói chuyện về mọi thứ trên đời trừ chính bản thân anh.

"Tại sao vậy?" - Một lần tôi hỏi. – "Tại sao anh không nói về mình? Em muốn biết đôi chút về anh. Anh sinh ra ở đâu? Ba mẹ anh như thế nào? Làm thế nào mà anh trở thành người băng?"

Người băng nhìn tôi một chốc, rồi anh lắc đầu. "Tôi cũng không biết". Anh nói chậm rãi và rõ ràng, phả ra những từ ngữ trắng trong không gian. "Tôi biết quá khứ của mọi thứ khác. Nhưng tôi không có quá khứ. Tôi không biết nơi tôi sinh ra, hay cha mẹ tôi trông như thế nào. Tôi cũng không biết gì về tuổi tác của tôi. Tôi không biết mình có tuổi hay không".

Người đàn ông băng cô đơn như một tảng băng trôi trong đêm tối.

Tôi thấy mình đã quá yêu người đàn ông băng. Người băng cũng yêu tôi như tôi yêu anh - chỉ biết hiện tại, không màng tới tương lai. Đổi lại, tôi cũng yêu anh như anh yêu tôi - chỉ biết hiện tại, không biết gì quá khứ. Chúng tôi thậm chí bắt đầu nói đến chuyện cưới xin.

Tôi chỉ mới hai mươi, và người đàn ông băng là người đầu tiên tôi thực sự yêu thương trong đời. Vào thời gian đó, tôi không thể hình dung việc yêu người đàn ông băng là như thế nào. Nhưng ngay cả khi tôi yêu một người đàn ông bình thường, vị tất tôi đã có một ý tưởng rõ ràng hơn về khái niệm tình yêu.

Mẹ và chị tôi phản đối quyết liệt việc kết hôn với người băng.

"Mi còn quá trẻ để có thể lập gia đình", họ nói vậy. "Ngoài ra, mi không biết một tí gì về hắn. Mi thậm chí còn không biết hắn sinh ra khi nào và ở đâu. Bọn tau biết ăn nói làm sao với họ hàng nếu mi lấy một người như vậy làm chồng? Hơn nữa, mi sẽ làm gì nếu như người đàn ông băng đó thình lình bị tan chảy đi mất? Mi có hiểu rằng hôn nhân đòi hỏi phải có sự ràng buộc thực sự với nhau không?".

Những nỗi lo lắng của họ quả là thừa. Bởi thật ra người băng không được tạo thành từ băng đá. Anh chẳng bao giờ bị tan chảy, dù nóng đến đâu đi nữa. Anh bị gọi là "người băng" bởi cơ thể anh lạnh như một tảng băng vậy. Nhưng cái thứ tạo tác nên cơ thể anh khác với băng đá, và đó không phải là thứ hơi lạnh lấy đi thân nhiệt của những người khác.

Và chúng tôi cưới nhau. Không ai ban phúc cho đám cưới. Không bạn bè hay người thân vui mừng cho đám cưới chúng tôi. Chúng tôi không tổ chức lễ cưới, và khi tôi phải điền tên mình vào phả hệ của gia đình anh thì hóa ra người băng không có người thân nào cả. Chúng tôi quyết định làm đám cưới giữa hai đứa với nhau. Chúng tôi mua một cái bánh nhỏ, ăn cùng nhau và đó là đám cưới khiêm nhường nhất của chúng tôi.

Chúng tôi thuê một căn hộ nhỏ, người băng kiếm sống bằng việc làm ở kho thịt đông lạnh. Anh có thể mang bất cứ khối thịt lạnh nào và chẳng bao giờ biết mệt dù làm việc nặng đến đâu. Vì thế người chủ rất thích, trả anh số tiền lương cao hơn những người làm khác. Chúng tôi sống với nhau rất hạnh phúc, chẳng quấy rầy ai và cũng chẳng ai quấy rầy mình.

Khi người đàn ông băng làm tình với tôi, tôi thấy trong tâm trí mình một tảng băng mà tôi chắc là nó hiện hữu ở một nơi cô tịch. Tôi nghĩ chắc anh biết tảng băng đó nằm ở đâu. Nó đông cứng, cứng đến mức tôi nghĩ rằng không gì có thể cứng hơn. Nó là tảng băng lớn nhất trên thế giới. Tảng băng nằm ở một nơi nào xa xôi và người đàn ông băng vượt qua ký ức của tảng băng đó để đến với tôi, đến với thế giới. Đầu tiên tôi cảm thấy ngại ngùng khi người băng làm tình với tôi. Nhưng sau đó, tôi đã quen. Thậm chí tôi bắt đầu thích làm tình với người băng. Trong đêm tối, chúng tôi lặng im chia sẻ cùng nhau những miếng băng lớn, nơi tàng trữ hàng trăm triệu năm - mọi quá khứ của thế giới này.

Không có gì để nói về đời sống hôn nhân của chúng tôi. Chúng tôi yêu nhau say đắm và không có gì chen vào giữa chúng tôi. Chúng tôi muốn có con nhưng dường như điều đó là không thể. Có vẻ như giữa gene của người và gene của băng khó có thể kết hợp được. Trong trường hợp nào đi nữa, bởi một phần chúng tôi không có con nên tôi có khá nhiều thời gian rảnh. Chỉ nội trong buổi sáng là tôi làm xong mọi việc nhà, sau đó thì chẳng có gì để làm. Tôi không có người bạn nào để nói chuyện hay đi chơi. Và tôi cũng không có nhiều điều để làm với những người hàng xóm. Mẹ và chị tôi vẫn còn giận chuyện tôi cưới người băng và chẳng có dấu hiệu gì cho thấy họ muốn gặp mặt tôi lần nữa. Dù vậy, sau vài tháng trôi qua, những người quanh chúng tôi thỉnh thoảng bắt đầu nói chuyện với anh. Trong sâu thẳm tim mình, họ vẫn không chấp nhận được anh hay tôi, người đã cưới người băng. Chúng tôi khác họ và không có thời gian nào có thể lấp đi hố sâu cách ngăn giữa tha nhân với chúng tôi.

Vì thế, khi anh đi làm việc, tôi ở nhà một mình, đọc sách và nghe nhạc. Tôi thích ở nhà hơn và dù sao tôi cũng cảm thấy không cô đơn lắm. Nhưng tôi còn trẻ và việc tiếp tục những công việc đơn điệu ngày qua ngày cuối cùng làm tôi chán ngán. Nhưng tôi khó chịu không phải vì sự chán ngán. Mà vì sự lặp lại.

Đó là lý do tôi nói với anh: - Tại sao hai chúng ta không đi du lịch đây đó nhỉ. Để thay đổi không khí?

- Đi chơi hả? - Anh cau mày nhìn chằm chằm vào tôi. - Chúng ta đi chơi vì cái quái gì chứ? Em không vui khi ở bên anh sao?

- Không phải thế, - tôi đáp. - Em vui lắm. Nhưng em chán. Em thích đi chơi đâu đó xa xôi để nhìn những điều em chưa thấy. Em muốn thở làn không khí mới. Anh hiểu không? Ngoài ra, chúng ta vẫn chưa có tuần trăng mật mà? Chúng ta có một ít tiền tiết kiệm anh đang nghỉ phép. Đây là lúc thuận tiện để chúng ta đi chơi đây đó.

Người băng nặng nề thở dài băng giá. Hơi thở kết tinh trong không khí với một thanh âm trong trẻo. Anh đặt những ngón tay dài lên đầu gối. "À, nếu thật sự em muốn đi chơi đến vậy thì anh chẳng có gì phản đối. Anh sẽ đi bất cứ nơi nào nếu nơi đó làm em vui. Nhưng em có biết chúng ta sẽ đi đâu không?".

- Sao chúng ta không đến Nam Cực? - tôi nói. Tôi chọn Nam Cực vì tôi chắc người băng sẽ thích đi nơi nào giá lạnh. Và thực ra mà nói, tôi luôn muốn đi du lịch đến đó. Tôi muốn mặc chiếc áo choàng lông có mũ trùm đầu, tôi muốn ngắm nhìn bình minh phương Nam và đàn chim cánh cụt.

Khi tôi nói vậy, chồng tôi lạ lùng nhìn vào mắt tôi, không chớp mắt, và tôi có cảm giác như một lưỡi băng sắc nhọn xuyên thủng đầu tôi. Anh yên lặng một hồi lâu, và cuối cùng bằng những thanh âm lấp lánh, anh nói: "Được thôi, nếu đó là điều em muốn. Chúng ta sẽ đi Nam Cực. Em chắc chắn là mình muốn đi chứ?"

Tôi không thể trả lời ngay. Anh nhìn sâu vào tôi lâu đến mức tôi bị tê liệt. Và tôi gục xuống.

Dù vậy, càng ngày tôi càng thấy hối tiếc vì ý tưởng đi Nam Cực. Tôi không biết tại sao, nhưng dường như ngay khi tôi nói từ "Nam Cực", với chồng tôi, có điều gì đó đã thay đổi trong anh. Mắt anh trở nên sắc hơn, hơi thở trở nên trắng hơn, những ngón tay giá lạnh hơn. Anh không nói gì với tôi nữa và hoàn toàn không ăn tí gì nữa. Tất cả những điều đó làm tôi cảm thấy bất an.

Năm ngày trước khi đi, tôi lấy hết can đảm nói: "Hãy quên chuyện đi Nam Cực đi. Khi em nghĩ về nơi đó, em thấy đó là một nơi quá lạnh lẽo, và dường như không tốt cho sức khỏe chúng ta. Em chợt nghĩ hay mình đi đến nơi nào tốt hơn cho chúng ta? Châu Âu thì sao? Chúng ta hãy đi nghỉ ở Tây Ban Nha. Chúng ta có thể uống rượu, ăn cơm thập cẩm, xem đấu bò hay cái gì tương tự vậy".

Nhưng chồng tôi tôi không để ý gì đến điều tôi nói. Anh nhìn sâu vào không khoảng không vài phút rồi tuyên bố: "Anh hoàn toàn không muốn đi Tây Ban Nha. Nơi đó quá nóng đối với anh. Tây

Ban Nha quá bụi bặm và thức ăn thì quá cay. Ngoài ra, anh cũng đã mua vé đi Nam Cực rồi. Chúng ta cũng đã có áo choàng lông và giày ống cho em. Chúng ta không thể lãng phí tất cả. Bây giờ chúng ta phải đi xa. Chúng ta không thể không đi".

Sự thực đó làm tôi sợ hãi. Tôi linh cảm khi đến Nam Cực sẽ có điều gì xảy ra cho chúng tôi mà không thể cứu vãn được. Tôi gặp ác mộng triền miên. Lần nào cũng giống lần nào. Tôi đang đi bộ thì bị rơi xuống một kẽ nứt trên mặt đất. Không ai tìm thấy tôi và tôi bị đông lạnh ở đó. Câm lặng bên trong tảng băng, tôi trừng mắt nhìn lên trời xanh. Tôi vẫn còn ý thức, nhưng không thể di chuyển, dù là cựa quậy ngón tay. Tôi nhận ra mình dần bị trôi vào quá khứ. Khi người ta nhìn vào tôi, nhìn vào cái mà tôi đã biến thành, người ta đang nhìn vào quá khứ. Quang cảnh lùi dần về phía sau, xa mãi.

Khi tỉnh dậy tôi thấy người băng đang ngủ cạnh tôi. Anh luôn ngủ mà không thở, như một xác chết vậy.

Nhưng tôi yêu người đàn ông băng. Tôi khóc, và nước mắt tôi rơi trên gò má anh. Anh tỉnh giấc và ôm tôi trong tay. "Em gặp ác mộng", tôi nói.

- Chỉ là mơ thôi mà, - anh nói. - Những giấc mơ đến từ quá khứ, không phải tương lai. Em không bị giấc mơ ràng buộc, mà là giấc mơ bị ràng buộc vào em. Bé cưng hiểu điều đó không?

- Vâng, - tôi nói, dù không tin.

Tôi chẳng tìm ra được lý do nào hay ho để hủy bỏ chuyến đi nên cuối cùng tôi và chồng tôi đáp máy bay đi Nam Cực. Những nữ tiếp viên đều không thân thiện. Tôi muốn nhìn quang cảnh ngoài cửa sổ nhưng mây dày đến nỗi tôi không thấy gì. Trong thoáng chốc, cửa sổ bị băng đóng thành từng lớp. Chồng tôi yên lặng đọc sách. Tôi chẳng thấy hứng thú gì với chuyến đi nghỉ này. Tôi chỉ làm bộ vui vẻ làm những gì đã được quyết định rồi.

Khi chúng tôi xuống cầu thang máy bay và bước trên nền đất Nam Cực, tôi cảm thấy cơ thể anh lắc lư. Điều này kéo dài chưa đầy cái chớp mắt, chỉ khoảng nửa giây. Anh không biểu lộ gì về sự thay đổi, nhưng tôi biết nó đã xảy ra. Có điều gì bên trong người băng rung động một cách bí mật, dữ dội. Anh dừng lại, nhìn trời và nhìn đôi tay mình. Anh hắt ra một hơi thở mạnh. Sau đó anh nhìn tôi và nhe răng cười. Anh nói: "Đây quả thực là nơi em muốn viếng thăm ư?".

- Vâng. Đúng vậy, - tôi nói.

Nam Cực cô đơn hơn bất cứ thứ gì mà tôi tưởng tượng. Hầu như không có ai sống ở đây. Chỉ có một thành phố nhỏ đơn điệu. Trong thành phố có một khách sạn. Dĩ nhiên cũng nhỏ và đơn điệu. Nam Cực không phải là nơi để đi du lịch. Không có một con chim cánh cụt lẻ bầy. Và cũng không thấy Nam cực quang. Không cây cối, không hoa, không sông ngòi, không ao hồ. Bất cứ nơi nào tôi đến cũng chỉ toàn băng là băng. Nhìn xa đến đâu đi nữa cũng chỉ thấy vùng hoang vu băng đá kéo dài.

Ngược lại, chồng tôi rất hăng hái đi từ nơi này đến nơi khác như không biết đủ là gì. Anh học rất nhanh ngôn ngữ địa phương và nói chuyện với những người trong thành phố bằng giọng ầm ầm tuyết lở. Anh nói chuyện với họ hàng giờ liền với vẻ hết sức nghiêm trọng nhưng tôi không cách nào biết họ đang nói chuyện gì. Tôi có cảm giác như chồng tôi đã phụ bạc tôi, để mặc tôi tự chăm sóc mình.

Ở đó, nơi cái thế giới vô thanh bị những tảng băng dày bao bọc ấy, tôi cuối cùng đánh mất sức mạnh của mình. Từng chút từng chút một. Cuối cùng tôi không còn đủ sức để tức giận nữa. Như thể tôi đã đánh mất cảm xúc của mình ở nơi nào đó. Tôi đánh mất dấu vết nơi tôi đang hướng đến, đánh mất dấu thời gian, đánh mất mọi xúc cảm về chính mình. Tôi không biết điều này bắt đầu và chấm dứt khi nào, nhưng khi tôi lấy lại ý thức thì tôi đang hiện tồn trong một thế giới băng, một mùa đông vĩnh cửu khô kiệt mọi sắc màu, khép chặt trong chính nó.

Ngay cả sau khi hầu hết cảm giác đã biến mất, tôi vẫn biết điều này. Chồng tôi ở Nam Cực không còn là người đàn ông trước kia nữa. Anh vẫn đưa mắt tìm tôi giống như xưa kia, anh nói chuyện với tôi dịu dàng. Tôi muốn nói rằng những gì anh nói với tôi là thật lòng anh. Nhưng tôi cũng biết, anh không còn là người đàn ông băng mà tôi đã gặp trong khách sạn ở khu trượt tuyết.

Dù vậy, không có cách nào để tôi gây sự chú ý cho bất kỳ ai. Mọi người ở Nam Cực đều rất thích anh, nhưng dù vậy họ không thể hiểu lấy một từ tôi nói. Phà hơi thở trắng, họ kể chuyện cười rồi cãi nhau và hát những bài hát bằng ngôn ngữ của họ trong khi tôi ngồi một mình trong phòng, nhìn ra bầu trời xám xịt mà chắc hẳn hàng tháng nữa cũng không mong quang đãng ra được. Chiếc máy bay mang chúng tôi đến đây và đã bay đi lâu rồi, chỉ sau chốc lát đường băng đã phủ một lớp băng dày, như trái tim tôi vậy.

"Mùa đông đã đến", chồng tôi nói. "Mùa đông sẽ kéo dài lắm và không có máy bay hay tàu thuyền gì đâu. Mọi thứ đóng băng cả. Có vẻ như chúng ta phải ở lại đây đến mùa xuân năm sau".

Ba tháng sau khi đến Nam Cực, tôi nhận ra mình đã có thai. Tôi biết rằng đứa bé con tôi sẽ trở nên một người băng bé nhỏ. Tử cung tôi đã đông cứng lại, còn nước ối của tôi là thứ nước tuyết tan. Tôi cảm thấy sự giá lạnh của nó ở trong người. Đứa con tôi sẽ như cha nó, có đôi mắt như lưỡi băng và những ngón tay sương giá. Và gia đình mới của chúng tôi sẽ chẳng bao giờ rời chân khỏi Nam Cực. Quá khứ vĩnh cửu nặng nề trùm lên mọi nhận thức, ghì siết lấy chúng tôi. Và chúng tôi sẽ chẳng bao giờ giũ bỏ được.

Giờ đây, dường như trong người tôi không còn trái tim nữa. Hơi ấm đã bỏ tôi mà đi xa. Đôi khi tôi quên mất rằng hơi ấm đó đã từng tồn tại. Ở nơi này, tôi cô độc hơn bất cứ ai trên trái đất. Khi tôi khóc, người băng hôn vào má tôi và những giọt nước mắt tôi biến thành đá. Anh làm đông cứng những giọt nước mắt tôi trên tay anh và đặt chúng trên lưỡi anh. "Hãy xem anh yêu em biết chừng nào", anh nói. Anh đang nói thật. Nhưng một cơn gió từ hư không quét qua thổi những từ trắng xóa của anh bay, bay mãi vào quá khứ.

Phi cơ

Buổi chiều đó nàng nói với chàng: "Xưa nay anh vẫn có thói quen nói chuyện một mình đúng không?". Từ bên kia bàn, nàng nhướng mắt và hỏi chàng như thể đó là một ý nghĩ vừa chợt đến, nhưng rõ ràng nó không phải là một ý nghĩ bất chợt. Chắc nàng nghĩ mãi điều này từ khá lâu rồi. Thường thì vào những lúc như thế này, giọng nàng hơi khàn khàn và đanh lại. Nàng đã kiềm chế và uốn lưỡi nhiều lần trước khi nói ra như thế.

Hai người ngồi đối diện nhau ở chiếc bàn trong nhà bếp. Ngoài tiếng xe lửa dành cho người đi làm bằng vé tháng đôi khi chạy ngang qua đường ray gần đó, xung quanh đều yên tĩnh - hầu như lúc nào nơi đây cũng quá yên tĩnh. Những đường ray chạy ngang qua đây có một sự im lặng huyền bí riêng mình. Những miếng lót sàn bằng nhựa vinyl cho bàn chân trần một cảm giác lành lạnh dễ chịu. Chàng cởi tất ra nhét vào túi quần. Đó là một buổi chiều tháng tư khá ấm áp. Nàng xắn ống tay áo lên tận khuỷu. Chiếc áo sơmi màu xám nhạt kẻ carô. Những ngón tay trắng trẻo thanh tú của nàng đùa chơi với chiếc thìa cà phê cầm trên tay. Chàng nhìn chăm chú vào đầu ngón tay nàng đang cử động, và tâm trí chàng chợt tê liệt trống trải lạ lùng. Dường như nàng nắm trong tay cả thế giới, và nàng bây giờ đang tháo bỏ dần những sợi tơ - một cách máy móc và thờ ơ - như thể nàng phải làm điều đó cho dù lâu đến đâu đi chăng nữa.

Chàng chỉ ngó xem và chẳng nói gì. Chàng không nói bởi chàng không biết nói gì. Chút cà phê còn lại trong ly bây giờ đã nguội ngắt và cô lại.

Chàng mới hai mươi còn nàng hơn chàng tới bảy tuổi, đã lập gia đình và là mẹ của một đứa con. Đối với chàng, nàng như thể ở bề mặt trái của mặt trăng xa xôi.

Chồng nàng làm việc ở một hãng du lịch chuyên về mảng du lịch nước ngoài. Vì thế mà anh ta mỗi tháng đều vắng nhà khoảng hai tuần để đến những nơi như London, Rome hay Singapore chẳng hạn. Chồng nàng rõ ràng rất thích opera. Có đến ba bốn quyển album nhạc dày cộp xếp trên kệ. Chúng được sắp theo tên của người sáng tác: Verdi, Puccini, Donizetti, Richard Strauss. Mấy quyển album xếp thành dãy trông không có vẻ là một bộ sưu tập dĩa hát mà như một biểu tượng của cảnh quan thế giới vậy: im lìm, bất động. Chàng thường nhìn những dĩa hát của chồng nàng mỗi khi không biết nói gì hoặc không có gì để làm. Chàng đưa mắt nhìn gáy những quyển album từ trái qua phải rồi từ phải qua trái và đọc to trong đầu những tựa bài: "La Bohème", "Tosca", "Turandot", "Norma", "Fidelio"... Chàng chưa lần nào nghe thứ nhạc như thế, chưa từng có cơ hội nghe nhạc đó. Không ai trong gia đình chàng, bạn bè và người quen biết chàng là người hâm mộ nhạc opera. Chàng biết rằng có một loại nhạc là opera, biết có những người nào đó thích nghe loại nhạc này, nhưng bộ sưu tập dĩa hát opera của chồng nàng lần đầu tiên cho chàng một ý niệm thực sự về cái thế giới ấy.

Bản thân nàng cũng không thích loại nhạc này lắm. “Em chẳng ghét bỏ gì chúng đâu”, nàng nói. “Chỉ có điều chúng dài quá thôi”.

Kế bên kệ dĩa hát đó là một dàn âm thanh nổi hoành tráng. Cái vòi amli to lớn nhập khẩu cong xuống nặng nề chờ lệnh, như một loài giáp xác được huấn luyện thuần thục. So với những đồ vật khiêm tốn khác trong phòng thì chiếc ống amli này nổi bật hẳn lên. Nó có một hình dong quả thật khác thường. Người ta không thể không dán mắt vào nó. Nhưng chàng chưa một lần nào nghe thanh âm của dàn máy này. Nàng chẳng biết cái công tắc máy nằm ở đâu. Còn chàng thì chưa từng nghĩ đến chuyện sờ vào nó.

“Gia đình em chẳng có chuyện gì đâu”. Nàng mấy lần nói với chàng như vậy rồi. “Chồng em tốt với em lắm. Em yêu con gái của em. Em nghĩ mình rất hạnh phúc”. Nàng nói rất bình tĩnh, thậm chí có phần thanh thản. Chẳng có dấu hiệu gì cho thấy nàng đang loay hoay bào chữa cho cuộc đời mình. Nàng nói về cuộc hôn nhân của nàng với vẻ hoàn toàn khách quan, như thể đang bàn về luật giao thông hay đường chí tuyến quốc tế vậy. “Em nghĩ là mình hạnh phúc. Chẳng có vấn đề gì đâu”.

Vậy tại thế quái nào mà nàng ngủ với mình nhỉ? Chàng tự hỏi. Chàng nghĩ mãi mà không tìm được câu trả lời. Vậy cái gì mới gọi là “có vấn đề” trong một cuộc hôn nhân đây? Đôi khi chàng đã nghĩ mình nên hỏi thẳng nàng điều đó, nhưng chàng không biết bắt đầu ra sao? Chàng sẽ nói như thế nào đây? “Nếu em hạnh phúc vậy tại thế quái nào mà em ngủ với anh?”. Liệu chàng có thể hỏi nàng như thế được không? Chàng chắc rằng điều đó sẽ làm nàng khóc nức nở.

Nàng đã khóc đủ rồi. Nàng thường khóc lâu, lâu lắm, thổn thức. Chàng hầu như chẳng bao giờ biết tại sao nàng lại khóc. Nhưng khi đã bắt đầu khóc, nàng chẳng thể nào dừng lại được. Dù chàng có ra sức an ủi nàng đến thế nào đi nữa, thì sau khi một khoảng thời gian nhất định trôi qua nàng mới thôi khóc. Thực ra thì chàng chẳng phải làm bất cứ việc gì cả - sau khi trôi qua đúng ngần ấy thời gian, nàng sẽ ngừng khóc thôi. Tại sao người ta lại khác nhau đến thế nhỉ? Chàng tự hỏi. Chàng đã chung chạ với rất nhiều đàn bà. Tất cả bọn họ đều khóc lóc hay giận dữ, nhưng mỗi người một kiểu. Họ có nhiều điểm chung đấy, nhưng cũng có quá nhiều khác biệt. Dường như không phải là vấn đề tuổi tác. Dù đây là lần đầu tiên chàng quan hệ với một phụ nữ lớn tuổi hơn mình nhưng sự khác biệt về tuổi tác không làm phiền chàng nhiều như chàng tưởng. Chàng cảm thấy rằng những khuynh hướng khác biệt của mỗi người có ý nghĩa hơn sự khác biệt về tuổi tác rất nhiều. Chàng không thể không nghĩ rằng đó là một chiếc chìa khoá quan trọng để giải mã những bí ẩn của đời người.

Thường thì sau khi khóc xong, chàng và nàng sẽ làm tình. Thường thì nàng là người chủ động. Còn không thì chàng phải chủ động thôi. Đôi khi nàng cũng từ chối, nhưng nàng chỉ lặng thinh lắc đầu. Rồi thì mắt nàng như mặt trăng trắng nhợt nhạt lơ lửng trên bầu trời lúc rạng đông. Mặt trăng phẳng lặng và khêu gợi mờ nhạt đi khi một con chim kêu lẻ loi lúc bình minh. Mỗi lúc chàng nhìn vào đôi mắt nàng như thế, chàng chẳng thể nói gì với nàng nữa. Chàng không cảm thấy giận dữ và phiền muộn gì. "Sự việc đúng như thế đấy", chàng nghĩ thầm. Đôi khi chàng thậm chí còn cảm thấy thanh thản nữa. Họ sẽ ngồi nơi chiếc bàn nhà bếp, uống cà phê và lặng lẽ nói chuyện. Hầu hết thời gian họ chỉ nói với nhau rời rạc. Họ chẳng phải là người hay chuyện, và họ cũng có ít điểm chung để nói chuyện với nhau. Chàng chẳng thể nào nhớ được họ đã nói với nhau những gì, có nhớ chăng chỉ là những chi tiết vụn vặt mà thôi. Và trong suốt thời gian đó, chuyến xe điện chở người đi làm xa1 đôi khi lại vụt qua cửa sổ.

Cái cách họ làm tình thật chóng vánh và lặng lẽ. Đúng ra cuộc làm tình của họ chẳng có vẻ gì có thể gọi là sự hòa hợp thể xác. Dĩ nhiên, thật sai lầm nếu cho rằng họ chẳng biết gì đến cái lạc thú khi người nam và người nữ hòa nhập thể xác vào nhau, nhưng trộn lẫn với cái lạc thú đó là quá nhiều những ý nghĩ, yếu tố và những kiểu cách khác. Nó khác hẳn với những quan hệ xác thịt mà chàng đã trải qua. Nó làm chàng nghĩ đến một căn phòng nhỏ ngăn nắp gọn gàng đầy tiện nghi. Trên trần nhà của căn phòng đó có treo những sợi dây đủ màu sắc, đủ hình dạng, dài ngắn khác nhau và mỗi sợi như thế, theo một cách riêng, đều đem lại niềm sướng khoái cho chàng. Chàng muốn kéo một sợi dây đó và tất cả những sợi dây khác cũng muốn được chàng kéo. Nhưng chàng không biết mình nên kéo sợi dây nào đây. Chàng cảm thấy mình có thể chọn một sợi dây và một quang cảnh tráng lệ mở ra trước mắt chàng, nhưng cũng rất có thể mọi thứ sẽ dễ dàng sụp đổ. Vì thế mà chàng do dự, và trong khi chàng do dự thì một ngày khác đã trôi qua.

Sự lạ lùng của tình huống này hầu như quá nhiều đối với chàng. Chàng tin rằng mình đã sống bằng ý thức giá trị của riêng mình. Nhưng một khi ở trong căn phòng này, khi nghe tiếng xe điện chạy ngang qua và ôm ấp một người phụ nữ yên lặng lớn tuổi hơn mình trong vòng tay, chàng không khỏi không cảm thấy lúng túng. Chàng đã tự hỏi mình không biết bao nhiêu lần: "Liệu mình có yêu nàng ta không?". Nhưng chàng chẳng bao giờ tìm ra được câu trả lời nào hoàn toàn thuyết phục.

Khi hai người âu yếm nhau xong, bao giờ nàng cũng liếc nhìn đồng hồ. Nằm trong cánh tay chàng, nàng khẽ ngước mắt lên phía đầu giường nhìn vào chiếc máy thu thanh màu đen có gắn đồng hồ. Vào thời đó, những chiếc máy thu thanh gắn đồng hồ không có số dạ quang mà là những gạch số kêu những tiếng tích tắc nhẹ nhàng. Khi nàng nhìn đồng hồ, một chuyến xe điện sẽ chạy ngang qua cửa sổ. Điều đó giống như một phản xạ có điều kiện vậy. Nàng sẽ nhìn và xe điện sẽ chạy ngang qua.

Nàng phải nhìn đồng hồ để chắc chắn rằng không phải giờ mà đứa con gái bốn tuổi của nàng từ trường mẫu giáo trở về. Chính xác thì chàng đã một lần thoáng thấy bóng dáng con bé đó. Và dường như nó là một đứa trẻ đáng yêu. Đó là ấn tượng duy nhất mà chàng bắt gặp. Chàng chưa lần nào thấy mặt người chồng nàng, kẻ yêu nhạc opera và đang làm trong một hãng du lịch. Thật may mắn thay.

Đó là một buổi chiều tháng năm khi nàng lần đầu tiên hỏi chàng về thói quen nói chuyện với chính mình. Hôm đó, nàng lại khóc. Và rồi sau đó họ lại làm tình. Chàng không thể nhớ điều gì đã làm nàng khóc. Đôi khi chàng tự hỏi mình liệu nàng cần mình có phải để có người cho nàng gục khóc trong vòng tay. Có lẽ nàng không thể khóc một mình được và vì thế nên nàng cần mình chăng?

Hôm đó, nàng khóa cửa, buông rèm và mang điện thoại để cạnh giường ngủ. Và họ lại quấn lấy nhau. Yên lặng và dịu dàng. Luôn

luôn như thế. Chuông cửa reo vang nhưng nàng tảng lờ đi. Dường như tiếng chuông chẳng làm nàng giật mình tí nào. Nàng lúc lắc đầu như thể nói: "Đừng bận tâm. Chẳng sao cả đâu". Chuông còn reo vài lần nữa cho đến lúc người gọi phải bỏ cuộc và rời đi. Đúng như nàng đã nói, "chẳng có gì đâu". Có lẽ đó là một người bán hàng. Nhưng làm sao nàng biết được? Thỉnh thoảng một chuyến xe điện ầm ầm vút qua. Tiếng piano từ xa xôi vọng lại. Chàng mơ hồ nhận ra giai điệu đó. Chàng đã nghe chúng một lần, lâu lắm rồi, từ khi chàng còn học nhạc, nhưng chàng không thể nhớ chính xác. Chiếc xe bán rau lóc cóc chạy qua trước cửa nhà. Nàng nhắm mắt lại, hít thở sâu, và chàng đạt đến đỉnh điểm một cách cực kỳ êm ái.

Chàng bước vào nhà tắm. Khi trở ra, chàng dùng khăn tắm lau khô người, và thấy nàng nằm úp mặt trên giường nhắm mắt lại. Chàng ngồi kế bên nàng, vuốt ve lưng nàng và đưa mắt lướt qua những tựa bài của các đĩa opera.

Chẳng bao lâu sau, nàng rời khỏi giường, mặc đồ tươm tất và đi xuống bếp pha cà phê. Sau đó một lát, nàng hỏi chàng: "Thói quen xưa nay của anh là hay nói chuyện một mình như thế, đúng không?"

"Như thế nào cơ?". Nàng làm chàng bất ngờ. "Ý em nói là trong khi chúng ta...?"

"Không, không. Không phải lúc đó. Lúc nào cũng thế. Chẳng hạn như lúc anh đang tắm, hay khi em đang ở trong bếp và anh một mình đọc báo hay đại loại như vậy".

"Anh chẳng biết," chàng vừa nói vừa lắc đầu. "Anh chẳng bao giờ để ý. Anh nói chuyện một mình à?"

"Anh đã nói một mình. Thật đấy". Nàng vừa nói vừa nghịch cái bật lửa.

"Không phải là anh không tin em," chàng nói. Cảm giác không thoải mái tác động đến giọng nói của chàng. Ngậm điếu thuốc trên môi, chàng lấy chiếc bật lửa trên tay nàng rồi châm lửa. Chàng mới bắt đầu hút thuốc "Thất tinh" gần đây thôi. Đó là loại thuốc của chồng nàng. Thường thì chàng hút loại "Hy vọng". Chẳng phải nàng yêu cầu chàng chuyển sang hút loại "Thất tinh"; đó là do chàng nghĩ là mình cần phải lo xa vậy thôi. Chàng quyết định thế để cho chắc cú. Điều đó làm cho mọi chuyện thoải mái hơn. Cũng giống như trong mấy vở kịch mêlô trên tivi vậy.

"Em cũng từng hay nói chuyện một mình đấy," nàng nói. "Đó là khi em còn nhỏ cơ."

"Ồ, thật thế à?"

"Nhưng mẹ em bắt em phải thôi. Mẹ em từng nói: "Con gái nhà lành thì không nói chuyện một mình". Và mỗi khi em nói chuyện một mình thì mẹ em giận điên lên. Mẹ nhốt em vào trong nhà kho. Đó là nơi tệ nhất mà em có thể hình dung ra được. Một nơi tối tăm và luôn có mùi ẩm mốc. Đôi khi mẹ em còn dùng thước đánh vào đầu gối em. Nhưng tật xấu đó vẫn tiếp tục. Và nó cũng chẳng kéo dài bao lâu. Cuối cùng thì em cũng đã bỏ được tật xấu này hoàn toàn đấy. Không còn nói một lời nào."

Chàng chẳng thể nghĩ ra được điều gì để nói về chuyện này, nên chàng chỉ im lặng. Và nàng cắn môi.

"Thậm chí cả bây giờ, nếu em cảm thấy mình chuẩn bị nói gì đó thì em chỉ nín thinh mà thôi," nàng nói. "Điều này giống như một phản xạ vậy. Nhưng tự nói với mình thì có gì là xấu? Chuyện đó tự nhiên mà. Chỉ là miệng mình phát ra những từ ngữ thôi. Nếu mẹ em còn sống, em nghĩ mình sẽ hỏi bà: "Tự nói với mình thì có gì là xấu?".

"Mẹ em mất rồi à?"

"Đúng vậy. Nhưng em muốn chuyện rõ ràng. Em muốn hỏi bà: "Tại sao mẹ làm như thế với con?".

Nàng nghịch cái thìa cà phê. Nàng liếc nhìn cái đồng hồ treo trên tường. Và ngay khi nàng làm thế, một chiếc tàu điện chạy ngang qua.

Nàng đợi cho chuyến tàu băng qua rồi nói: "Đôi khi em nghĩ trái tim con người ta giống như những cái giếng sâu. Không ai biết có gì ở dưới đáy. Và tất cả những gì người ta có thể làm là tưởng tượng những điều lâu lâu nổi lên bề mặt nước."

Trong một lúc, hai người nghĩ về những cái giếng.

"Thế anh đã nói gì khi nói chuyện một mình?", chàng hỏi. "Em cho ví dụ thử xem".

"Hừm", nàng nói. Và nàng chậm rãi lắc đầu vài cái như thể kiểm tra cẩn thận khả năng hoạt động của cổ mình vậy.

"À, anh nói về những chiếc phi cơ..."

"Sao, những chiếc phi cơ à?"

"Ừ, anh biết đấy. Chúng bay trên trời ấy mà."

Chàng cười. "Tại sao anh lại chỉ nói về mấy cái phi cơ nhỉ..."

Nàng cũng cười. Rồi nàng dùng hai ngón tay trỏ để đo chiều dài của một vật thể tượng tượng nào đó trong không trung. Đó là một trong những thói quen của nàng mà chàng đã phát hiện được.

"Anh phát âm rất rõ từng từ mà. Anh có chắc là anh chẳng nhớ gì về những điều anh đã tự nói với mình không?"

"Anh chẳng nhớ gì cả."

Nàng nhặt cây bút bi nằm trên bàn, nghịch cây bút mợt lát, rồi lại nhìn đồng hồ. Đồng hồ đang chạy. Trong năm phút từ lần ngó cuối cùng của nàng, đồng hồ đã chạy thêm năm phút.

"Anh độc thoại với mình như thể anh đang ngâm thơ vậy".

Khi nói điều này, chợt nàng hơi đỏ mặt. Chàng thấy điều này lạ lùng. Tại sao thói quen tự nói chuyện của chàng lại làm nàng đỏ mặt chứ?

Chàng cố gắng ngâm nga: "Tôi độc thoại / hầu như là / Tôi đang ngâm / thơ".

Nàng lại nhặt cây bút bi lên. Đó là cây bút bi nhựa màu vàng có cái logo kỷ niệm mười năm thành lập của một chi nhánh ngân hàng nào đó.

Chàng chỉ cây bút mà nói: "Lần sau mà em nghe anh nói cái gì một mình thì ghi ra cho anh nhé?".

Nàng nhìn thẳng vào mắt chàng. "Anh thực sự muốn biết à?"

Chàng gật đầu.

Nàng lấy một mảnh giấy và bắt đầu viết cái gì đó. Nàng viết chậm nhưng cây bút luôn di động, không một lần nghỉ hay dừng lại. Tay chống cằm, chàng luôn nhìn chăm chú vào hàng lông mi nàng. Chốc chốc nàng lại chớp chớp mắt. Các lần chớp mắt không đều nhau. Càng ngắm cặp lông mi của nàng, cặp lông mi mà mới đây thôi còn ướt đẫm nước mắt, chàng lại càng không hiểu. Việc mình ngủ với nàng thực sự có nghĩa gì nhỉ? Cảm giác mất mát xâm chiếm chàng, như thể một phần của một hệ thống phức tạp đã bị căng ra, căng ra mãi cho đến khi nó trở nên giản đơn một cách đáng sợ. Có lẽ mình chẳng bao giờ có thể đi đến nơi nào khác nữa. Khi ý nghĩ này nảy ra với chàng, nỗi khủng khiếp hầu như quá sức chịu đựng của chàng. Sự hiện hữu của chàng, bản ngã của chính chàng sắp sửa tan biến. Phải, điều này mới là thực: Chàng còn trẻ như một đám bùn tươi và tự độc thoại với mình như là đang ngâm thơ.

Nàng ngừng viết và đẩy tờ giấy về phía chàng.

Chàng chìa tay ra và nhận lấy.

Trong nhà bếp, dư ảnh một cái gì đó lớn lao vẫn còn nguyên hơi thở. Chàng thường cảm thấy sự hiện hữu của hình ảnh đó mỗi khi chàng ở bên nàng, như dư ảnh của một cái gì chàng đã đánh mất. Nhưng chàng đã đánh mất cái gì?

"Em thuộc lòng hết", nàng nói. "Đây là những gì anh độc thoại đấy."

Chàng đọc lớn:

Chiếc phi cơ
Chiếc phi cơ bay
Tôi ngồi trên đó
Phi cơ bay nhanh
Nhưng dù như thế
Phi cơ đâu phải

Là bầu trời xanh?

"Chỉ có thế thôi ư?". Chàng sửng sốt.

"À há. Tất cả đấy", nàng nói.

"Thật không thể tin được. Anh không thể tin là mình lại nói thế rồi chẳng nhớ gì cả."

Nàng thoáng mỉm cười. "Thế nhưng anh đã nói đúng như vậy đấy."

Chàng thở dài. "Thật là quá kỳ lạ. Anh chưa một lần nào nghĩ đến những chiếc phi cơ. Anh tuyệt đối chẳng nhớ gì về chúng cả. Vậy thì tại sao bỗng nhiên những chiếc phi cơ lại vọt ra thế nhỉ?"

"Em cũng có biết đâu. Nhưng đúng là anh đã nói thế trong lúc tắm. Có lẽ anh không nghĩ gì đến những chiếc phi cơ, nhưng trong một cánh rừng sâu thẳm xa xôi nào đó, con tim anh lại đang nghĩ về chúng."

"Ai mà biết được? Có lẽ anh đang làm một chiếc phi cơ trong một cánh rừng sâu thẳm nào đó."

Nàng đặt bút lên bàn rồi nhướn mắt nhìn chàng chăm chú.

Họ im lặng một lúc. Cà phê trong cốc đã sánh lại và nguội đi. Trái đất vẫn quay quanh trục và trọng lực mặt trăng vẫn gây ảnh hưởng âm thầm đến thủy triều. Thời gian lặng lẽ trôi đi và những chuyến tàu điện[1] lao vút trên đường ray.

---

[1] Vì ở Nhật Bản giá đất đai rất đắt nên những công nhân viên phải mua nhà cách chỗ làm một hai giờ tàu điện. Vào những giờ cao điểm, xe điện đông kín người và phải có nhân viên nhà ga đẩy người vào xe điện rồi đóng cửa lại. Người Nhật mỉa mai gọi cảnh tượng đó là "xe điện địa ngục"(地獄の電車

Chàng và nàng cùng đang nghĩ về chiếc phi cơ. Chiếc phi cơ mà con tim chàng đang làm trong một cánh rừng sâu thẳm. Nó lớn như thế nào, hình dạng nó ra sao, màu sắc của nó thế nào, nó sẽ bay đi đâu và ai ngồi trên đó.

Chỉ một lát sau, nàng lại khóc. Đây là lần đầu tiên nàng khóc hai lần trong một ngày. Và đó cũng là lần cuối. Đó là một điều đặc biệt đối với nàng. Chàng với tay qua chiếc bàn và chạm vào tóc nàng. Có điều gì đó có thực vô cùng khi chàng cảm nhận về mái tóc: cứng, thẳng mượt và quá xa xăm.

Jigoku no densha) (HL)

Đại nhạc hội của sư tử biển

Khi con sư tử biển bước vào căn hộ của tôi thì tôi đang phì phà thuốc lá sau bữa ăn trưa nhẹ nhàng. Nghe thấy tiếng gõ cửa, tôi ra mở. Trước mặt tôi là một chú sư tử biển. Thật sự là chú này chẳng có gì đặc biệt. Chỉ là một chú sư tử biển bình thường thôi. Tôi muốn nói là chú này không có đeo kính mát, không mặc áo veston, áo gilê hay quần Brooks Brothers gì cả. Kỳ thực trông chú có kiểu cách xưa và phong thái rất Trung Hoa.

"Xin chào. Rất vui được gặp ông", chú sư tử biển nói. "Tôi chắc là mình không làm phiền ông. Ông rảnh chứ ạ?".

"Tốt thôi. Tôi cũng không bận lắm", tôi trả lời, hơi bối rối.

Sư tử biển là những con vật khá vô hại. Chúng không hung tợn và chẳng đáng sợ tí nào. Bởi thế chẳng có gì phải lo lắng cho dù một chú sư tử biển xuất hiện trước cửa nhà bạn. Và chú sư tử biển này cũng chẳng phải ngoại lệ.

Nhưng hiểu rõ điều đó thì tôi càng bối rối hơn.

"Tôi rất vui nếu như ông dành cho tôi khoảng mười phút thôi". Theo thói quen, tôi liếc nhìn đồng hồ. Nhưng điều này là không cần thiết. Tôi rảnh rỗi mà.

"Nhưng chắc là cũng không nhiều đến thế đâu", chú sư tử biển nói thêm vào, gần như đọc được suy nghĩ của tôi vậy. Không nghĩ gì thêm nữa, tôi mời chú ta vào nhà. Thậm chí còn mời chú ta dùng một ly trà lúa mạch.

"Không nên thế. Không cần phải phiền phức đến thế đâu", chú ta làm một hơi hết nửa ly trà rồi rút trong túi áo vét một điếu thuốc, dùng chiếc hộp quẹt của chú ta mà châm lửa.

"Trời vẫn còn khá nóng nực đấy nhỉ?"

"Chắc là thế rồi".

"Nhưng tối và sáng sớm thì cũng dễ chịu phải không?"

"Ờ, dù gì cũng đã tháng chín rồi".

"Này. Trận đấu bóng chuyền khối trung học đã kết thúc rồi đấy. Đội Cự Nhân[1] suýt nữa đã đoạt chức vô địch. Chẳng có gì nhiều đáng để ta quan tâm phải không?

"Mùa hè sắp qua rồi nhỉ".

"Tôi cho là chú nói đúng".

Chú sư tử biển gật đầu đồng ý rồi nhìn quanh căn nhà tôi. "Thứ lỗi cho sự tò mò của tôi nhưng ông sống một mình thôi à?"

"Không. Với vợ tôi chứ. Nhưng giờ cô ấy đang đi du lịch".

"Thật vậy à? Đi nghỉ riêng một mình nghe cũng thú vị đấy chứ". Và chú sư tử biển cười giễu cợt, gật gù ra vẻ hiểu biết.

---

[1] Tạm dịch "Giants" là "Cự Nhân".

Đây hoàn toàn là lỗi của tôi và tôi phải hoàn toàn chịu trách nhiệm. Tôi không quan tâm anh có thể say đến cỡ nào ở một quán bar khu Shinjuku, nhưng anh không bao giờ nên đưa danh thiếp cho một con sư tử biển ngồi ghế bên cạnh. Tôi nghĩ điều này ai cũng biết. Tôi còn nói gì khác được nữa, nhưng bởi tôi là người biết nghĩ suy, nên tôi đã đưa danh thiếp cho chú sư tử biển. Tôi không còn cách nào khác. Đó là điều tôi phải làm. Và chú ta đã cầm lấy danh thiếp.

Những hiểu lầm gây ra những vấn đề tai hại. Không phải tôi không thích sư tử biển. Chẳng có điểm nào để tôi phải ghét chúng cả. Phải thừa nhận rằng tôi sẽ ứa nước mắt khóc nếu một ngày kia em gái tôi tuyên bố sẽ cưới một con sư tử biển. Cứ cho là họ yêu nhau thì tôi cũng sẽ chẳng phản đối dữ dội gì một đám cưới như vậy đâu. Bởi chuyện người ta yêu một con sư tử biển cũng có thể xảy ra chứ.

Tuy nhiên, việc đưa danh thiếp cho một con sư tử biển thật sự là một chuyện rắc rối kiểu hoàn toàn khác. Quý vị biết đó, sư tử biển là biểu tượng cho đại dương bao la. A là biểu tượng cho B và B sẽ là biểu tượng cho C. Rồi C sẽ là biểu tượng cho cả A và B. Những con sư tử biển kiến tạo cộng đồng của mình theo cấu trúc hình kim tự tháp. Có lẽ nó chứa đựng một mối nguy cơ rủi ro cao về hỗn loạn mất trật tự. Điều cốt lõi của tháp này là cái danh thiếp. Điều đó giải thích tại sao mà những chú sư tử biển luôn mang theo cả xấp danh thiếp trong cặp mình. Đối với sư tử biển thì những tấm danh thiếp đó đại diện cho chỗ đứng của nó trong cộng đồng. Nó cũng giống như mấy chú chim lần tìm chuỗi hạt vậy.

"Tôi tin là vài ngày trước, một hội viên của tôi đã nhận được danh thiếp của ông".

"Thật vậy ư?". Tôi giả vờ không biết chú ta nói gì. "Tôi đã uống khá nhiều nên thật sự tôi không nhớ rõ lắm".

"Nhưng người bạn tôi lại rất vui mừng".

Tôi uống trà, giả vờ lịch sự quan tâm.

"Một lần nữa, thành thật xin lỗi vì đường đột không báo trước, nhưng tôi muốn có một dịp đến thăm ông. Và cũng bởi vì tôi có tấm danh thiếp này...".

"Chú muốn điều gì ở tôi?"

"Chỉ là một việc nhỏ thôi mà. Chúng tôi chỉ cần vài sự giúp đỡ tượng trưng thôi, thưa thầy". Hình như mấy con vật tên gọi là sư tử biển xem con người như những "bậc thầy".

"Giúp đỡ tượng trưng à?"

" Ồ, xin lỗi". Chú ta lục tìm trong cặp, lấy ra một tấm danh thiếp và đưa cho tôi. "Chắc nó sẽ giúp ông hiểu được vấn đề".

"Chủ tịch Ủy ban điều hành Đại nhạc hội sư tử biển". Tôi đọc trên tấm danh thiếp.

"Tôi tin là ông có nghe nói đến tổ chức của chúng tôi".

"À, thật sự là tôi không biết", tôi nói. "Có lẽ tôi đã nghe phong thanh vài điều về tổ chức này".

"Đối với loài sư tử biển chúng tôi, đại nhạc hội là sự kiện vô cùng quan trọng, đầy ý nghĩa tượng trưng. Nhưng sự kiện này cũng ích lợi cho phần còn lại của thế giới".

"Hừm".

"Ngay khoảnh khắc này, sự hiện hữu của chúng ta rất mong manh chông chênh, bên lề. Nhưng vào thời điểm này...". Đột nhiên chú ta ngừng lời và dập tắt điếu thuốc vào chiếc gạt tàn. "Thế giới này bao gồm nhiều nhân tố khác biệt nhau. Loài sư tử biển chúng tôi gánh vác trách nhiệm về nhân tố tinh thần".

"Xin lỗi, nhưng thật sự tôi không thích thú gì lắm với kiểu nói chuyện thế này..."

"Chúng tôi nhắm đến sự hồi sinh loài sư tử biển. Để đạt được điều này, cần phải có một cuộc hồi sinh tương ứng trên toàn thế giới. Trong quá khứ, những lễ hội của chúng tôi luôn từ chối sự tham dự của con người bởi đầu óc hẹp hòi của chúng tôi. Nhưng ngày nay, lời nhắn nhủ của chúng tôi đến thế giới sẽ là: chúng tôi đã thay đổi lễ hội của mình từ căn đế. Chúng tôi hy vọng rằng lễ hội của chúng tôi sẽ là một bàn đạp nhằm đạt đến một cuộc hồi sinh như thế. Đó là lời nhắn gửi của chúng tôi đến thế giới".

"Tôi chắc là mình theo dõi được những điều chú nói".

"Cho đến bây giờ chúng tôi vẫn luôn xem những lễ hội của mình chỉ đơn thuần là lễ hội giản đơn. Dĩ nhiên, đó là những cảnh tượng hào hứng và đẹp đẽ. Nhưng loài sư tử biển chúng tôi tin rằng cuộc sống chính là sự dọn mình[1] cho lễ hội bởi vì lễ hội giúp chúng tôi nhận thức được chân tính của bản sắc loài sư tử biển. Những lễ hội xác nhận bản sắc của chúng tôi - bản sắc sư tử biển, có thể nói vậy. Sự tự khám phá được thủ đắc trong chuỗi hành động tiếp diễn như thế. Tự khám phá chính là cực điểm của hành động cuối cùng".

---

[1] Chúng tôi xin dịch "preparation" thành "dọn mình", thay vì "chuẩn bị, sửa soạn" cho đúng hơn với tinh thần hài hước của câu chuyện.

“Xác nhận điều gì vậy?”

“Sự chứng nghiệm cao quý”.

Tôi cứ gục gặc đầu cho dù không hiểu chú sư tử biển đang lảm nhảm cái gì. Chúng toàn nói chuyện kiểu như vậy thôi. Chúng cứ nghĩ gì nói nấy. Tôi thường chỉ im lặng, để mặc chúng trút cho hết bầu tâm sự. Khi chú sư tử biển kết thúc bài nói chuyện, đồng hồ đã chỉ quá 2 giờ rưỡi và tôi mệt đến chết được.

“Đó là tất cả những điều tôi muốn nói”, chú sư tử biển nói và bình tĩnh uống cạn chén trà. “Ông có hiểu được căn bản những điều tôi nói không?”

“Chú đang kiếm tiền viện trợ[1] đấy à?”

“Không, không, chúng tôi chỉ tìm kiếm sự trợ giúp tinh thần”, chú sư tử biển đính chính.

Tôi lục trong ví và lấy ra hai tờ một ngàn yên đặt trước mặt chú ta. “Xin lỗi, tuy chẳng nhiều nhặn gì, nhưng ngày mai tôi phải trả tiền bảo hiểm và thanh toán tiền đặt mua báo nữa”.

“Cám ơn ông nhiều. Ông biết đấy, góp gió thành bão mà. Chính suy nghĩ mới là đáng kể”, chú sư tử biển vừa nói vừa xua tay bỏ qua cho tôi.

Chú sư tử biển để lại một quyển sách mỏng nhan đề “Báo cáo của loài sư tử biển” và một cái nhãn mác có in “Có phải loài sư tử biển là ẩn dụ?”. Tôi nghĩ mãi không ra chỗ thích hợp để dán cái nhãn mác này, cho đến khi tôi sực nhớ tới chiếc xe Selica đậu trái phép ở nhà bên. Tôi dán chắc cái nhãn mác này vào chính giữa kính chắn

---

[1] Xin dịch “Handout” là “tiền viện trợ” thay vì “tiền bố thí”.

gió của chiếc Selica. Nó giống như những miếng nhãn có keo dính phía sau và muốn gỡ bỏ nó chắc sẽ chẳng dễ dàng gì.

Một ngày tốt lành để đi xem Kangaroo

Lời dẫn chuyện:

Cứ như một câu chuyện của trẻ con. Tôi và nàng đến xem con kangaroo mới đẻ rồi đi về. Nhưng bảo đó là cái "anh nhi" của Lão Tử mà Cao Xuân Huy tán tụng cũng được, mà nói câu chuyện này là "lảm nhảm" cũng không sai. Nếu như Tô Đông Pha đã dùng "Lô sơn yên tỏa Chiết Giang triều", Bùi Giáng trong Mưa nguồn dùng hình ảnh "bóng nai vàng" để tượng trưng cho chân lý, thì ta cũng có thể nói Murakami đã hình tượng chân lý như con kangaroo. Giữa việc "tìm kiếm" và "nhận thấy", "mặc khải" chân lý thì cũng như đã nhìn thấy Lô sơn, bóng con nai vàng, chú kangaroo vậy thôi. "Lô sơn yên tỏa Chiết Giang triều, vị đáo bình sinh hận bất tiêu, đáo đắc bản lai vô biệt sự, Lô sơn yên tỏa Chiết Giang triều".

Cái thể và cái dụng của Lô sơn là ở chỗ đó. Cũng như nước đun sôi để nguội và nước lạnh đều giống nhau nhưng chỉ khác ở chỗ một bên đã triệt sạch vi trùng. Cái "sở đắc" khi ta mặc khải được chân lý khó có thể diễn tả bằng lời. Thế nên Albert Camus mới viết, "một người là người bởi những điều mình yên lặng hơn là bởi những điều mình nói". Hay diệu dụng hơn như Nagarjuna đã ví việc tranh luận về bản thân chân lý qua hình ảnh đám đông tranh cãi có thiên thần ở trong phòng kín hay không vậy. Bảo có hay không đều không có cơ sở. Bậc hiền giả "nhìn" thấy có thiên thần trong phòng kín bằng "thiên nhãn" thì không thể bảo cho đám đông biết được. Cho nên Tuệ Sĩ rất có lý khi bảo thành công lớn nhất của ngôn ngữ cũng chính là thất bại của nó trong việc diễn tả cái tuyệt đối. Chân lý không thể bị đóng khung trong ngôn ngữ. Con người cũng cũng không thể bị đóng khung trong những lời rao giảng kệ kinh mà quên đi bản chất người. Đó là tư tưởng chính yếu của Heiddeger qua ngữ ngôn Trần Đức Thảo "bản thể trong thế giới, như Heiddeger khẳng định, không phải là một tình huống khách quan được hiện thực các sự vật áp đặt, mà đúng ra là một cấu trúc bản thể học riêng thuộc về sinh vật người: con người không tồn tại bởi lẽ con người trong thế giới và bởi lẽ có vị trí của nó trong thế giới, mà vị trí con người trong thế giới chỉ đích thực có thể có được do con người tồn tại với tư cách là con người và do bản chất con người của nó". Đó là lo âu, xao xuyến, hãi sợ và cô đơn.

Thế nên chân lý có thể hiển bày trong bóng dáng con nai vàng, chuồn chuồn, châu chấu như Bùi Giáng: "không tự mình bước tới bờ hương chín thì mật không về tụ trong trái" hay con kangaroo như Murakami đều "siêu tuyệt". Ai bảo rằng câu chuyện này nhảm nhí. Đúng quá chứ còn gì nữa. Ai bảo rằng nó vui tươi, nó buồn bã cô đơn như đời sống thì cũng đâu có sai. Điều sai biệt có lẽ nằm ở chính thế nhìn của mỗi chúng ta.

Kangaroo bị nhốt trong chuồng còn chúng ta bị giam giữ trong đời sống tẻ nhạt thường ngày. Chúng ta nhìn ngắm kangaroo hay chính chúng ta là kangaroo? Điều này không thể biết.

*

Phía sau hàng rào có bốn con kangaroo: một đực, hai cái, và một chú kangaroo con mới sinh.

Trước hàng rào, chỉ có tôi và nàng. Trong bất cứ hoàn cảnh nào, đây cũng không phải là sở thú nổi tiếng nhất, lại còn tệ hơn nữa khi hôm nay là thứ hai. Cũng vì giá vé đắt nên lượng thú ở đây còn nhiều hơn cả khách tham quan.

Mục tiêu của hai đứa tôi tất nhiên là con kangaroo sơ sinh. Tôi và nàng không nghĩ tới việc xem thứ gì khác nữa. Chúng tôi đọc được trên báo trong mục tin tức địa phương rằng có một con kangaroo con mới sinh tháng trước. Vì vậy, cả tháng nay chúng tôi luôn mong đợi để đến một ngày có thể được tận mắt nhìn thấy con kangaroo mới. Nhưng buổi sáng đầu tiên trời lại mưa. Buổi sáng hôm sau, trời vẫn tiếp tục mưa. Những ngày sau đó, mặt đất cực kỳ lầy lội và những cơn gió khó chịu thổi qua trong đôi ba ngày tiếp nữa. Rồi bạn gái của tôi bị đau mũi, còn tôi thì ngập chìm trong những công việc ở văn phòng.

Một tháng đã trôi qua trong tình cảnh đó.

Không hiểu sao tôi đã bỏ mất cả một tháng. Khi tôi cố gắng nghĩ xem đã có điều gì đã xảy ra, tôi không thể nhớ được gì cả. Có cảm giác mình đã làm được rất nhiều việc nhưng tôi cũng cảm thấy như mình chưa làm được gì. Chỉ khi người lấy báo đến vào cuối tháng, tôi mới nhận ra là một tháng đã trôi qua.

Nhưng cuối cùng thì buổi sáng đẹp trời để xem kangaroo cũng tới. Chúng tôi thức dậy lúc sáu giờ, mở rèm cửa và ngay lập tức nhận ra rằng ngày hôm nay là một ngày tuyệt vời để đi xem kangaroo. Chúng tôi rửa mặt, ăn sáng, cho mèo ăn, giặt quần áo, đội mũ và bước ra khỏi nhà.

“Anh này, không biết con kangaroo con còn sống không nhỉ?” - nàng hỏi tôi khi chúng tôi đang đi tàu điện.

“Anh nghĩ là còn chứ. Nếu nó chết thì báo đã đưa tin rồi”.

“Em cá rằng nó đang bị ốm và người ta đã mang nó đến một bệnh viện nào đó”.

“Nếu vậy thì báo cũng phải đưa tin thôi”.

“Có thể nó bị đau thần kinh đấy”.

“Con kangaroo con ấy hả?”

“Tất nhiên là không. em nói con kangaroo mẹ ấy. Chắc người ta nhốt cả hai mẹ con nó trong một căn phòng tối tăm”.

Tôi luôn bị ấn tượng bởi những ý nghĩ xuất hiện bất chợt của nàng.

“Em luôn có cảm giác rằng nếu chúng ta bỏ qua dịp này thì không còn cơ hội nào để xem con kangaroo con nữa”.

“Em thật sự nghĩ vậy à?”

“Vâng, còn anh thì sao? anh đã từng nhìn thấy con kangaroo sơ sinh lần nào chưa?”

“Vẫn chưa”.

“Đến bây giờ anh có tin là anh sẽ được xem chứ?”

“Anh cũng không biết nữa, anh chưa bao giờ nghĩ tới chuyện đó”.

"Vì vậy mà em mới lo".

"Nhưng em à", tôi phản đối, "Vậy nếu mọi điều em nói là đúng thì chắc anh đã chẳng xem được một con hươu cao cổ mới đẻ hay một con cá voi đang bơi giữa biển bao giờ. Vậy thì tại sao chỉ có con kangaroo con là có vấn đề?"

"Bởi vì nó là một con kangaroo con," nàng nói.

Tôi chịu thua, và liếc qua tờ báo. Tôi chưa bao giờ chiến thắng được con gái trong các cuộc tranh luận tay đôi.

Con kangaroo con tất nhiên vẫn còn sống. Nó lớn hơn nhiều so với bức hình trên báo và đang nhảy xung quanh chuồng một cách hăng hái. Nó không còn là một con kangaroo sơ sinh nữa mà đã trở thành một con kangaroo nhỏ. Dường như nàng hơi thất vọng về điều này.

"Có vẻ như nó không còn là một con kangaroo sơ sinh nữa rồi".

"Nó vẫn là một con sơ sinh đấy chứ," tôi cam đoan với nàng.

"Lẽ ra chúng ta nên đến đây sớm hơn".

Tôi đến một cửa hàng bán đồ ăn nhanh mua kem sôcôla. Khi tôi quay lại, nàng vẫn còn đứng bên hàng rào mà ngắm chú kangaroo con.

"Nó không còn là con kangaroo sơ sinh nữa rồi," nàng lặp lại.

"Thật sao?" - tôi vừa nói vừa đưa cho nàng cây kem.

"Nếu mới sinh, nó phải ở trong túi của mẹ nó chứ".

Tôi gật đầu đồng ý và liếm cây kem.

"Nhưng nó thì không".

Chúng tôi đã phải mất một ít thời gian để phân biệt xem con nào là con mẹ. Con kangaroo bố thì chúng tôi xác định được ngay. Nó là con lớn nhất và trầm lặng nhất trong số các con kangaroo ở đây. Khi nó nhìn vào đống lá trong máng ăn, vẻ mặt nó giống như một nhạc sĩ thất bại chua cay vậy. Hai con còn lại là hai con cái, chúng có hình dáng rất giống nhau, da cùng màu, vẻ mặt cũng giống nhau. Để xác định con nào là con mẹ thật không phải dễ.

"Có một con không phải là kangaroo mẹ", tôi nói

"Đúng vậy".

"Vậy thì con nào là con kangaroo mẹ đây?"

"Em cũng không biết nữa".

Dù sao đi nữa, đứa con của con kangaroo không mến khách đó cũng đang chạy khắp nơi, dùng chân trước để đào những cái lỗ vô nghĩa trên mặt đất ở đây và cả ở kia nữa. Dường như đời nó không hề biết đến nỗi buồn là gì. Nó chạy vòng vòng xung quanh bố nó, gặm những miếng thức ăn nhỏ, đào những cái lỗ trên mặt đất, trách móc hai con kangaroo cái, rồi nằm dài trên đất, sau đó lại tỉnh dậy và chạy vòng vòng.

"Tại sao những con kangaroo lại nhảy nhanh quá vậy hả anh?" - nàng hỏi.

"Để trốn chạy kẻ thù em ạ".

"Kẻ thù? Kẻ thù nào vậy anh?"

"Con người," tôi trả lời. "Con người giết kangaroo bằng bumerang và ăn thịt chúng".

"Tại sao kangaroo con lại nằm trong túi của con mẹ?"

"Để chúng có thể chạy cùng nhau. Những con kangaroo nhỏ không thể nào chạy nhanh được".

"Để bảo vệ à?"

"Đúng vậy," tôi nói. "Mọi loài đều bảo vệ con nhỏ của mình".

"Vậy chúng bảo vệ trong bao lâu?"

Tôi đã thu thập những thông tin liên quan đến kangaroo từ một cuốn sách động vật.Và tôi có thể biết được tất cả tường tận.

"Khoảng một đến hai tháng".

"Ả, vậy con này chỉ khoảng một tháng tuổi," nàng vừa nói vừa chỉ tay vào con kangaroo con. "Nó chắc vẫn phải ở trong túi của mẹ nó".

"Ừ," tôi nói."Chắc chắn là vậy".

"Chà, ở trong cái túi đó chắc tuyệt lắm nhỉ".

"Ừ, anh đoán vậy".

"Em đánh cuộc rằng nó cũng giống như là ở trong tử cung vậy".

"Anh thấy hơi lạ".

"Thật đấy".

Trời nóng nực quá. Tôi nghe thấy những tiếng reo hò của bọn trẻ đang chơi đùa ở hồ bơi gần đó. Những đám mây hình gợn sóng lờ lững trôi trên nền trời mùa hạ.

"Em có muốn ăn gì không?", tôi hỏi nàng.

"Một cái xúc xích nóng, "nàng nói, "và một chai côca nữa".

Người bán xúc xích là một cô gái trẻ tuổi đôi mươi, nàng mang theo một cái loa ở trong cái xe đẩy thức ăn. Trong lúc chờ cô gái nấu xúc xích, tôi nghe một bản nhạc do Stevie Wonder và Billy Joel song ca.

Khi tôi trở lại chuồng kangaroo, nàng nói "nhìn kìa", chỉ tay về phía con kangaroo cái.

"Nhìn kìa, nó đang ở trong túi của mẹ nó".

Thật vậy, con kangaroo con đang rúc đầu vào túi của mẹ nó. Cái túi trước bụng mẹ nó căng ra, chỉ có một mẩu tai và đuôi của con kangaroo con lòi ra ngoài thôi.

"Em nghĩ là nó phải nặng lắm".

"Kangaroo rất khỏe".

"Thật sao?"

"Vì thế chúng mới sống lâu đến vậy".

Con kangaroo mẹ đang đứng dưới ánh nắng gay gắt của mặt trời mà không hề đổ một giọt mồ hôi nào. Nó gợi cho tôi nhớ đến hình ảnh một bà mẹ đang mua hàng tạp phẩm ở một siêu thị khu Aoyama-dori, sau đó thì dừng chân nơi tiệm cà phê để nghỉ ngơi chốc lát.

"Bởi vì chúng chăm sóc những con non của chúng phải không?"

"Ừ"."Em nghĩ nó đang ngủ".

"Có thể".

Chúng tôi ăn xúc xích, uống coca và thò đầu vào trước chuồng kangaroo. Khi tới giờ đóng cửa, con kangaroo bố đang tìm quanh máng ăn để tìm chút thức ăn còn lại. Hai mẹ con kangaroo thì đang nằm nghỉ cùng nhau. Điều kỳ lạ là con kangaroo cái còn lại đang nhảy vòng vòng ở giữa chuồng như đang kiểm tra tình trạng cái đuôi của mình.

Đó là ngày nóng nhất mà chúng tôi gặp trong một khoảng thời gian dài.

"Này, anh muốn uống bia không?", nàng hỏi.

"Tuyệt đấy", tôi trả lời.

Người thứ bảy

Lời dẫn chuyện:

Câu chuyện của " tôi" là một câu chuyện đời tan nát. Một ám ảnh không nguôi ngoai theo anh bốn mươi năm trời về con sóng thần năm xưa đã cuốn trôi đi người bạn thân thiết nhất. Hình ảnh con sóng được lặp đi lặp lại trên nền phẳng lặng của câu chuyện đầy ẩn ý. Như bản giao hưởng tình yêu và định mệnh của Beethoven. Một câu chuyện đầy tính nhân bản và vinh danh sự vĩnh hằng của nghệ thuật. Bản thân chúng tôi luôn bị ám ảnh về những tình tiết và nhân vật trong tác phẩm của Murakami. Như thể chính mình hiện diện trong đó để tiếp tục sống và khát vọng một niềm tin tương lai.

*

"Vào một chiều tháng chín năm tôi lên mười tuổi, ngọn sóng đó suýt nữa kết liễu cuộc đời tôi". Người thứ bảy bắt đầu câu chuyện bằng một giọng trầm lặng.

Anh ta là người kể chuyện cuối cùng trong buổi tối hôm đó. Đồng hồ đã chỉ hơn mười giờ. Tiếng gió thét gào qua hướng Tây vang vọng trong bóng đêm dài. Mọi người ngồi thành vòng tròn xung quanh căn phòng đều nghe được tiếng gào của gió. Ngoài vườn lá rơi xào xạc. Những tấm kính cửa sổ rung lên nhè nhẹ. Gió hú lên lảnh lót trước khi biến mất vào đêm đen.

"Đó là ngọn sóng lớn nhất mà tôi từng thấy trong đời," người đàn ông tiếp tục. "Ngọn sóng đó suýt chút nữa kết liễu đời tôi. Nhưng thay vì vậy, nó đã tháo sạch phần tinh túy nhất của tôi để trút vào một thế giới khác. Phải mất nhiều năm sau tôi mới hoàn toàn bình phục lại. Phải mất bao nhiêu thời gian quý báu của đời tôi."

Người đàn ông thứ bảy có vẻ đã ngoài năm mươi. Anh ta cao, gầy guộc và râu ria tua tủa. Một vết sẹo nhỏ nhưng sâu hoắm ngay mắt phải. Chắc hẳn đó là một vết dao chém. Tóc anh ta ngắn và đã điểm hoa râm. Gương mặt anh có vẻ như của một người đột nhiên chẳng biết phải nói gì, trừ phi cái vẻ mặt đó dường như anh vẫn luôn mang từ bấy đến nay, nên lại đâm thành một nét quen thuộc. Anh mặc một chiếc áo sơ mi màu xanh u buồn với một cái áo khoác màu xám bên ngoài. Đôi khi anh ta tháo nơ cổ cầm trên tay. Không ai biết tên anh. Và có lẽ không có ai biết gì về anh ta.

Anh ta đằng hắng nhẹ. Và ngừng nói. Mọi người yên lặng chờ anh ta tiếp tục.

"Trong trường hợp của tôi, đó là một con sóng. Dĩ nhiên, tôi không biết diễn tả như thế nào cho mọi người hiểu. Trong trường hợp của tôi, ngẫu nhiên đó là một con sóng. Không một dấu hiệu cảnh báo nào cả, thình lình một ngày kia, nó hiện ra trước mặt tôi, cái sức mạnh định mệnh đó hiện ra dưới hình dạng một con sóng khủng khiếp.

"Tôi lớn lên ở thị trấn S gần biển, nơi mà ngay khi tôi nói tên ra, cũng không gây được ấn tượng gì với quý vị cả. Cha tôi là 1 bác sĩ, cho nên thời thơ ấu của tôi rất sung túc. Thuở ấy, tôi có một người bạn rất rất thân, tên K, là láng giềng của tôi và học dưới tôi một năm. Chúng tôi thường đi học chung, và sau khi về nhà vào các buổi chiều, chúng tôi luôn luôn chơi với nhau. Chúng tôi như anh em ruột vậy. Mặc dù chúng tôi thân thiết đã lâu nhưng chưa một lần gây sự với nhau. Đúng ra tôi có một người anh, nhưng bởi vì anh ta lớn hơn tôi 6 tuổi, cho nên chúng tôi khó lòng chia sẻ với nhau nhiều việc, nhưng tình cảm của chúng tôi không hề bị giảm đi. Chính bởi vì điều này, nên tôi dành tình cảm anh em cho bạn tôi nhiều hơn tôi dành cho anh em ruột của tôi.

"K trông mảnh khảnh, mong manh và có những nét yếu ớt như con gái. Thêm vào đó, cậu ta gặp khó khăn trong giao tiếp. Khi người lạ gặp K lần đầu tiên, họ thường có cảm giác cậu ta là người chậm chạp. Và bởi vì cậu ta yếu ớt như vậy, tôi thường xuyên bảo vệ K ở trường, sau khi tan học và mỗi khi chúng tôi đi với nhau. Bất cứ ai cũng có thể nhận ra rằng tôi là một cậu bé bụ bẫm và khỏe mạnh. Điều mà tôi thích ở K nhất là cậu ta rất tử tế và có một tâm hồn cao cả. Đầu óc của K hoàn toàn không có vấn đề gì, nhưng sự trễ nãi của cậu ta đã gây khó khăn trong việc học. Tuy thế, cậu ta là một thiên tài về hội họa, mỗi khi cầm viết chì hay thuốc màu trên tay, K đều tạo ra những bức tranh tuyệt vời đầy vẻ sống động đến nỗi thầy giáo cũng ngạc nhiên. Cậu ta thường xuyên đoạt giải trong các cuộc thi và nhận được rất nhiều lời tán thưởng. Nếu cứ tiếp tục phát triển theo hướng đó thì có lẽ K đã trở thành họa sĩ rồi. K đặc biệt đam mê vẽ tranh phong cảnh và liên tục đi ra bãi biển để vẽ đại dương. Tôi đã ngồi bên cạnh K nhiều ngày để xem bàn tay khéo léo của cậu ta điều khiển cây bút chì lướt trên những trang giấy, và cái cách mà K mô tả màu sắc và hình dạng giống như thật lên trang giấy trắng tinh một cách liên tục đã gây ấn tượng rất mạnh mẽ trong tôi. Tôi thực sự kinh ngạc. Bây giờ mỗi khi nghĩ lại, tôi thấy đó thật sự là một thiên tài.

"Vào tháng 9 năm đó, khu vực nơi tôi sống bị cơn bão dữ dội tàn phá, theo như tin tức từ đài phát thanh, đây là cơn bão lớn nhất ở khu vực trong vòng 10 năm qua. Trường học nhanh chóng bị giải tán, tất cả các cửa hàng trong thị trấn đóng cửa. Cha và anh tôi lấy dụng cụ làm vườn và bắt đầu chắn các cửa chống bão xung quanh ngôi nhà, trong khi đó, mẹ đang bận rộn dưới bếp chuẩn bị cơm nắm phòng khi khẩn cấp. Chai và thùng được đổ đầy nước, tất cả chúng tôi đeo balô với những vật dụng cần thiết trong trường hợp phải tản cư đến một nơi nào đó. Đối với người lớn tuổi phải đối mặt với sự khắc nghiệt của những cơn bão gần như là hàng năm, thì bão đến là một việc nguy hiểm và phiền toái của đời sống. Còn lũ trẻ chúng tôi vốn xa cách với hiện thực tàn nhẫn của tình thế thì bão đến chẳng gì khác hơn là sự kiện hào hứng và tuyệt diệu của một khoảnh khắc lớn lao.

"Chỉ mới đầu giờ chiều mà màu trời đã đột ngột thay đổi. Dường như trời xanh kia đã nhiễm phải một sắc màu quái đản. Gió rú từng cơn, tạo thành một sự khô khan kỳ lạ, những thanh âm lách cách như đập vào bờ cát. Tôi chạy ra hành lang ngắm trời cho đến khi mưa bắt đầu gõ tàn bạo phía bên nhà. Trong nhà tối đen vì lắp những cánh cửa chớp chống bão, gia đình tôi ngồi dồn lại một phòng và nghe các báo cáo tin tức trên radio. Lượng nước mưa không nhiều lắm nhưng gió mạnh gây ra nhiều nguy hiểm. Nhiều căn nhà bị tốc mái và nhiều con thuyền bị lật úp. Những vật thể quay cuồng trong gió loạn đã giết và làm bị thương rất nhiều người. Người phát ngôn lặp đi lặp lại lời cảnh báo là không được rời khỏi nhà vào bất cứ hoàn cảnh nào. Đôi khi những cơn gió loạn cuồng gây ra những thanh âm vỡ nát nơi những căn nhà, như thể có một bàn tay khổng lồ đang nắm lấy căn nhà và lung lay dữ dội. Rồi có những khi chúng tôi nghe thấy tiếng động dữ dội như thể một vài vật nặng xoay trong gió và đâm sầm vào cánh cửa chớp chống bão vậy. Cha tôi bảo đó có thể là những mái nhà bị tốc lên từ nơi nào đó. Chúng tôi ăn cơm nắm *onigiri* với trứng chiên do mẹ làm và nghe tin tức trên radio, chờ cho cơn bão thiên di đến một vùng nào khác.

"Nhưng cơn bão vẫn ở lại. Theo như tin tức trên đài, kể từ khi cơn bão càn quét qua bờ tây của tỉnh S, tốc độ của nó đã giảm xuống và từ từ di chuyển sang hướng đông bắc như thể đang đi dạo bộ vậy. Gió không dịu bớt chút nào. Nó vẫn thổi cuồng điên gây ra những âm thanh tàn bạo như thể đang gắng sức xé toạc bề mặt trái đất và cuốn đi xa.

"Tôi nhận ra rằng cơn gió dữ tợn đó đã lắng dịu xuống sau khoảng 1 giờ càn quét từ lúc nó tràn tới. Mọi người không thể nghe thấy một âm thanh gì, ngay cả tiếng chim hót từ khoảng cách xa. Cha tôi mở hé cánh cửa chớp ra và nhìn ra đống đổ nát xem chuyện gì đang xảy ra ngoài đó. Cơn gió đã tắt lịm và mưa đã ngừng rơi. Những đám mây đen xám xịt đang dần tan biến. Bầu trời xanh đã xuất hiện đâu đó phá tan đi những đám mây u tối. Cây cối trong vườn đang rùng mình giũ nước và những hạt nước nhỏ li ti rớt xuống từ đỉnh của những nhánh cây.

"Chúng ta giờ đang ở trong vùng mắt bão đấy con ạ," cha nói với tôi. "Chúng ta được nghỉ ngơi trong một thời gian ngắn khoảng 15 hoặc 20 phút trong lúc cơn bão tạm lắng dịu nhưng rồi nó sẽ lại càn quét dữ dội như trước".

"Tôi xin phép cha đi ra ngoài, cha nói: con có thể đi nhưng đừng đi quá xa đấy.

"Ngay khi gió bắt đầu nổi lên, con phải trở về nhà ngay lập tức". Tôi bước ra ngoài và ngắm nhìn trời đất xung quanh. Không thể tin được rằng chỉ vài phút trước đây thôi, mọi vật đã bị cơn cuồng phong vùi cơn dập tan nát. Tôi nhìn lên bầu trời, và có một cảm giác rằng con mắt bão khổng lồ đang lơ lững ngay trên đầu và nhìn chúng tôi một cách đầy ác ý như muốn ăn tươi nuốt sống. Nhưng tất nhiên, đó chỉ là sự tưởng tượng trẻ con của tôi mà thôi. Lúc đó, chúng tôi đang ở ngay trung tâm điểm của trận gió xoáy nghiệt ngã trong khoảng thời gian cơn bão tạm lắng dịu.

"Trong lúc người lớn đi quanh nhà để kiểm tra thiệt hại do cơn bão gây ra, tôi quyết định lang thang xuống bãi biển. Rất nhiều khúc gỗ lớn ở vùng lân cận đã bị cơn cuồng phong làm gãy nát và rơi đầy xuống đường. Một vài cây thông lớn đến mức một người lớn lực lưỡng cũng không thể nâng lên nổi. Những tấm mái ngói rách nát nằm rải rác ngổn ngang trên mặt đất, đá văng tứ tung vào kính chắn gió của xe hơi gây nên những vết rạn nứt lớn. Ngay cả đến một con chó cũng bị cuốn bay ra đường. Cảnh tượng này trông giống như có một bàn tay khổng lồ từ trên không trung giáng xuống và lặng lẽ tàn phá bề mặt trái đất tàn khốc. K nhận ra tôi khi tôi đang dạo bước trên đường, và cậu ta cũng ra khỏi nhà hỏi: chúng ta đi đâu đây? Khi tôi trả lời chúng ta đi ngắm biển, K bèn im lặng lẽo đẽo theo sau. Con chó trắng, nhỏ sống ở nhà K cũng theo chân chúng tôi. Tôi nói với K là khi gió bắt đầu nổi lên thì phải về nhà ngay lập tức. K lẳng lặng gật đầu đồng ý.

"Bờ biển cách nhà tôi khoảng 200m, có một con đập chắn sóng cao ngang người tôi vào thuở ấy. Mỗi khi chúng tôi ra biển, chúng tôi đều leo lên những bậc cầu thang đó chơi. Chúng tôi ra biển chơi gần như mỗi ngày và biết được thủy triều lên xuống rõ như trong lòng bàn tay. Nhưng trong tầm mắt bão, mọi thứ đều có vẻ khác thường. Màu của trời, sắc của biển, tiếng thét gào của sóng, hương vị mặn mà của muối và sự hùng vĩ của phong cảnh thiên nhiên... Tất cả những cảnh quan ven bờ đều thay đổi hết. Chúng tôi ngồi trên đỉnh của con đập và mông lung nhìn về biển xanh bao la, không nói nên lời. Ngay cả khi chúng tôi đang ở trong tầm mắt bão, những con sóng vẫn bình thản đến kinh người. Khi sóng bắt đầu tấn công thường nó rút ra xa hơn thường lệ. Khi chúng tôi nhìn ra, bờ cát trắng dường như trải rộng hơn. Ngay cả khi thủy triều xuống, mực nước cũng không rút ra quá xa như vậy. Bờ biển trông giống như một căn phòng lớn sau khi người ta đã di chuyển hết đồ đạc, trống vắng không thể chịu nổi. Những vật thể hỗn tạp vẫn lênh bênh trôi dạt vào bờ biển như thường lệ.

"Tôi ngồi xuống con đê và ngước mắt nhìn ra đường chân trời như thể tôi đang lang thang trên một bờ biển tinh khôi và trải rộng. Và tôi cũng nhìn chăm chú con thuyền được neo buộc ngoài xa. Trong tầm mắt mình, tôi có thể nhìn thấy những đồ chơi trẻ con bằng nhựa, những đôi dép xăng dan và những khúc gỗ mà tôi đoán chắc là những mảnh vỡ của đồ trang trí nội thất, rồi những bộ áo quần, những chai lọ quý, những hộp gỗ có khắc chữ nước ngoài, và bao nhiêu vật dụng khác mà tôi không biết công dụng đang lênh đênh trôi dạt. Chắc chắn là con sóng thần của bão tố đã mang tất cả chúng đến đây từ một nơi nào xa lơ lắc. Mỗi khi thấy có vật gì là lạ đặc biệt chúng tôi nhặt lên và xem xét kỹ càng. Con chó của K ngồi bên cạnh hai chúng tôi vẫy đuôi và đưa mũi ngửi khịt khịt những vật chúng tôi nhặt được.

"Chúng tôi ở đó khoảng 5 phút hay cũng cỡ đó. Bỗng nhiên tôi chú ý đến những con sóng, chúng liên tục đập vào bãi biển một cách lặng lẽ không một âm thanh, không một dấu hiệu như một cái lưỡi lấp lánh ánh bạc của biển cả chờ tới hôn nhẹ vào chân tôi. Nó diễn ra rất tự nhiên, tôi không hề tránh được. Ngâm mình trong đại dương bao la, những con sóng dâng lên và tôi biết rất rõ nỗi kinh hoàng của sự tàn phá. Đôi khi chúng ta không thể dự đoán trước được hậu quả khủng khiếp mà những con sóng gây ra. Vì thế chúng tôi phải cẩn thận dời đến một nơi an toàn hơn, thoát khỏi tầm vươn lên của sóng. Nhưng trước khi tôi kịp nhận ra, thì ngọn sóng đã dâng đến chỗ tôi khoảng 8 inch rồi lặng lẽ rút đi. Và cuối cùng tôi không thấy con sóng đó quay trở lại. Tôi không thấy ngọn sóng này có vẻ gì là đe dọa cả. Chúng lặng lẽ gội rửa bờ biển trong sự thầm lặng. Nhưng có một điều gì đó tiềm ẩn báo hiệu một nỗi kinh hoàng trong chúng, như cảm giác có một loài bò sát đang ẩn náu nơi nào đó thình lình xuất hiện gây ớn lạnh xương sống trong tôi. Đó là nỗi kinh hoàng không gây ra bởi nguyên nhân cụ thể nào, nhưng hiển nhiên nó là nỗi kinh hoàng thực sự. Bằng trực giác, tôi nhận ra nó là một thứ gì đó vẫn còn đang sống. Không sai đâu, những con sóng này vẫn đang sống. Và chúng sẽ chộp giữ, chơi đùa với tôi theo sự lên xuống của dòng thủy triều. Ngay khi tôi đang mơ màng viễn vông về nó, thì con vật ăn thịt người khổng lỗ này bám lấy và ăn tươi nuốt sống tôi bằng hàm răng nhọn hoắt của nó. Một cơn gió đang ẩn nấp đâu đó ngoài cánh đồng. Tôi nghĩ thầm là mình phải thoát khỏi nơi này thôi.

"Tôi quay sang K nói: "Mình đi thôi". Cậu ta đứng cách đó khoảng 10 mét và quay lưng lại tôi, đang nhìn cái gì đó như thể đang soi chiếu mình trong đó. Tôi đã nói khá lớn, nhưng dường như K không nghe thấy tiếng tôi. Hay có lẽ cậu ta đang bị hớp hồn vào những gì mình đã khám phá ra mà không hề nghe thấy lời tôi nói. Cũng như khi nằm mơ, người ta quên mọi thứ của thế giới bên ngoài này. Hoặc có lẽ giọng tôi không đủ lớn như tôi tưởng. Tôi nhớ rõ ràng là nó không giống như giọng nói của tôi, mà của một người nào đó hoàn toàn xa lạ.

"Rồi tôi nghe thấy tiếng rên rỉ, nó đủ lớn để làm rung động cả quả địa cầu này. Không, trước khi âm thanh rên rỉ này vang lên, tôi có nghe một âm thanh khác nữa, một thứ âm thanh rất lạ, đó là âm thanh của một dòng nước lớn phun ra từ một cái lỗ. Sau âm thanh phun của nước một chút, tiếp tục âm thanh rên rỉ hầu như không thể nhận thấy giống như tiếng đùng đùng của sấm chớp từ rất xa. Nhưng K vẫn không nhìn lên xem nó là gì. Cậu ta vẫn đứng đó nhìn chằm chằm lơ đãng vào cái gì đó dưới chân mình. Tất cả giác quan của cậu tập trung vào chỗ đó. K thậm chí có lẽ không nghe thấy âm thanh rên rỉ đó. Tôi không biết làm thế nào mà cậu ta lại không nghe thấy cái âm thanh kinh khủng đến đáng sợ đó. Nó giống như sự rung động rất mạnh của trái đất. Có lẽ nó là âm thanh mà chỉ mình tôi nghe thấy. Nói ra thật kỳ lạ, nhưng tôi luôn tự hỏi phải chăng nó được tạo ra chỉ để mình tôi nghe? Ngay cả con chó đứng cạnh tôi dường như cũng không nhận thấy âm thanh đó. Trong khi loài chó vốn dĩ rất thính tai.

"Tôi cần phải đến chỗ của K để lôi cậu ta đi, tôi tự nhủ. Không còn cách nào khác. Tôi biết rằng con sóng đang tới, nhưng K thì không. Thế nhưng đôi chân tôi, vốn biết điều gì sắp xảy ra, lại xoay về hướng ngược lại, trái với ý định của tôi. Tôi chạy về hướng con đê chắn sóng. Chắc hẳn đó là do một nỗi hãi sợ trào dâng đã xui khiến tôi làm điều ấy. Nỗi sợ đó khiến tôi không còn thốt nổi thành lời, nhưng lại khiến chân tôi di chuyển rất nhanh. Tôi loạng choạng chạy băng qua bãi cát mềm trên bờ biển; đến nơi, tôi ngoái lại phía K mà hét lớn:

"Coi chừng. Ngọn sóng đang đến đấy". Tôi gào lên. Và tôi chợt nhận ra rằng cái âm thanh đùng đục kia đã tắt lặng. Cuối cùng K cũng nghe ra tiếng la của tôi và ngẩng đầu lên. Nhưng đã quá trễ. Chính trong khoảnh khắc đó, một ngọn sóng dâng cao như con rắn khổng lồ chuẩn bị tấn công và ập xuống bờ biển. Cả đời tôi chưa từng thấy một cảnh tượng nào giống như thế nữa. Ngọn sóng thần cao hơn cả một tòa nhà ba tầng. (Hầu như nó không gây một tiếng động nào, hay ít ra thì trong ký ức tôi, nó không vang lên một thanh âm nào hết, đó là một ngọn sóng vô thanh). Nó dâng cao như che lấp cả bầu trời xanh phía sau lưng K. Trong một khoảnh khắc, cậu ta nhìn tôi chăm chú với vẻ như không hiểu chuyện gì đang xảy ra. Nhưng dường như K cũng nhận ra điều gì đó đang đến và nhìn xung quanh. Cậu ta cố gắng thoát khỏi nó. Nhưng cậu đã cùng đường. Trong khoảnh khắc kế tiếp ngọn sóng nuốt chửng cậu ta. Nó giống như một sự va chạm với một đầu máy vô hồn đang lao hết tốc lực.

"Âm thanh đùng đục to lên và ngọn sóng gãy vỡ, đập mạnh tàn

bạo vào bờ biển, như một vụ nổ quăng ném những mảnh vỡ tứ tung trong không khí rồi đập thẳng vào bờ đê, nơi tôi đang ẩn náu. Nhưng chúng lướt qua tôi bởi tôi được con đê chắn sóng dài che chở phía trước. Những lưỡi nước tung toé ra sức vượt qua bờ đê nhưng chỉ làm tôi ướt áo quần mà thôi. Ngay lập tức tôi trèo lên đỉnh đê và nhìn xuống phía dưới bãi bờ. Ngọn sóng đã cuồn cuộn quay mình về biển cả thét lên những thanh âm cuồng nộ liên hồi. Như thể có ai đó đã trải một tấm thảm lông cừu khổng lồ đến tận cùng bờ đất. Tôi căng mắt kiếm tìm vô vọng nhưng nào thấy bóng dáng K đâu. Chỉ trong khoảng thời gian dài bằng một làn hơi thở, ngọn sóng đã rút đi quá xa đến nỗi dường như đại dương đã cạn khô và đáy biển phơi bày. Tôi rúm mình trên con đê chắn sóng.

"Im lặng đã trở lại. Một sự im lặng tuyệt vọng như thể mỗi thanh âm đã bị tước đoạt tàn nhẫn. Ngọn sóng đã nuốt chửng K và rút đi xa. Tôi không thể chắc là mình sẽ làm gì tiếp nữa. Tôi nghĩ có lẽ mình nên quay xuống bờ biển. Có lẽ K chỉ bị chôn vùi trong lớp cát gần đấy thôi. Nhưng rồi tôi thay đổi ý định và không rời khỏi con đê chắn sóng nữa. Tôi đã biết rằng những con sóng thần đó có thể đến hai hay ba lần đồng thời.

"Bây giờ tôi không thể nhớ bao nhiêu thời gian đã trôi qua lúc đó. Có lẽ là không lâu lắm. Chừng mười đến hai mươi giây hay cũng gần như thế. Dù sao đi nữa, trong khoảng thời gian không thể thấu nhập được đó, ngọn sóng thần đã quay trở lại đập vào bến bờ đúng như tôi chờ đợi. Thanh âm cuồng nộ lắc lư tàn bạo trái đất như mới trước đây thôi, thế rồi tiếng ồn dứt bặt và sau cùng sóng lại dâng cao như đầu con rắn độc. Tất cả diễn ra chính xác như lần trước. Ngọn sóng thần dâng cao che lấp bầu trời, như một vách đá định mệnh vây khốn tôi phía trước. Nhưng lần này tôi không cách nào tránh khỏi. Như bị bỏ bùa mê, tôi đứng đó chết trân trên bờ đê nhìn cái chết đến gần lơ lửng trên đầu. Tôi đã từng có cảm giác này khi nhìn K bị cuốn đi, rằng thật vô ích khi tìm cách trốn chạy. Hay có lẽ đứng trước nỗi sợ đang ngập tràn thế này tôi chẳng còn biết làm gì khác là lại thu mình lại trên bờ đá. Giờ đây tôi chẳng còn nhớ rõ chuyện đó xảy ra như thế nào nữa.

"Ngọn sóng thần thứ hai lớn như ngọn sóng đầu. Hay thậm chí còn lớn hơn. Đầu tiên, nó từ từ dâng lên với hình dạng méo mó như một tường thành xây bằng gạch bị đổ ụp xuống, ngọn sóng lung lay đến tận ngọn. Nó quá lớn và trông như không phải là một con sóng thực sự. Hình dạng nó hoàn toàn khác với hình một con sóng. Có một điều gì đến từ một thế giới xa xôi dưới dạng hình một con sóng nhưng đồng thời cũng không phải là nó. Tôi đã tôi luyện ý chí của mình và chờ đợi khoảnh khắc khi bóng tối chụp lên đời tôi. Thậm chí tôi không thèm nhắm mắt. Tôi nhớ là mình đã nghe ra tiếng tim đập thình thịch. Khi ngọn sóng đến ngay trước tôi, nó dừng lại và lơ lửng như thể thình lình nó đã bị đánh mất toàn bộ sức lực. Nhưng chỉ sau đó khoảng một giây, trong khoảnh khắc ngọn sóng đổ ập xuống, một nửa ngọn sóng bị gãy ra tan nát và nó dừng lại. Trên đỉnh đầu ngọn sóng, giữa cái lưỡi sóng dữ dội và trong suốt đó, tôi rõ ràng nhận ra hình dáng của K.

"Có lẽ không phải ai trong các bạn cũng có thể tin được điều này. Chắc chắn là vậy. Nói thẳng ra là lúc ấy tôi cũng không thể tin được là có chuyện như vậy xảy ra. Tất nhiên là chẳng thể nào lý giải được chuyện đó. Nhưng đó không phải là giấc mơ, cũng không phải là ảo ảnh. Đó là chuyện có thật, không có một tý gì bịa đặt đâu. Như được nằm trong một vỏ bọc trong suốt, hình dáng K lửng lơ trên đầu ngọn sóng. Và không chỉ có thế, K đang cười với tôi. K hiển hiện ngay trước mắt tôi, gần đến nỗi tôi có thể với tay chạm vào anh ta. Tôi có thể nhìn ra gương mặt người bạn thân nhất của tôi mà. Gương mặt mà mới thoáng trước đã bị ngọn sóng nuốt chửng. Không thể lầm lẫn được. Anh ta bắt đầu cười với tôi. Không phải là một nụ cười bình thường. Một nụ cười ngoác rộng đến mang tai đúng nghĩa. Nụ cười lạnh lùng tàn nhẫn. Nhìn trừng trừng trân trối vào tôi. K vươn cánh tay phải về phía tôi. Như thể cậu ta muốn nắm lấy tay tôi và kéo tôi vào thế giới đó của cậu ta. Tuy nhiên cánh tay đó không thể níu lấy tôi được. Rồi K lại ngoác miệng cười với tôi thêm một lần nữa. Thậm chí nụ cười này K còn ngoác miệng lớn hơn nữa.

"Chắc là sau đó tôi đã ngất đi". Tôi chỉ biết rằng sau đó tôi thấy mình nằm trên giường bệnh của bệnh viện cha tôi. Khi tôi mở mắt, người y tá gọi cha tôi và ông đến ngay lập tức. Ông nắm tay tôi và bắt mạch rồi nhìn vào hai con ngươi và đặt tay lên trán tôi xem nhiệt độ. Tôi cố gắng giơ tay lên nhưng không thể. Tôi bị sốt như thể đang nằm trên đống lửa. Đầu óc mụ mị đi không thể suy nghĩ được gì. Dường như tôi bị sốt khá lâu. "Con hôn mê đúng ba ngày trời" cha tôi nói. "Một người láng giềng đã chứng kiến từ xa cảnh tượng con ngã xuống đã vớt con lên và mang về nhà. Thằng K bị sóng cuốn trôi không tìm ra tung tích". Cha tôi nói. Tôi biết tôi muốn nói với cha tôi vài điều. Tôi phải nói với cha tôi nhưng lưỡi tôi sưng phồng và cứng ngắc. Tôi không thể thốt ra một lời nào. Tôi cảm thấy như có một loại sự sống hoàn toàn khác đang trú ẩn trong miệng tôi. Cha hỏi tên tôi; tôi vất vả nhớ lại tên mình. Nhưng chưa kịp nhớ ra thì tôi đã lại ngất đi, chìm trở lại vào bóng tối.

"Tôi nằm trên giường bệnh đúng một tuần, gắn chặt vào cái bình truyền dịch. Tôi nôn thốc nôn tháo nhiều lần và gặp những cơn ác mộng. Trong suốt thời gian đó, cha tôi thật sự lo lắng rằng cú sốc và cơn sốt cao như thế sẽ gây hại cho tâm trí tôi về sau này. Tình cảnh tôi bi đát đến mức nếu tâm trí tôi không bị chấn thương thì mới là chuyện lạ. Tuy nhiên tôi dần hồi phục một cách chậm chạp. Và trải qua vài tuần nữa, tôi dần trở lại được với đời sống như trước kia. Tôi ăn uống bình thường trở lại và tiếp tục đi học. Nhưng dĩ nhiên không phải tất cả đều trôi chảy như trước.

"Người ta chẳng bao giờ tìm thấy thi thể của K. Cả xác con chó bị cuốn đi cùng với K cũng thế. Thường thì thủy triều sẽ mang những xác chết đuối từ bờ biển về một con lạch nhỏ phía đông và vài ngày sau thi thể sẽ giạt vào bờ. Nhưng người ta chẳng bao giờ biết được điều gì đã xảy ra cho thi thể của K. Có lẽ cơn sóng khủng khiếp trong trận bão đó đã cuốn K đi xa đến mức xác chết không thể nào giạt vào bờ được nữa. Chắc K đã chìm xuống dưới đáy đại dương và làm mồi cho cá. Cuộc tìm kiếm xác K vẫn tiếp diễn một thời gian dài với sự trợ giúp của những người đánh cá địa phương. Nhưng sự tìm kiếm ngày càng thu hẹp dần và cuối cùng thì dừng hẳn. Bởi không tìm thấy xác chết nên người ta cũng không tổ chức lễ tang cho K. Từ sau việc đó, cha mẹ K trở nên điên điên dại dại vì quá sầu thảm, suốt ngày lang thang vô vọng trên bờ biển hay thu mình ở xó nhà mà tụng kinh.

"Nhưng mặc dù phải chịu đựng một tai họa lớn chừng ấy, cha mẹ K vẫn không một lần trách mắng tôi chuyện tôi đã đưa K ra bờ biển giữa cơn chớp giật bão bùng. Họ biết rõ rằng tôi thương K như đứa em trai và rất mực quý trọng cậu ta. Cả cha mẹ tôi cũng dường như tránh đụng chạm đến biến cố mà tôi đã tham gia. Nhưng tôi biết điều ấy. Nghĩ lại, tôi thấy rằng lẽ ra tôi đã cứu được K. Tôi chắc rằng mình có thể chạy đến chỗ K đứng và đưa K đến một nơi an toàn mà ngọn sóng khủng khiếp đó không thể nào với tới được. Chuyện đã khép lại nhưng mỗi khi tâm tư tôi quay trở về chuyện ấy, tôi lại nghĩ rằng lúc đó tôi vẫn còn đủ thời gian để cứu được K. Nhưng như tôi đã nói ở trên, lúc ấy tôi đã kiệt sức bởi nỗi lo sợ mù quáng và đã bỏ K để cứu chính mình. Bởi vì cha mẹ K không oán trách tôi và những người khác tránh nói về biến cố đó như tránh một căn bệnh ung thư, tôi đau khổ nhiều lắm. Cả một thời gian dài, tôi vẫn không sao hồi phục được sau cú sốc tâm lý đó. Tôi không đến trường, không ăn uống gì được nhiều và suốt ngày chỉ nằm trên giường nhìn trân trối lên trần nhà.

"Dù cố gắng bao nhiêu đi nữa tôi cũng chẳng thể nào quên cảnh tượng K tựa trên những bọt biển trên đầu đỉnh sóng, ngoác miệng cười vui vẻ. Và tôi cũng không thể xua khỏi tâm trí mình hình ảnh từng ngón một của bàn tay K chìa về phía tôi mời gọi. Khi tôi ngủ, gương mặt đó, đôi mắt kia luôn xuất hiện trong giấc mơ tôi như thể K đang nóng lòng chờ đợi tôi. Trong những giấc mơ đó, K thoát ra khỏi cái vỏ bằng bọt biển, nắm lấy cổ tay tôi và kéo tôi chìm vào con sóng.

"Và tôi cũng có một giấc mơ khác. Tôi đang bơi. Đó là vào một buổi chiều mùa hè tuyệt đẹp, tôi bơi qua vũng nước nông rồi bơi ra biển. Mặt trời chiếu thẳng ánh sáng vào lưng tôi và nước vây bọc lấy thân tôi bốn bề. Nhưng thình lình có vật gì túm lấy chân phải tôi. Tôi cảm thấy như một vòng vây băng giá siết chặt mắt cá chân mình. Lực nắm quá mạnh khiến tôi không thể nào vùng vẫy thoát ra được. Và cứ như thế tôi bị kéo tuột xuống đáy biển. Nơi đó tôi thấy gương mặt K. vẫn như lần đó. Anh ta nhìn tôi trân trối, gương mặt gần như nứt toác ra vì nụ cười quá cỡ thợ mộc. Tôi cố gắng hét lên nhưng không có một thanh âm nào thoát ra cả. Nước nuốt chửng tôi và phổi tôi chứa đầy nước.

"Tôi thức dậy trong đêm, la hét, người đầm đìa mồ hôi và nghẹt thở.

"Cuối năm đó, tôi van nài cha mẹ tôi cho tôi rời bỏ thị trấn này ngay lập tức đến một nơi nào khác. Như quý vị đã biết, tôi không thể nào tiếp tục sống ở bờ biển nơi ngọn sóng đã vùi chôn K và để tôi gặp ác mộng hầu như hằng đêm. Tôi phải đến một nơi nào xa cách nơi đây. Nếu không làm thế chắc chắn tôi sẽ phát điên. Khi nghe lời khẩn cầu của tôi, cha tôi bàn bạc thu xếp cho tôi chỗ ở mới. Thế là vào tháng một, tôi đến thành phố Nagano và bắt đầu nhập học tiểu học ở một ngôi trường công. Gia đình họ hàng cha tôi sống gần đó và tôi được phép sống ở nhà họ. Tôi đã học hết trung học cơ sở và trung học phổ thông ở thành phố Nagano này.

"Tôi chẳng bao giờ về quê vào kỳ nghỉ. Cứ mỗi lần như thế, cha mẹ lại lên thăm tôi.

"Từ đó đến nay, tôi vẫn sống ở Nagano. Tôi tốt nghiệp trường cao đẳng kỹ thuật ở thành phố Nagano tìm được một chân làm việc ở một công ty cơ khí chính xác. Và vì thế mà chúng ta có mặt ở đây ngày hôm nay. Cuộc sống và nghề nghiệp của tôi bình thường như bao nhiêu con người khác. Như quý vị thấy đấy, tôi đâu có gì khác thường đặc biệt đâu. Tôi không phải là một con người xã hội nhưng tôi thích leo núi và bởi thế nên tôi cũng có một vài người bạn thân. Ngay khi tôi rời xa thị trấn quê nhà, những cơn ác mộng dần giảm xuống, và hầu như biến mất. Nhưng chúng không biến mất hoàn toàn. Chúng trở lại một cách định kỳ như người thanh toán hóa đơn đến gõ cửa phòng. Ngay khi tôi bắt đầu quên đi, những cơn ác mộng lại quay về. Những cơn mộng mị luôn giống nhau, chính xác đến từng chi tiết. Mỗi lần bắt gặp chúng, tôi lại vùng dậy và hét lớn. Khăn trải giường ướt đẫm mồ hôi.

"Chắc chắn điều đó đã giải thích tại sao tôi chưa bao giờ lập gia đình. Tôi không muốn đánh thức người nằm bên cạnh tôi lúc hai ba giờ sáng bởi tiếng la hét của mình. Cũng có nhiều người phụ nữ thương mến tôi nhưng tôi chưa từng qua đêm với một ai trong số đó. Nỗi sợ hãi tràn lan khắp xương tủy và điều đó không thể chia sẻ với ai được.

"Mãi cho đến ngoài bốn mươi tuổi, tôi vẫn chưa về thăm lại quê nhà và cũng không dám bén mảng ra bờ biển lần nào nữa. Đừng nói gì đến việc ra khơi, ngay cả chính bản thân đại dương cũng làm tôi khiếp sợ. Tôi sợ rằng nếu mình ra biển, những việc xảy ra trong giấc mơ tôi sẽ biến thành hiện thực. Mặc dù thích bơi lội hơn bất cứ cái gì trên đời nhưng tôi chưa một lần dám bơi ở hồ bơi. Tôi cũng không thể đến gần những con sông sâu hay thủy triều cũng thế. Tôi tránh đi thuyền. Và tôi cũng không dám đi máy bay ra đại dương. Tôi không thể xua đuổi khỏi tâm trí mình cảnh tượng chính tôi sẽ bị chết đuối trong một đại dương xa lạ nào đó. Như cánh tay lạnh giá của K trong giấc mơ tôi, tôi không thể nào rũ bỏ được cái linh cảm u ám này ra khỏi ý thức của tôi.

"Vào mùa xuân năm ngoái, lần đầu tiên tôi về thăm quê nhà nơi K đã bị sóng cuốn đi. Cha tôi đã mất năm trước đó còn anh tôi thì đã bán cái nhà của gia đình để chia chác tài sản. Trong khi dọn dẹp nhà kho cho ngăn nắp, anh tôi tình cờ bắt gặp một hộp các tông chứa đầy những đồ chơi của tôi thuở nhỏ và anh đã gửi nó cho tôi. Hầu hết là những thứ tạp nhạp vô giá trị, nhưng nơi đáy hộp, một tập tranh của K đập vào mắt tôi. Tôi nghĩ có lẽ cha mẹ K đã tặng chúng cho tôi để làm vật kỷ niệm về K. Nỗi sợ lại dâng trào làm tôi nghẹt thở. Tôi có cảm giác rằng linh hồn K đã hồi sinh, hiển hiện trước mắt tôi qua những bức tranh đó. Tôi gói chúng lại bằng một lớp giấy mỏng, trả chúng vào hộp và dự định sẽ thiêu hủy chúng ngay lập tức. Nhưng dù bất cứ lý do nào đi nữa, tôi cũng không thể ném những bức tranh của K đi được. Nhiều ngày sau, tôi cũng đủ can đảm để tháo dây buộc lấy ra những bức tranh màu nước của K và mạnh dạn cầm chúng trên tay.

"Trong những bức tranh của K, ta dễ dàng nhận ra bóng dáng của những phong cảnh, đại dương quen thuộc và những bờ biển, những cánh rừng và những cửa hàng tạp hóa. Tất cả vẫn hiển hiện với mức độ rõ ràng không ngờ. Và những vết lằn trong tranh vẫn mới nguyên như khi tôi xem chúng bao nhiêu năm về trước. Ngay khi tôi cầm những bức tranh trên tay, thậm chí chưa kịp nhìn cho kỹ càng, một niềm khát khao và thương xót dâng trào trong lòng tôi. Những bức tranh đó được vẽ bởi kỹ thuật điêu luyện và có một vẻ sắc sảo không ngờ đến mức bây giờ tôi vẫn còn hình dung ra được. Tôi có thể cảm thấy sâu sắc rằng đáy sâu linh hồn K đang hiện diện trong những bức tranh kia như chính linh hồn tôi vậy. Và tôi có thể hiểu được cách mà K nhìn thế giới xung quanh mình. Khi tôi ngắm những bức tranh, những điều mà chúng tôi đã chia sẻ với nhau và những nơi chúng tôi dạo bước đến lần lượt quay trở về trong tâm trí. Vâng, tất cả. Như thể đó là những cảm nhận tri giác của chính tôi vậy. Tôi có thể trực nhận ra thế giới chung quanh một cách rõ ràng minh bạch như nó khi tôi thấy trong lúc tôi và K cùng dạo bước thuở nào.

"Mỗi ngày, khi công việc đã hoàn tất, tôi quay trở về nhà lấy từng bức tranh ra ngắm nghía. Tôi có thể ngắm chúng liên tục mà không biết mệt. Những bức tranh ẩn chứa những cảnh sắc tuyệt vời của thời tuổi trẻ mà từ đâu tôi đã để nó trôi qua mất trong tâm trí mình. Khi tôi ngắm những bức tranh, tôi có cảm giác rằng những cảnh sắc đó dần thẩm thấu vào đáy hồn tôi.

"Rồi sau khoảng một tuần lễ, tôi lại nảy ra một ý nghĩ mới. Phải chăng cách nghĩ của tôi đã hoàn toàn sai lầm? Khi K nằm trong đám bọt biển trên đỉnh đầu ngọn sóng, phải chăng anh ta thực sự ghét và giận dữ với tôi hay có lẽ K cố gắng đưa tôi đến một nơi nào khác? Nụ cười kỳ lạ trên gương mặt K phải chăng chỉ là một nụ cười thuần túy? Tại sao K không ngất đi vào lúc đó? Phải chăng K chỉ muốn gửi đến tôi một nụ cười trìu mến cuối cùng trước khi chúng tôi xa cách nhau vĩnh viễn? Phải chăng vẻ căm thù mãnh liệt mà tôi thấy trên gương mặt K thực chất là sự phóng chiếu của nỗi sợ hãi từ đáy tim tôi? Và khi tôi nghiền ngẫm điều này trong những bức tranh màu nước của K, những suy nghĩ của tôi theo hướng này càng lúc càng trở nên mãnh liệt. Không phải vì những bức tranh mà chính bởi vì linh hồn thanh khiết và bình an của K hiện diện trong những bức tranh kia.

"Một lúc lâu trôi qua, tôi cứ ngồi ở đó. Tôi cảm thấy mình hoàn toàn không thể đứng lên được. Ngày đã trôi qua và bóng đêm chạng vạng dần phủ kín căn phòng. Cuối cùng, bóng tối thẳm sâu và câm lặng ngự trị nơi này. Bóng đêm dường như kéo dài vô tận cho đến khi nó không còn có thể duy trì sức nặng và cân bằng với ánh sáng. Và dần dần ánh ngày chiếm lĩnh. Ánh bình minh một ngày mới đã dần nhuộm hồng bầu trời. Chim thức giấc hót líu lo.

"Tôi thấy mình phải quay trở về thị trấn quê nhà. Ngay lập tức.

"Tôi nhét vào vali những thứ cần thiết nhất, gọi điện thoại đến công ty xin phép nghỉ vì có công chuyện gấp rồi lên một chiếc xe điện, thẳng hướng về quê nhà.

"Thị trấn đã không còn là một thị trấn yên tĩnh hiền hòa ven biển như trong ký ức tôi. Qua giai đoạn thần kỳ phát triển kinh tế những năm 1960, giờ đây thị trấn đã trở thành một thành phố công nghiệp. Điều này làm cho cảnh vật bị biến đổi ghê gớm. Khu vực quanh nhà ga, nơi trước đây chỉ lác đác vài cửa hàng bán đồ lưu niệm bây giờ đầy rẫy hiệu buôn và rạp chiếu bóng duy nhất trong thành phố trước đây đã biến thành siêu thị. Ngay cả ngôi nhà cũ của tôi cũng không còn nữa. Người ta đã phá huỷ nó mấy tháng trước và giờ đây chỉ còn phơi bày mặt đất. Tất cả cây trong vườn bị đốn sạch, và những hạt giống nhú mầm đây đó trên đất đen. Không cần phải nói thì quý vị cũng biết rằng căn nhà của K cũng tan tành mây khói. Mảnh đất đó đã trở thành bãi giữ xe tháng; những chiếc xe hơi và xe tải xếp ngay hàng thẳng lối. Dù vậy, tôi cũng chẳng thấy luyến tiếc điều gì. Tôi đã rời bỏ nơi chốn này quá lâu rồi.

"Tôi dạo bước trên bờ biển, leo lên những bậc thang dẫn đến đỉnh con đê chắn sóng. Đối mặt với con đê, biển lúc nào cũng thế, luôn trải rộng, không ai có thể cản ngăn được. Đại dương rộng lớn vô cùng. Tôi có thể nhìn thấy đường chân trời liền mạch phía xa kia. Cảnh sắc đó vẫn y hệt như biển thuở xa kia. Biển trải rộng như xưa, sóng liếm láp bãi bờ vẫn thế, và những bóng người lang thang dọc theo triền sóng vẫn như xưa. Ánh sáng yếu ớt buổi hoàng hôn nhập nhoạng và mặt trời chậm chạp lặn xuống hướng tây như đang suy nghĩ một điều gì chăm chú lắm. Tôi ngồi xuống bờ biển, đặt hành lý cạnh bên và lặng lẽ ngắm hoàng hôn. Thật là một quang cảnh yên bình dễ chịu. Không có vẻ gì để gợi lên rằng một lần một trận bão càn quét tàn phá nơi này, nơi mà ngọn sóng thần đã cuốn trôi mất của tôi người bạn thân thiết nhất. Chắc chắn chẳng có ai ở nơi này có thể nhớ được chuyện gì đã xảy ra hơn bốn mươi năm về trước. Tôi bắt đầu tự hỏi mình, phải chăng tất cả chỉ là huyễn cảnh riêng tư gợi lên trong tâm trí tôi mà thôi?

"Tôi chợt nhận ra rằng bóng tối dày đặc vây quanh tôi bỗng nhiên biến mất. Cũng đột nhiên như khi xuất hiện, bóng tối đột ngột biến đi không để lại dấu vết. Tôi từ từ bước dần ra biển. Tôi đi đến bờ sóng và lội xuống biển mà không thèm xắn quần lên. Sóng vỗ vào đôi chân tôi vẫn còn đang mang giày. Sóng vẫn vỗ bờ như khi tôi còn nhỏ. Và như một lời đề nghị hòa bình, sóng vỗ về chân tôi, làm ướt giày và áo quần tôi. Sóng dâng lên từng hồi rồi lại rút xuống. Các du khách trố mắt lạ lùng nhìn tôi, nhưng tôi không cần quan tâm đến họ. Sau khi đứng như vậy một lúc lâu, tôi quay trở lên bờ.

"Tôi nhìn lên bầu trời. Những đám mây nhỏ màu xám nhạt như những túm bông gòn nhỏ lững lờ trôi. Trời không một gợn gió nên những đám mây như đứng yên một chỗ. Thật sự thì tôi không diễn tả được, nhưng hình như những đám mây đang trôi trên bầu trời kia như chỉ dành cho một mình tôi. Tâm trí đưa tôi trở về thời tuổi nhỏ, khi tôi ra khỏi nhà để kiếm tìm mắt bão, lúc đó tôi đã ngẩng lên ngắm nhìn trời xanh y như lúc này đây. Trục quay của thời gian đã làm một cú thắng rít kinh khủng trong tôi. Quá khứ và hiện tại trộn lẫn vào nhau, như căn nhà cũ kỹ của tôi bị phá hủy rồi tất cả mảnh vỡ cuộn tròn trong dòng xoáy của thời gian. Tất cả những thanh âm xung quanh ngừng lại và ánh sáng chập chờn hư ảo. Tôi mất thăng bằng và ngã xuống ngọn sóng nhấp nhô. Trái tim tôi phát ra một tiếng hét lớn chất chứa nơi cổ họng, trong khi tay chân tôi mất hết cảm giác. Tôi nằm sóng soài một lúc lâu, không gượng đứng dậy nổi. Nhưng tôi không sợ gì hết. Không có gì phải sợ. Tất cả đều đã là quá khứ.

"Từ lúc ấy tôi không còn gặp cơn ác mộng nào nữa. Tôi không còn thức dậy la hét vào nửa đêm. Tôi ước mình có thể bắt đầu lại cuộc đời và sống cho ra hồn. Nhưng chắc là không được. Đã quá trễ rồi. Từ giờ chắc tôi không còn nhiều thời gian nữa. Nhưng dù đã mất quá nhiều thời gian, tôi vẫn mừng vì mình đã trả hết nợ nần trước khi xuôi tay nhắm mắt và đã phục hồi được. Đúng như vậy đấy. Lẽ ra tôi có thể đến hết đời vẫn không được cứu chuộc, chỉ còn biết la hét vào hư vô đáng sợ.

Người thứ bảy ngừng lời một lát, đưa mắt nhìn khắp lượt những người ngồi xung quanh. Không ai nói một lời. Trong phòng chỉ còn tiếng thì thầm nhẹ nhàng của hơi thở. Không ai nhúc nhích. Gió đã lặng hoàn toàn, người ta không nghe thấy một thanh âm nào từ phía ngoài vọng vào. Như thể đang tìm lời, người thứ bảy một lần nữa mân mê cổ áo sơ mi.

"Điều tôi nhận thấy là, nỗi sợ thực sự đối với con người chúng ta thường không hẳn là nỗi kinh hoàng...," anh ta nói sau một hồi im lặng. "Nỗi kinh hoàng chắc chắn tồn tại đâu đó... Nó hiện ra dưới nhiều hình dạng khác nhau, và từng lúc nó vùi chôn chính sự hiện hữu của con người chúng ta. Nhưng điều đáng sợ nhất là chúng ta quay mặt đi và nhắm mắt lại trước nỗi sợ đó. Nếu làm như thế, chúng ta trở thành xa lạ với phần thiết yếu nhất của bản chất chúng ta. Trong trường hợp của tôi, đó là một con sóng."

Sinh nhật của nàng

Nàng vẫn đợi bên bàn thực khách như thường lệ dù hôm nay là ngày sinh nhật thứ hai mươi của nàng. Nàng luôn làm việc vào ngày thứ sáu nhưng nếu mọi chuyện diễn ra theo đúng kế hoạch thì vào thứ sáu này nàng sẽ được nghỉ. Cô gái làm bán thời gian kia đã đồng ý đổi ca cho nàng như chuyện đương nhiên. Bởi, thật là không bình thường khi vào đúng ngày sinh nhật thứ hai mươi của mình mà phải bưng bê cho khách món gnocchi bí ngô và món fritto hải sản, lại còn phải nghe tiếng quát tháo của người đầu bếp. Nhưng cô kia bị cảm lạnh nặng phải nằm nhà, bị tiêu chảy liên tục và sốt cao, thế là rốt cuộc cô ta nghỉ làm sau lời thông báo ngắn ngủi.

Nàng cố gắng làm an lòng cô gái kia khi cô ta gọi điện xin lỗi. “Đừng lo”, nàng nói. “Mình cũng chẳng có dự tính làm gì đặc biệt đâu, dù hôm nay là ngày sinh nhật thứ hai mươi của mình”.

Mà thật, cũng chẳng phải nàng thất vọng gì lắm. Lý do là cách đây mấy ngày, nàng mới cãi nhau một trận kịch liệt với bạn trai khi anh ta yêu cầu qua đêm với nàng. Họ đã cặp với nhau từ hồi cấp ba và thường cãi nhau vì những chuyện nhỏ nhặt. Nhưng chuyện đó càng ngày càng tệ hại hơn cho đến khi trở thành một cuộc đấu khẩu kịch liệt kéo dài, kịch liệt đến nỗi khiến nàng đủ quyết tâm cắt đứt mối quan hệ dài lâu của hai người mãi mãi. Có điều gì trong nàng đã đông cứng, đã chết. Từ sau biến cố đó, chàng chẳng gọi điện cho nàng và nàng cũng chẳng muốn gọi điện cho chàng.

Nàng làm việc ở một trong chuỗi những nhà hàng Ý khá nổi tiếng ở quận Roppongi sang trọng ở Tokyo. Chỗ này đã bắt đầu kinh doanh từ cuối những năm sáu mươi. Mặc dù món ăn không phải là số một nhưng danh tiếng của nhà hàng luôn được bảo toàn. Có rất nhiều khách hàng đến thường xuyên và họ không bao giờ phải thất vọng. Phòng ăn có một bầu không khí êm ả và thanh thản, không chút phô trương. Nhà hàng thu hút những khách hàng già cả hơn là đám trẻ, trong đó có một số người nổi tiếng thuộc giới sân khấu và các nhà văn.

Nhà hàng có hai người phục vụ làm sáu ngày một tuần. Nàng và một nữ phục vụ bán thời gian là sinh viên thay nhau làm mỗi người ba ca. Thêm vào đó có một người quản lý dưới nhà và tại bàn tiếp tân có một người phụ nữ trung niên ốm nhom ốm nhách như có mặt ở đó từ khi nhà hàng bắt đầu khai trương - đúng nghĩa là chỉ ngồi ở một chỗ như một nhân vật u buồn già nua của Little Dorrit vậy. Chính xác là bà ta chỉ làm hai nhiệm vụ: thanh toán tiền ăn của khách và trả lời điện thoại. Bà ta chỉ nói khi nào cần thiết và luôn mặc bộ váy đen. Bà ta có một vẻ gì khô cứng và lạnh lùng. Nếu bạn để bà ta rơi vào biển đêm, bà ta chắc chắn sẽ chìm và một cái thuyền nào đó sẽ đụng phải bà ta.

Người quản lý dưới nhà có lẽ gần năm mươi. Ông ta cao, vai rộng. Hình thể của ông khiến ta có thể đoán rằng thời trai trẻ ông là người đam mê thể thao. Nhưng giờ đây những mảng thịt núc ních đã bắt đầu tích tụ lại ở bụng và trên cằm ông. Tóc ông ngắn, cứng lưa thưa trên đỉnh đầu. Một cái mùi đặc trưng của một người già chưa vợ luôn quấn lấy ông như một tờ báo in bị cất trong ngăn kéo lâu ngày với vài viên thuốc ho vậy. Nàng có một ông chú độc thân có mùi y như thế.

Người quản lý luôn mặc bộ com lê đen, áo sơ mi trắng và thắt cravát không kẹp ghim. Thực ra thì ông tự tay mình thắt cravát. Một điều đáng nể là ông có thể thắt cravat rất chỉnh tề mà không phải soi gương. Công việc của ông là kiểm kê khách đến và khách đi, ghi nhớ những chỗ khách đã đặt trước, biết tên những khách hàng quen thuộc, mỉm cười chào họ, kính cẩn lắng nghe những lời than phiền của khách, khuyên thực khách nên dùng loại rượu nào một cách chuyên nghiệp, và xem xét công việc của những nam nữ phục vụ. Ông làm công việc của mình một cách khéo léo ngày này qua tháng khác. Ngoài ra ông còn có nhiệm vụ mang bữa tối lên phòng của chủ nhà hàng.

"Phòng ông chủ ở tầng sáu trên nhà hàng này", nàng nói. "Một căn hộ, văn phòng hay cái gì đại loại vậy".

Chẳng biết sao tôi và nàng lại quên đi dịp sinh nhật lần thứ hai mươi của mình. Một ngày đều xảy đến với mỗi người chúng ta. Hầu hết mọi người đều nhớ ngày họ bắt đầu hai mươi tuổi. Sinh nhật lần thứ hai mươi của nàng đã qua hơn mười năm trước.

"Tuy thế, chẳng bao giờ thấy mặt ông chủ ở nhà hàng. Chỉ duy có người quản lý thấy được mà thôi bởi vì công việc ông quản lý là mang cơm tối đến phòng ông chủ mà. Còn lại các nhân viên khác thì chẳng biết mặt mũi ông chủ ra sao cả".

"Vậy, căn bản là ông chủ ở nhà nhận cơm của chính nhà hàng của mình ư?"

"Đúng thế đấy", nàng nói. "Người quản lý phải mang bữa tối lên phòng ông chủ vào tám giờ mỗi tối. Đó là thời gian nhà hàng tất bật nhất, vì thế mà việc người quản lý đi vắng vào đúng lúc đó luôn là vấn đề với chúng tôi, nhưng chẳng còn cách nào khác vì bắt buộc phải vậy. Người ta đặt bữa tối vào một trong những cái xe đẩy của khách sạn dùng cho việc phục vụ phòng, rồi người quản lý, với vẻ kính cẩn, đẩy xe vào thang máy. Khoảng mười lăm phút sau, ông trở về tay không. Sau đó một tiếng, người quản lý lại trở lên và mang xuống chiếc xe đẩy với những chiếc đĩa và cốc chén không. Mỗi ngày, ông làm việc đó đúng răm rắp như đồng hồ vậy. Em nghĩ đây là điều kỳ quặc mà mình mới thấy lần đầu. Anh biết đấy. Nó giống như một loại lễ nghi tôn giáo vậy. Sau một thời gian, dù đã quen với điều đó, em vẫn nghĩ y như thế".

Người chủ dùng món gà đều đặn mỗi ngày. Chỉ có cách nấu nướng và món rau là khác đôi chút. Nhưng phần chính vẫn luôn là gà. Một người đầu bếp trẻ tuổi có lần bảo nàng rằng anh ta đã thử nấu tù tì món gà nướng suốt một tuần liền chỉ để xem thử có chuyện gì xảy ra không nhưng chẳng nghe thấy một lời phàn nàn nào cả. Dĩ nhiên là đầu bếp luôn thử đủ cách nấu nướng khác nhau. Và mỗi người đầu bếp mới đều muốn tự thử thách mình bằng cách chế biến đủ kiểu nấu gà mà anh ta có thể nghĩ ra. Họ làm món nước xốt tinh tế hơn, thử lấy gà từ nhiều nguồn cung cấp khác nhau. Nhưng không nỗ lực nào có hiệu quả. Như thể họ chỉ thảy những viên đá vào cái hang rỗng. Lần lượt mỗi người trong bọn họ dần bỏ cuộc và lại nấu phục vụ ông chủ món gà tiêu chuẩn cho mỗi ngày. Đó là tất cả những gì họ có thể nói".

Công việc vẫn bắt đầu như thường lệ vào ngày mười bảy tháng mười một - ngày sinh nhật lần thứ hai mươi của nàng. Trời đổ mưa rải rác từ chiều, đến chập tối thì mưa như trút nước. Vào lúc năm giờ, người quản lý tập trung nhân viên lại để giải thích những công việc đặc biệt cho ngày hôm nay. Các phục vụ viên bắt buộc phải học thuộc lòng từng chữ mà không được dùng giấy để ghi nhớ: thịt bê vùng Milan, mì ống với cá mòi và cải bắp, kem hạt dẻ. Đôi khi người quản lý đến từng bàn để hỏi xem thực khách thấy thế nào. Sau đó đến bữa ăn của các nhân viên: ấy là để các nhân viên phục vụ khỏi than phiền đói bụng khi cứ phải đứng đó mà phục vụ thực khách.

Nhà hàng mở cửa lúc sáu giờ, nhưng vì mưa lớn nên khách đến chậm. Nhiều suất đặt trước bị hủy bỏ. Lý do đơn giản là vì quý bà không muốn mưa làm bẩn váy áo chẳng hạn. Người quản lý mím môi đi qua đi lại, các nhân viên phục vụ giết thời gian bằng cách lau chùi những hộp muối, hộp tiêu hay tán gẫu với mấy tay đầu bếp về việc nấu nướng. Nàng vừa phục vụ một cặp thực khách đang ngồi ở bàn trong phòng ăn vừa lắng nghe tiếng đàn clavico phát ra dè dặt từ cái loa trên trần nhà. Một làn hương nồng của cơn mưa cuối thu lan tỏa vào trong nhà hàng.

Khi người quản lý bắt đầu cảm thấy mệt là vào lúc hơn bảy giờ rưỡi. Ông loạng choạng đi về chiếc ghế và ngồi đó một lúc lâu, ôm chặt lấy bụng như thể vừa bị bắn một phát đạn. Mồ hôi trơn nhẫy dính chặt vào trán. Và ông lảm nhảm: "Chắc tôi phải đến bệnh viện thôi". Đối với ông, việc sức khỏe không ổn là sự kiện bất thường nhất. Hơn mười năm nay, từ ngày ông bắt đầu làm việc tại nhà hàng này, chưa một lần ông vắng mặt. Đó là một điểm đáng nể khác nữa. Ông chưa từng nghỉ làm vì bị thương hay bệnh tật gì, nhưng sự nhăn nhó đau đớn của ông cho thấy rõ ràng là ông đang lâm vào một tình cảnh vô cùng tệ hại.

Nàng cầm ô bước ra ngoài gọi tắc xi. Một nam phục vụ bình tĩnh dìu người quản lý ra ngoài, leo lên xe tắc xi và đưa ông đến một bệnh viện gần đó. Trước khi cúi mình chui vào tắc xi, người quản lý nói với nàng bằng một giọng khàn khàn: "Tôi muốn cô mang bữa tối lên phòng 604 vào lúc tám giờ. Cô chỉ cần làm mỗi một việc là ấn chuông và nói "bữa ăn của ông đây ạ" rồi quay gót".

"Phòng 604, đúng không?", nàng nói.

"Lúc tám giờ", ông ta lặp lại. "Nhớ đúng giờ đấy nhé". Mặt mũi lại nhăn nhó, người quản lý bước lên xe và chiếc xe đưa ông đi mất hút.

Chẳng có dấu hiệu gì cho thấy mưa sẽ tạnh sau khi người quản lý đi khỏi và thực khách đến thưa thớt. Chỉ có một hai bàn là có khách ngồi riêng biệt mà thôi. Vì thế nếu người quản lý và một nhân viên phải vắng mặt vào lúc này thì cũng không thành vấn đề. Chứ như mọi khi thì mọi chuyện sẽ rối tinh rối mù đến mức nếu tất cả nhân viên có chút thời gian rảnh đủ để pho to một tờ giấy thì đúng là chuyện lạ.

Khi bữa tối dành cho ông chủ sẵn sàng vào lúc tám giờ, nàng đẩy xe kéo vào trong thang máy lên tầng sáu. Đây là bữa ăn tiêu chuẩn dành cho ông ta: một nửa chai rượu vang đỏ đã mở nút, một bình cà phê nóng, phần gà với rau hấp, bánh mì và bơ. Mùi hương ngào ngạt của món gà nấu chín nhanh chóng lan tỏa khắp buồng thang máy nhỏ bé, lẫn với mùi mưa. Những giọt mưa rải rác trên sàn thang máy chứng tỏ có ai đó vừa bước vào đây với cây dù ướt.

Nàng đẩy xe ra hành lang. Dừng trước cửa phòng 604, nàng nhớ lại thêm một lần nữa: đúng là phòng 604. Đúng phòng này rồi. Nàng hắng giọng rồi nhấn chuông cửa.

Không có tiếng trả lời. Nàng đứng đó ít nhất là khoảng hai mươi giây. Và ngay khi nàng nghĩ mình cần phải ấn chuông thêm một lần nữa thì cửa bật mở vào trong, và một ông già ốm nhom xuất hiện. Ông ta thấp hơn nàng khoảng trên dưới mười phân. Ông ta mặc vét đen và thắt cà vạt. Tương phản với cái áo sơ mi trắng, chiếc cravát màu nâu vàng nổi bật hẳn lên như chiếc lá vàng khô. Người chủ cho nàng một ấn tượng rất sạch sẽ. Quần áo ông ta được là phẳng phiu hoàn hảo, mái tóc bạc chải mượt. Ông ta trông như thể sắp đi ngoài trời đêm để đến dự một cuộc tụ tập nào đó. Những nếp nhăn gấp khúc trên trán ông ta khiến nàng nghĩ đến những hẻm núi sâu trong một bức không ảnh.

"Bữa tối của ông đây ạ", nàng nói bằng giọng khàn khàn và lại yên lặng đằng hắng. Nàng thường bị khàn giọng mỗi khi có chuyện gì căng thẳng.

"Bữa tối ư?"

"Vâng, thưa ông. Người quản lý bệnh đột ngột nên tôi phải làm thay ông ta ngày hôm nay. Đây là bữa tối của ông".

"A, tôi hiểu rồi". Người chủ già đáp lời như thể ông đang độc thoại với chính mình, tay vẫn đặt trên nắm xoay cửa. "Bệnh ư? Cô không đùa đấy chứ?"

"Ông quản lý đột nhiên bị đau dạ dày. Và ông ta đã đến bệnh

viện. Ông ta nghĩ mình bị đau ruột thừa".

"Ồ, thật tệ quá", người chủ già nói, đưa những ngón tay vuốt các nếp nhăn trên trán. "Thật là quá tệ".

Nàng lại hắng giọng một lần nữa.

"Tôi mang bữa ăn vào phòng ông nhé", nàng nói.

"À, vâng, dĩ nhiên rồi".

Người chủ già đáp.

"Vâng, dĩ nhiên rồi, nếu đó là điều cô muốn. Thật tốt cho tôi".

Nếu mình muốn ư? Nàng nghĩ thầm. Cách nói lạ lùng thật đấy. Mình phải muốn một điều gì ư?

Người đàn ông già mở cửa nhường lối, nàng đẩy xe vào trong. Sàn nhà được trải thảm màu xanh nhạt, không có lấy một chỗ để tháo giày. Căn phòng đầu tiên là một văn phòng lớn, như thể căn hộ này là chỗ làm việc hơn là một chốn ẩn cư. Cửa sổ căn phòng nhìn ra tháp Tokyo gần đó. Bộ khung thép của cái tháp hiện rõ trong ánh đèn. Một cái bàn làm việc lớn kê cạnh cửa sổ, cạnh đó là hai trường kỷ nằm đối mặt nhau. Người chủ chỉ cái bàn cà phê nhựa mỏng trước trường kỷ. Nàng đặt bữa ăn của ông ta lên bàn: chiếc khăn ăn màu trắng và đồ ăn bằng bạc, bình cà phê và chén, rượu và cốc rượu, bánh mì và bơ, đĩa gà nấu với rau hấp.

"Ông có thể vui lòng đặt mấy cái dĩa ra hành lang như thường lệ được không? Tôi sẽ quay lại lấy sau một tiếng nữa".

Lời nói của nàng dường như làm người chủ từ bỏ một dự tính đáng khen khi ăn tối. "Ồ, vâng, dĩ nhiên rồi. Tôi sẽ đặt ra hành lang. Trên xe đẩy. Trong vòng một tiếng nữa. Nếu như cô muốn".

Vâng, trong thâm tâm mình, lúc ấy nàng đáp lại như thế. Chính xác như điều tôi mong muốn. "Tôi còn có thể làm gì cho ông nữa không?"

"Không, không cần đâu". Ông ta đáp sau một thoáng cân nhắc. Ông ta mang một đôi giày đen được đánh đến láng bóng. Đôi giày nhỏ và lịch thiệp. Ông ta là một người bảnh tỏn hợp thời trang, nàng nghĩ. Và ông ta trông rất hợp với tuổi tác.

"Vậy thì, thưa ông, tôi phải quay lại làm việc đây".

"Không, đợi chút đã", ông ta nói.

"Gì vậy, thưa ông?"

"Cô có thể dành cho tôi khoảng năm phút được không, thưa cô? Tôi có vài điều muốn nói với cô".

Lời đề nghị của ông ta quá lịch sự đến mức làm nàng đỏ mặt. "Dạ, tôi nghĩ là được thôi ạ", nàng nói. "Ý của tôi là nếu chỉ khoảng năm phút thì được ạ". Nói gì thì nói, ông ta là chủ của nàng. Ông ta trả tiền làm theo giờ cho nàng mà. Đó đâu phải là câu hỏi cầu xin nàng hay lấy mất thời gian của nàng đâu. Với lại ông già này trông không có vẻ gì là sẽ làm hại nàng.

"Này, cô bao nhiêu tuổi?", người chủ già hỏi. Ông ta khoanh tay đứng cạnh bàn, nhìn thẳng vào mắt nàng.

"Bây giờ tôi hai mươi tuổi".

"Bây giờ là hai mươi tuổi à?", ông ta lặp lại và nheo mắt như thể đang nhìn qua một cái khe nào đó. "Bây giờ là hai mươi tuổi à? Khi nào vậy?"

"À, tôi vừa mới hai mươi tuổi", nàng nói. Sau một thoáng ngập ngừng, nàng nói thêm: "Hôm nay là sinh nhật tôi, thưa ông".

"Tôi hiểu", ông ta nói và xoa cằm như thể việc này có thể giải thích rất nhiều điều.

"Hôm nay phải không? Hôm nay là sinh nhật lần thứ hai mươi của cô à?"

Nàng im lặng gật đầu.

"Vậy là đời cô trên mặt đất này bắt đầu khởi sự đúng hai mươi năm về trước."

"Vâng thưa ông", nàng nói.

"Đúng như vậy đấy ạ".

"Tôi hiểu, tôi hiểu", ông ta nói. "Tuyệt quá. Vậy thì chúc mừng sinh nhật cô"

"Xin cám ơn ông nhiều", nàng nói. Và nàng cảm thấy vui vì lần đầu tiên trong ngày có người chúc mừng sinh nhật nàng. Dĩ nhiên nếu cha mẹ nàng đang sống ở Ota thì đã gọi điện cho nàng, và khi trở về nhà sau giờ làm việc nàng sẽ thấy một lời nhắn chúc mừng sinh nhật trong máy điện thoại để bàn.

"A, đây chắc hẳn là một cái cớ để tiệc tùng kỷ niệm đây", ông ta nói.

"Chúng ta nâng cốc chúc mừng đi thôi. Chúng ta có thể uống chai rượu vang đỏ này".

"Cám ơn ông. Nhưng tôi không thể. Tôi đang làm việc mà".

"Ồ, làm một cốc nhỏ thì có hại gì đâu mà. Chẳng có ai phàn nàn cô nếu tôi nói rằng mọi chuyện đều ổn. Chỉ là một cốc kỷ niệm cho dịp này thôi mà".

Người chủ già trượt cái nút chai ra, rót một ít rượu vào cốc của ông ta rồi mời nàng. Đoạn ông lấy một cái cốc rượu thường trong cái tủ kính và rót cho mình.

"Chúc mừng sinh nhật cô", ông ta nói.

"Chúc cô có một cuộc sống giàu sang, thành đạt và không có gì phủ bóng tối lên cuộc đời cô".

Rồi họ chạm cốc.

"Và không có gì phủ bóng tối lên cuộc đời cô".

Nàng yên lặng nhẩm lại lời chúc của ông ta dành cho nàng. Tại sao ông ta lại chọn cách nói lạ lùng như thế cho lời chúc mừng sinh nhật nàng?

"Ngày sinh nhật lần thứ hai mươi chỉ đến một lần trong đời thôi cô ạ. Đó là ngày không thể nào thay thế được".

"Vâng thưa ông, tôi biết", nàng nói và cẩn thận chiêu một ngụm rượu.

"Và này, trong ngày đặc biệt của cô thế này mà lại phiền cô mang bữa tối cho tôi như một nàng tiên tốt bụng vậy".

"Tôi chỉ làm công việc của mình thôi, thưa ông".

"Nhưng mà", ông già nói và lắc đầu nhanh vài cái, "nhưng mà cô gái trẻ dễ thương".

Ông già ngồi xuống chiếc ghế da cạnh bàn và ra hiệu cho nàng ngồi xuống chiếc trường kỷ. Nàng rón rén cúi người ngồi ở mép trường kỷ, cầm cốc rượu trên tay. Hai đầu gối xếp bên nhau, nàng sửa áo và lại hắng giọng. Nàng nhìn những giọt mưa chảy dọc theo nhau trên tấm kính cửa sổ. Căn phòng yên lặng lạ thường.

“Hôm nay là sinh nhật lần thứ hai mươi của cô. Và trên hết cô đã mang cho tôi một bữa ăn ấm nóng tuyệt vời”. Người đàn ông già nói, như thể tái xác nhận lại tình thế này. Rồi ông tháo kính để trên bàn, nghe một tiếng “cạch” nhỏ.

“Cô có nghĩ đây là một cuộc hội ngộ đặc biệt không?”

Nàng gật đầu nhưng không tin chắc lắm.

“Ấy là lý do tại sao tôi cảm thấy điều quan trọng là tôi phải tặng cô một món quà sinh nhật,” ông ta vừa nói vừa đưa tay cầm cái nút thắt ca ra vát màu lá cây héo.

“Một ngày sinh nhật đặc biệt cần một món quà kỷ niệm đặc biệt”.

Cảm thấy bối rối, nàng lắc đầu và nói:

“Đừng, xin ông đừng nghĩ ngợi sâu xa gì. Tôi chỉ làm việc mà người ta yêu cầu thôi, đó là mang bữa tối đến cho ông”.

Người đàn ông già đưa hai tay hướng về phía nàng.

“Đừng cô, xin cô đừng nghĩ thế”. “Quà tặng” mà tôi dành cho cô không phải là một vật gì hữu hình có giá tiền đâu. Nói đơn giản”, ông ta đặt hai tay lên bàn rồi từ từ thở một hơi dài, “điều mà tôi muốn làm cho một nàng tiên trẻ trung dễ thương như cô là ban cho cô một quyền năng, làm cho điều ước của cô thành sự thật. Bất cứ điều gì. Bất cứ điều gì cô mong ước - giả dụ là cô có một điều ước như thế”.

“Một điều ước ư?”, nàng hỏi, cổ họng khô khốc.

“Điều gì đó mà cô muốn thành hiện thực. Nếu cô có một điều

ước - chỉ một điều thôi, tôi sẽ biến nó thành hiện thực. Đấy là món quà sinh nhật mà tôi có thể tặng cô. Nhưng cô nên suy nghĩ thật kỹ, bởi tôi chỉ tặng cho cô đúng một lần thôi". Ông ta giơ một ngón tay lên trời. "Chỉ một điều duy nhất. Cô không được thay đổi và rút lại điều ước của mình đâu".

Nàng lúng túng không biết phải nói sao. Một điều ước ư? Gió quất những giọt mưa thất thường rơi đập vào kính cửa sổ. Trong khi nàng yên lặng, ông già nhìn thẳng vào mắt nàng, không nói một lời. Thời gian loạn nhịp gõ bên tai nàng.

"Tôi phải ước điều gì ư? Và điều ước đó sẽ được ban cho tôi ư?"

Thay vì trả lời câu hỏi của nàng, ông già - hai tay vẫn đặt cạnh nhau trên bàn - chỉ mỉm cười. Nụ cười rất mực tự nhiên và thân ái.

"Cô có ước một điều gì đó hay không?", ông ta hỏi nhẹ nhàng.

"Điều này đã thực sự xảy ra đấy", nàng nói, nhìn thẳng vào tôi. "Em không bịa chuyện đâu".

"Dĩ nhiên là không rồi", tôi nói. Nàng đâu phải loại người có thể bịa ra những câu chuyện ngu ngốc từ không khí loãng. "Vậy... rồi em có ước điều gì không?"

Nàng tiếp tục nhìn tôi trong một thoáng rồi khẽ thở dài.

"Đừng làm khó em chứ", nàng nói.

"Nghiêm túc thì em cũng không tin ông ta 100 phần trăm đâu. Ý em muốn nói là vào tuổi hai mươi, anh hoàn toàn không sống trong thế giới những câu chuyện thần tiên nữa. Nhưng dù cho đó là một chuyện đùa đi nữa, em cũng phải theo ông ta, không để ông ta lâm vào tình thế khó xử. Ông ta là một ông già bảnh bao sang trọng, ánh mắt tinh anh, vì thế em quyết định nhập cuộc chơi cùng với ông ta. Nói gì thì nói, đó là ngày sinh nhật lần thứ hai mươi của em, và em cũng muốn có một điều khác lạ xảy đến cho mình vào ngày đó. Đây không phải là chuyện tin hay không tin".

Tôi gật đầu, không nói một lời.

"Em chắc là anh hiểu lúc đó em cảm thấy thế nào. Ngày sinh nhật lần thứ hai mươi của em gần qua đi mà chẳng có gì đặc biệt xảy ra, không ai chúc mừng sinh nhật em lấy một lời và tất cả những điều em làm là mang món Tortellini với nước xốt cá đến bàn của khách".

Tôi lại gật đầu. "Đừng lo", tôi nói. "Anh hiểu mà".

"Vì thế mà em đã ước một điều".

Ông già vẫn nhìn nàng chăm chú, không nói một lời, hai tay vẫn đặt trên bàn. Trên bàn có nhiều tấm bìa dày chắc để ghi chú sách, một hộp đựng viết, một quyển lịch, một cái đèn hắt bóng màu xanh. Giữa chúng là hai bàn tay nhỏ bé của ông già, trông như một bộ dụng cụ khác nữa ở trên bàn. Mưa tiếp tục đập vào kính cửa, ánh đèn tháp Tokyo thấm qua những hạt mưa vỡ nát.

Những nếp nhăn trên trán ông ta hơi chau lại.

"Đó là điều ước của cô ư?"

"Vâng", nàng nói.

"Đó là điều ước của tôi".

"Một điều ước hơi khác thường đối với một cô gái tuổi như cô", ông ta nói.

"Tôi ngỡ là một điều gì khác cơ".

"Nếu nó không tốt thì tôi sẽ ước một điều khác", nàng nói, hắng giọng. "Tôi không phiền gì đâu. Tôi sẽ ước một điều khác vậy".

"Không, không", ông già nói, giơ hai tay vẫy vẫy như lá cờ. "Chẳng có gì tệ đâu, hoàn toàn không có gì đâu. Tôi chỉ ngạc nhiên một tí thôi, thưa cô. Sao cô không ước điều khác? Chẳng hạn như muốn mình trở nên xinh đẹp hơn, hay tài trí hơn, hay giàu có? Sao cô không ước những thứ như vậy? Những thứ mà các cô gái bình thường mong muốn?"

Phải mất một lúc nàng mới tìm ra cách diễn đạt đúng ý mình. Ông già chỉ đợi, không nói một lời, hai tay vẫn để yên trên bàn.

"Dĩ nhiên là tôi muốn mình xinh đẹp hơn tài trí hơn, hay giàu có. Nhưng thật sự tôi không thể hình dung ra điều gì sẽ xảy đến cho tôi nếu một trong những điều đó thành hiện thực. Có lẽ tôi sẽ không kham nổi. Tôi vẫn chưa thật sự biết gì về cuộc đời. Tôi không biết cuộc đời tôi sẽ ra sao".

"Tôi hiểu", ông già vừa nói vừa đan những ngón tay vào nhau rồi lại buông ra. "Tôi hiểu".

"Vậy thì điều ước của tôi được chứ?"

"Dĩ nhiên", ông ta nói. "Dĩ nhiên, chuyện đó chẳng khó gì đối với tôi".

Ông già đột nhiên nhìn chăm chú vào một điểm trong không trung. Những nếp nhăn trên trán hằn sâu; có thể đó là chính những nếp nhăn ở vỏ não khi ông tập trung suy nghĩ. Ông dường như đang chăm chú nhìn cái gì đó, có lẽ là một khối vô hình lơ lửng trong không trung. Ông giang rộng hai cánh tay, hơi nhấc mình lên khỏi ghế, rồi đập hai tay vào nhau vang một tiếng "chát" khô khốc. Ngồi lại xuống ghế, ông ta chậm chạp đưa tay xoa những nếp nhăn trên trán như xoa dịu chúng, rồi ông quay về phía nàng, cười nhẹ nhàng.

"Xong rồi", ông ta nói. "Điều ước của cô đã được thực hiện".

"Xong rồi ư?"

"Vâng, chẳng có vấn đề gì đâu. Điều ước của cô đã thành hiện thực rồi, thưa cô gái dễ thương. Chúc mừng sinh nhật cô. Cô có thể trở lại làm việc được rồi. Đừng lo. Tôi sẽ đẩy xe ra hành lang".

Nàng vào tháng máy trở xuống nhà hàng. Hai tay trống rỗng, nàng cảm thấy một chút bối rối nhẹ nhàng. Như thể nàng mới bước vào một vở kịch bí ẩn nào đó.

"Em không sao chứ? Em có vẻ khác thường đấy", người phục vụ trẻ nói với nàng.

Nàng cười với anh ta một nụ cười khó hiểu và lắc đầu. "Ồ, thật vậy à? Em có sao đâu".

"Nói cho anh biết về ông chủ đi. Ông ta trông thế nào?"

"Em không biết. Em có nhìn kỹ ông ta đâu", nàng nói để cắt ngang câu chuyện.

Một tiếng sau, nàng lên mang cái xe đẩy xuống. Chiếc xe nằm ngoài hành lang, bát đĩa đặt trong đó. Nàng mở nắp ra và nhận thấy món gà và rau đã biến mất, chai rượu và bình cà phê đã rỗng, cửa phòng 604 đã đóng lại, vô cảm. Nàng nhìn chăm chú cánh cửa một lúc lâu, cảm thấy như thể nó sẽ mở ra bất cứ lúc nào, nhưng cánh cửa vẫn đóng im ỉm. Nàng đẩy chiếc xe xuống thang máy đến chỗ người rửa bát. Người đầu bếp nhìn vào cái đĩa trống không như thường lệ và gật đầu bâng quơ.

"Em chẳng bao giờ gặp ông chủ thêm lần nào nữa", nàng nói. "Không một lần nào nữa. Người quản lý hóa ra chỉ bị đau bụng thường thôi, ngày hôm sau ông ta đã trở lại công việc mang cơm cho ông chủ. Sau Tết em nghỉ việc và không trở lại đó lần nào nữa. Em không biết tại sao, em chỉ cảm thấy tốt hơn là không nên lảng vảng gần nơi đó, kiểu như một dạng linh cảm vậy".

Nàng nghịch miếng giấy lót cốc, miên man với những suy nghĩ của mình. "Đôi khi em có cảm giác rằng mọi thứ đã xảy ra vào ngày sinh nhật lần thứ hai mươi chỉ một loại ảo tưởng nào đấy. Có điều gì đó đã xảy ra khiến em nghĩ rằng những gì xảy ra không thật là đã xảy ra. Nhưng em biết chắc rằng điều đó đã xảy ra. Đến bây giờ em vẫn có thể hồi tưởng lại rõ ràng từng vật dụng, từng món đồ trang trí trong căn phòng 604. Và mọi chuyện xảy đến cho em ở đó đã thực sự xảy ra, và điều đó cũng có một ý nghĩa quan trọng đối với em".

Hai chúng tôi yên lặng một lúc lâu, uống rượu và để mặc cho những suy nghĩ của mình lan man.

"Em có phiền nếu anh hỏi em một điều không?", tôi hỏi. "Chính xác là hai điều đấy".

"Anh cứ hỏi đi". Nàng nói.

"Em hình dung anh sẽ hỏi em đã ước gì lúc đó. Đó là điều đầu tiên anh muốn biết đúng không?"

"Nhưng có vẻ như em không muốn nói thì phải".

"Vậy sao?"

Tôi gật đầu.

Nàng đặt miếng giấy lót cốc xuống và nheo mắt lại như thể đang nhìn cái gì đó ở khoảng cách xa. “Anh biết đấy, ngay cả anh cũng chẳng nói cho ai biết điều ước của mình đúng không?”

“Anh có bắt em phải nói đâu”, tôi nói. “Anh chỉ muốn biết điều ước đó có thành hiện thực hay không mà thôi. Và dù điều ước đó là gì đi nữa nhưng khi nó đã thành hiện thực thì về sau em có bao giờ hối tiếc đã chọn nó không. Đã bao giờ em cảm thấy tiếc vì không chọn điều ước khác chưa?”

“Lời đáp cho câu hỏi đầu tiên là vừa có vừa không. Có lẽ em còn phải sống nhiều. Em vẫn chưa được thấy mọi chuyện sẽ kết thúc ra sao”.

“Vậy điều ước đó phải mất nhiều thời gian mới trở thành hiện thực à?”

“Anh có thể nói như thế. Thời gian đóng vai trò rất quan trọng đấy”.

“Giống như khi nấu một số món ăn nào đó ư?”

Nàng gật đầu.

Tôi nghĩ một lát, nhưng điều duy nhất tôi có thể hình dung ra là một cái bánh khổng lồ đang được hấp từ từ trong lò ở nhiệt độ thấp.

“Vậy còn lời đáp cho câu hỏi thứ hai?”

“Anh nói lại đi”.

“Có bao giờ em hối tiếc vì mình đã chọn điều ước đó không?”

Một thoáng im lặng tiếp theo sau. Đôi mắt nàng nhìn tôi dường như đã mất chiều sâu. Cái bóng khô khan của nụ cười thoáng qua khóe miệng nàng cho tôi cảm giác im lặng của một sự nhẫn nhục.

"Giờ em đã lập gia đình", nàng nói. "Với một nhân viên kế toán hơn em ba tuổi. Em đã có hai con, một trai, một gái. Nhà em có nuôi một con chó lông xù Ireland. Em lái một chiếc Audi và một tuần hai lần đi đánh tenis với bạn. Đấy là cuộc đời em đang sống".

"Nghe khá là tuyệt đấy", tôi nói.

"Ngay cả khi cái thanh chắn của chiếc Audi có hai vết va chạm ư?"

"Này, cái thanh chắn được làm ra để chịu va đập mà".

"Đó có thể là một mác quảng cáo hay cho thanh chắn," nàng nói. "Thanh chắn được làm ra để chịu va đập".

Tôi nhìn vào miệng nàng khi nàng nói chuyện.

"Điều mà em đang cố nói với anh là thế này", nàng nói dịu dàng hơn, gãi gãi đôi tai. Tai nàng có hình dáng tuyệt đẹp. "Bất luận người ta ước muốn điều gì, bất luận họ đi xa đến đâu, người ta cuối cùng cũng trở thành chính mình chứ không phải ai khác. Có vậy thôi".

"Lại một cái mác quảng cáo hay khác cho thanh chắn đây", tôi nói. "Dù đi xa đến đâu, con người cuối cùng cũng trở thành chính mình chứ không phải ai khác".

Nàng cười lớn với vẻ hài lòng thực sự và cái bóng mờ biến mất.

Nàng tựa khuỷu tay lên bàn nhìn tôi. "Nói cho em nghe", nàng nói. "Anh sẽ ước điều gì nếu anh rơi vào tình huống như em?"

“Ý em nói là vào đêm sinh nhật lần thứ hai mươi?”

“À, ừ”.

Tôi nghĩ một lúc lâu nhưng không tìm ra điều ước nào.

“Anh chẳng nghĩ được gì cả”, tôi thú nhận. “Anh đã quá xa cái tuổi hai mươi đó rồi”.

“Anh thực sự không thể nghĩ ra được điều gì à?”

Tôi gật đầu.

“Ngay cả một điều cũng không?”

“Không một điều gì”.

Nàng nhìn thẳng vào mắt tôi và nói: “Đó là bởi anh đã thực hiện điều ước của mình rồi”.

Folklore của thời đại chúng ta

Lời dẫn chuyện:

Đây là một câu chuyện có thật vào những năm sáu mươi. Thời của chính Haruki Murakami. Một chuyện tình buồn. Quá buồn. Tác giả xem đó là những sự kiện "truyền thống văn hóa" mà mình góp nhặt và thuật lại như một chứng nhân lịch sử.

Nhân vật chính của câu chuyện là một cặp tình nhân hoàn hảo vào thời đó. Cả hai người làm lớp trưởng trường cấp 3, học giỏi, biết chơi thể thao, là người tổng kết ý kiến trong các cuộc thảo luận ở lớp. Anh chị sạch sẽ ("clean") như trong quảng cáo kem đánh răng. Tình yêu của họ kéo dài suốt bốn năm nhưng cuối cùng tan vỡ vì giá trị truyền thống. "Ngay đến những xúc chạm sinh lý, họ cũng có luật của mình. Không bao giờ cởi bỏ quần áo, chỉ dùng tay sờ soạng nhau mà thôi. Một tuần một lần, họ ở chung với nhau một buổi chiều trong phòng ngủ của người này hay người kia. Cả hai nhà đều yên tĩnh. Cha đi vắng. Mẹ ra ngoài có việc. Họ dành cho nhau từ mười đến mười lăm phút để sờ soạng nhau say sưa rồi quay trở về với việc học tập, ngồi cạnh nhau. "Được rồi chứ nhỉ? Quay trở về sách vở thôi". Nàng nói và kéo thẳng chiếc áo sơ mi của mình".

Nàng muốn giữ trinh tiết đến khi lập gia đình, chàng muốn chiếm hữu thân xác người yêu. Nàng hứa rằng "Em sẽ ngủ với anh, nhưng không phải bây giờ. Sau khi lập gia đình, em sẽ ngủ với anh. Em hứa".

Và rồi hai người chia tay.

Chàng vào làm một hãng kinh doanh. Nàng lấy chồng là một đạo diễn nhưng không có con. Nàng gọi điện cho chàng trong lúc chàng kinh doanh khó khăn, nhắc lại việc thực hiện lời hứa năm xưa. Nhưng đúng như chàng thuật lại: "Chúng tôi ôm ghì nhau," anh ta nói, "nhưng tôi không ngủ với nàng. Nàng không trút bỏ quần áo. Chúng tôi dùng tay sờ soạng nhau như những ngày xưa cũ. Tôi nghĩ như thế là tốt nhất. Có lẽ nàng cũng nghĩ như vậy. Chúng tôi vuốt ve nhau rất lâu, lâu lắm. Không ai nói lời nào. Có gì để chúng tôi nói? Đó là cách duy nhất để chúng tôi nhận ra nhau sau những năm xa cách. Như khi chúng tôi còn học ở trường. Tất nhiên, mọi thứ giờ đã khác. Có lẽ tình dục bình thường tự nhiên sẽ giúp chúng tôi hiểu nhau hơn. Và có lẽ nó sẽ làm cho chúng tôi cùng vui vẻ, hạnh phúc. Nhưng chúng tôi đã trải qua thời đó từ lâu rồi. Những ngày đó đã bị khóa chặt và không ai có thể phá dấu niêm phong".

Haruki Murakami không lên án quan niệm trinh tiết, cũng không lên án những giá trị đạo đức của những năm sáu mươi. Nhưng như tác giả viết: "Và chỉ có một điều tôi muốn bạn hiểu: tôi chẳng có chút tự hào về thời đại mình". Sau khi ra trường, có việc làm, nhân vật chính của câu chuyện mới nhận ra rằng thế giới này đủ lớn để cho những giá trị khác nhau có thể cùng tồn tại. Những giá trị làm nên con người nhưng cũng làm nên vết thương đời người. Cảm thấy mình bơ vơ vì không bị "nhốt trong hộp" nữa là cảm giác vô cùng phi lý. Phi lý nhưng có thật. Đó là cảm giác của nhân vật chính của câu chuyện này. Bởi ngay từ nhỏ chúng ta đã như chim nhốt trong lồng, không làm chủ được cuộc đời mà chỉ biết tuân theo "các bậc cao niên" dạy bảo. Cuối cùng là gì ư? Chỉ là một cái ngục lớn giam hãm con người mà thôi. Những thiên tài xuất hiện trong cơn thịnh nộ như Nietzsche, như Nagarjuna, như Bồ Đề Đạt Ma muốn phá hủy giá trị để âm thầm tái tạo bình minh. Nào thấy gì ngoài cô đơn miên viễn, những lời nguyền rủa của đám đông hiện thế và bóng tối những cơn điên? Mỗi thời đại có những giá trị riêng của mình. Chính vì thế mà những vết thương khác nhau, đặc biệt cho từng thế hệ. Con người tự đâm chính mình bằng những thứ ta tự mình huyễn hoặc, tự mình tấn phong, rồi tự mình làm ngục thất cho chính mình. Và kết thúc công cuộc hiện sinh làm người bằng huyệt tự mình đào sẵn, tay trắng như từ khi lạc bước vào thế giới này?

Đó là những tư tưởng gợi lên trong tác phẩm. Nhìn qua nó giống như câu truyện cười. "Và khi mọi chuyện kết thúc, nhà vua và cận thần phá lên cười," cuối cùng anh nói. " Tôi luôn nghĩ đến câu này khi nhớ lại ngày tháng đó". Tôi đoán nó là một phản xạ có điều kiện. Tôi không biết có phải không, nhưng nỗi buồn dường như luôn chứa đựng vài câu chuyện hài hước nhỏ lạ lùng".

Bởi câu chuyện là câu chuyện đời của tất cả chúng ta. Chính vì thế mà tuy không phải là một bài luân lý mới nhưng nó là kinh nghiệm sống của cả bao nhiêu thế hệ. "Đó là lý do tôi không thể cười nổi khi nghe anh nói chuyện. Đến bây giờ tôi vẫn không thể cười".

Đó có lẽ cũng là thái độ của chúng ta.

*

Tôi sinh năm 1949, bắt đầu vào trường cấp 3 năm 1963 và nhập học trường cao đẳng năm 1967. Thế rồi cuộc bạo loạn điên rồ năm 1968 xảy ra vào đúng năm tôi hai mươi tuổi, nếu không thì lẽ ra tôi đã có một năm tốt lành. Tôi đồ rằng chính thời đại đã khiến tôi trở thành một đứa trẻ điển hình vào những năm sáu mươi. Đó là giai đoạn dễ bị tổn thương nhất, có vai trò định hình tính cách và do đó là quan trọng nhất trong cuộc đời tôi. Tôi hít thở đầy buồng phổi niềm tự do và coi thường tất cả, một cách hoàn toàn tự nhiên. Tôi đạp tung vài cánh cửa đáng đạp, và thật là khoái trá bất cứ khi nào một cánh cửa đáng được đạp tự bày ra trước mặt mình, như thể có Jim Morrison, The Beatles, và Bob Dylan đóng trò trong hậu cảnh. Tất cả những việc ấy.

Ngay cả bây giờ, khi nhìn lại những năm tháng ấy, tôi nghĩ chúng quả là đặc biệt. Tôi chắc là nếu bạn khảo sát lần lượt những thuộc tính của thời gian, bạn sẽ chẳng khám phá được điều gì đáng chú ý. Chỉ có hơi nóng phát ra từ cỗ máy lịch sử, cái tia sáng tù mù mà một số vật nào đó phát ra ở những nơi nào đó vào những lúc nào đó - cái tia sáng ấy và một sự bứt rứt bất an không thể giải thích, như thể khi ta nhìn mọi thứ qua kính viễn vọng nhưng bằng đầu ngược. Tính anh hùng và côn đồ, niềm say mê và tan vỡ, tử vì đạo và chủ nghĩa xét lại, niềm im lặng và sự hùng biện, vân vân và vân vân...những chất liệu của bất cứ thời đại nào. Chỉ có điều, trong thời đại chúng ta - nếu bạn tha cho cách diễn đạt rỗng tuếch này - bằng cách này hay cách khác, nó vẫn quá ư nhiều màu sắc, quá rõ ràng với tay ra là chạm tới. Không có mánh lới quảng cáo, không có phiếu giảm giá, không có quảng cáo kín, không có hệ thống thẻ chấm điểm để dụ khách hàng quay lại, không có những thủ tục giấy tờ lắt léo và thâm hiểm. Nguyên nhân và kết quả bắt tay nhau;

lý luận và thực tiễn tự tin ghì siết nhau. Thời kỳ tiền đề cho chủ nghĩa tư bản cao độ: cá nhân tôi gọi những năm tháng này như thế.

Nhưng thời đại có mang lại cho chúng tôi - nghĩa là thế hệ chúng tôi - một tia sáng đặc biệt nào không thì tôi không dám chắc. Phân tích đến cùng, có lẽ chúng tôi chỉ đơn giản đi qua thời này như thể đang xem một bộ phim kích động: chúng tôi trải qua cảm giác như thật - tim đập mạnh, bàn tay đẫm mồ hôi -, nhưng khi đèn bật sáng thì ta ra khỏi rạp chiếu phim và trở lại nơi mình đã rời khỏi. Dù lý do nào đi nữa, chúng tôi cũng đã sao nhãng việc học bất cứ bài học thực sự có giá trị nào từ đó. Đừng hỏi tôi tại sao. Tôi đã quá gắn bó với những năm tháng đó nên không thể tìm câu trả lời. Chỉ có một điều tôi muốn bạn hiểu: tôi chẳng chút tự hào về thời đại mình. Tôi đơn giản chỉ trình bày những sự kiện.

Bây giờ tôi sẽ nói với bạn về những cô gái, về mối quan hệ tính dục hỗn tạp giữa chúng tôi, những thằng con trai, với những bộ phận sinh dục mới tinh và các cô gái mà dĩ nhiên lúc đó vẫn còn là con gái.

Nhưng đầu tiên là về sự trinh trắng. Trong những năm sáu mươi, trinh tiết có ý nghĩa quan trọng hơn nhiều so với bây giờ. Nhưng như tôi thấy (chẳng phải tôi đã điều tra gì đâu), khoảng năm mươi phần trăm các cô gái thời chúng tôi đã không còn trinh trước tuổi hai mươi. Ít nhất đó hình như là tỷ lệ chung ở những người xung quanh tôi. Điều này có nghĩa là, dù có ý thức hay không, một nửa các cô gái vẫn còn kính trọng cái gọi là trinh trắng.

Bây giờ nhìn lại, tôi có thể nói rằng phần lớn các cô gái trong thời chúng tôi, dù còn trinh hay không, đều chia sẻ những xung đột nội tâm về tính dục. Nó tùy thuộc vào hoàn cảnh và đối tác. Họ bị kẹp giữa một bên là đám đông tương đối thầm lặng, có cách nghĩ thoáng, cho tình dục là một loại thể thao và một bên là những người thủ cựu cho rằng con gái phải giữ gìn trinh tiết đến tận khi lập gia đình.

Trong số những chàng trai, cũng có nhiều người nghĩ mình phải cưới một cô gái còn trinh trắng.

Mỗi người một khác nên giá trị cũng khác. Điều này là hằng số cho mọi thời đại. Nhưng những năm sáu mươi không giống bất cứ thời nào ở chỗ chúng tôi tin những sự khác biệt này có thể giải quyết được.

Và đây là câu chuyện của một người mà tôi biết. Anh ta học chung lớp với tôi vào năm cuối của trường trung học ở Kobe. Thành thật mà nói, anh ta là loại người có thể làm được mọi thứ. Học lực tốt, biết chơi thể thao, tính tình thận trọng và có phẩm chất lãnh đạo. Anh không quá điển trai nhưng sáng sủa dễ nhìn. Anh thậm chí còn biết hát. Là một diễn giả hùng hồn, anh luôn là người tổng hợp ý kiến trong các cuộc thảo luận ở lớp. Điều này không có nghĩa anh là người có tư duy độc đáo - nhưng ai lại mong chờ sự độc đáo gì trong các cuộc thảo luận ở lớp? Tất cả chúng tôi đều muốn nó kết thúc càng sớm càng tốt, và mỗi khi anh bắt đầu nói là chúng tôi biết chắc cuộc thảo luận sẽ kết thúc đúng giờ. Trong nghĩa đó, bạn có thể nói anh là một người bạn thực sự.

Anh không có khuyết điểm nào. Nhưng dẫu vậy, tôi chẳng bao giờ hình dung được điều gì đang diễn ra trong tâm trí anh ta. Đôi khi tôi muốn tháo đầu anh ta ra mà lắc, để nghe xem nó sẽ phát ra thứ âm thanh nào. Thế mà anh ta được rất nhiều cô gái ngưỡng mộ. Bất cứ lúc nào anh ta đứng dậy để nói trước lớp, mọi cô gái đều nhìn về anh ta với ánh mắt thán phục. Có bài toán nào khó, các nàng lại hỏi anh ta. Anh ta nổi tiếng hơn tôi khoảng hai mươi bảy lần. Anh ta đúng là loại người như vậy.

Lớp chúng tôi đã học cùng nhau những bài học của quyển sách giáo khoa cuộc sống; và một chút trí khôn tôi đã nhặt được trên đường đời là ta phải chấp nhận rằng trong bất cứ tập thể nào cũng có những mẫu người như vậy. Dù vậy, không cần phải nói rằng cá nhân tôi chẳng ưa lắm mẫu người như anh ta. Tôi không chắc lắm, nhưng tôi thích ai đó có tì vết hơn, ai đó có một nhân cách khác thường hơn. Vì thế trong suốt khóa học, dù ở cùng lớp, tôi chưa một lần đi chơi với anh ta. Thậm chí tôi không nhớ mình đã có bao giờ nói chuyện với anh ta. Lần đầu tiên tôi trò chuyện nghiêm túc với anh ta là trong kỳ nghỉ hè năm nhất cao đẳng. Chúng tôi tình cờ học lái xe ở cùng một trường và thi thoảng có nói chuyện hay cùng uống cà phê trong giờ nghỉ. Cái trường dạy lái xe đó chán đến mức tôi sẵn lòng giết thì giờ bằng cách nói chuyện với bất cứ người nào làm quen được. Tôi không nhớ gì nhiều về những câu chuyện giữa chúng tôi. Dù chuyện gì đi nữa, chúng chẳng để lại ấn tượng nào, dù tốt hay xấu.

Một điều khác tôi còn nhớ là anh ta có một cô bạn gái. Cô ta học khác lớp và được xem là hoa khôi của trường. Cô ta học lực tốt, cũng là dân thể thao, cũng là lớp trưởng như anh ta. Cũng như anh, cô luôn là người phát biểu tổng kết mỗi buổi thảo luận ở lớp. Hai người như thể sinh ra để thành đôi với nhau. Đúng là chàng CLEAN và nàng CLEAN (sạch sẽ) như trong quảng cáo kem đánh răng.

Tôi thấy họ luôn. Giờ ăn trưa nào hai người cũng ngồi ở góc sân trường mà nói chuyện. Sau giờ học, họ cùng lên xe điện và xuống ở những ga khác nhau. Chàng tham gia vào đội tuyển bóng đá, nàng có chân trong câu lạc bộ tiếng Anh của trường. Khi những hoạt động ngoại khóa của họ không kết thúc cùng giờ, người ra sớm hơn sẽ đến thư viện học bài. Những giờ rảnh thì họ luôn ở cùng nhau.

Không ai trong chúng tôi - trong đám đông chúng tôi - chống lại hai người. Chúng tôi không cười nhạo họ, không ai làm khó gì hai người. Thực ra chúng tôi hầu như không chú ý gì đến họ. Hai người thực sự chẳng có gì đáng tìm hiểu. Họ giống như thời tiết - đơn giản là họ có đó, như một sự kiện vật lý. Hiển nhiên là chúng tôi dành thời gian để nói về những điều chúng tôi quan tâm hơn: tính dục, nhạc rock and roll, phim của Jean-Luc Godard, các phong trào chính trị, tiểu thuyết của Kenzaburo Oe và những thứ tương tự. Nhưng đặc biệt là chúng tôi nói về tình dục.

Đúng thôi, chúng tôi đều ngu ngốc và tự mãn. Chúng tôi không hiểu biết gì về cuộc đời. Nhưng đối với chúng tôi, chàng và nàng CLEAN chỉ tồn tại trong thế giới sạch sẽ (clean world) của họ mà thôi. Điều đó hẳn có nghĩa là những ảo tưởng mà chúng tôi thích thú hồi đó và những ảo tưởng mà họ ấp ủ trong chừng mực nào đó có thể hoán đổi cho nhau.

Đấy là câu chuyện của họ. Không phải là câu chuyện vui vẻ đặc biệt gì, và vào thời điểm đó nó cũng chẳng phải câu chuyện đạo đức gì. Nhưng không sao. Câu chuyện của họ cũng là câu chuyện của chúng tôi. Mà tôi đoán nó sẽ làm nên một dạng thức lịch sử văn hóa. Đó chỉ là chất liệu thích hợp cho tôi - tôi, một nhà nghiên cứu văn hóa dân gian không nhạy cảm - tuyển chọn và nhắc tới ở đây.

Tôi ngẫu nhiên gặp anh ta ở Lucca, một khu phố Italia nằm ở một dãy đồi thấp xứ Tuscan. Vào thời gian đó, tôi và vợ tôi đang thuê một căn hộ ở Roma. Nhưng cô ấy đã trở về Nhật Bản vài tuần, còn tôi đi du lịch đó đây bằng xe lửa. Từ Venice đến Verona rồi Mantua rồi Modena và dừng chân ở Lucca, một thành phố nhỏ yên bình, với một nhà hàng vùng ngoại ô có phục vụ món nấm tuyệt vời. Và trùng hợp làm sao, anh ta lại ở ngay khách sạn mà tôi cư ngụ.

Thế giới thật nhỏ làm sao.

Hôm đó chúng tôi dùng bữa tối tại nhà hàng. Cả hai chúng tôi đều đi du lịch một mình và đều chán như nhau. Bạn càng có tuổi thì niềm vui đi du lịch một mình càng giảm sút. Phong cảnh kém ngoạn mục hơn, những cuộc đối thoại bất tận của tha nhân làm đinh tai nhức óc bạn. Bạn không còn bận tâm đi tìm những nhà hàng mới và sự đợi chờ những chuyến xe điện dường như là bất tận. Bạn liên tục nhìn đồng hồ và thậm chí không buồn cất công học nói ngôn ngữ của nước bạn đang viếng thăm. Bạn nhắm mắt lại, và chỉ có những lỗi lầm xa xưa lùa vào tâm trí bạn.

Có lẽ đó là lý do tại sao anh ta và tôi cảm thấy khuây khỏa khi gặp lại nhau, như thể chúng tôi đang ở trường dạy lái xe. Chúng tôi chọn một cái bàn cạnh lò sưởi, gọi món rosso hảo hạng, và tiếp tục món khai vị funghi trifolati, sau đó là fettuccine ai porcini và arrosto di tartufo bianco.

Anh ta nói mình đến Lucca để mua đồ trang trí nội thất. Anh ta có một hãng kinh doanh chuyên về đồ trang trí nội thất Châu Âu và dĩ nhiên là thành đạt. Anh ta chẳng khoác lác với tôi điều gì, nhưng tôi có thể nói ngay rằng người đàn ông này có cả thế giới trong tay mình. Điều này thể hiện rõ trong cách cư xử của anh ta, trong bộ vía anh đang mặc, trong cách nói năng của anh ta. Trong một cách nào đó, thật hài lòng thấy thành công đã để mắt đến anh ta.

Ban đầu chúng tôi nói về nước Ý. Về những lịch tàu chạy không đáng tin cậy, về khoảng thời gian dài quá đáng mà người ta dành cho bữa ăn. Thế rồi tôi chẳng nhớ chúng tôi còn nói những chuyện gì nữa, nhưng khi người hầu bàn mang ra chai rượu thứ hai thì anh ta đang kể cho tôi nghe chuyện của mình còn tôi thì đưa ra nhận xét vào những lúc thích hợp khi anh ta ngừng nói. Tôi chắc rằng đã lâu anh ta muốn kể cho ai đó nghe nhưng chưa lúc nào làm được. Nếu như không có một nhà hàng ấm cúng và hương vị Coltibuono 83' thì chắc chẳng bao giờ anh ta đề cập đến chủ đề nay. Nhưng anh ta đã nói.

"Tôi luôn nghĩ mình là người đáng chán," anh ta nói. "Ngay từ khi còn nhỏ, tôi đã bị nhốt vào hộp. Tôi nhìn thấy những hàng rào xung quanh tôi và tôi cẩn thận chẳng bao giờ vượt qua chúng. Đó là nguyên tắc, như trên một đường cao tốc: cứ đi đúng làn đường này, hướng về phía trước, cấm vượt. Cứ việc làm theo những dấu hiệu, thế là bạn tới nơi. Tôi làm mọi việc kiểu như thế - cứ việc làm đúng cách, thế là người lớn nhặng xị tán dương tôi. Khi tôi còn trẻ, tôi nghĩ mọi người đều nhìn sự vật một cách giống nhau. Nhưng sớm muộn rồi tôi cũng nhận ra rằng không phải như vậy."

Tôi đưa ly rượu về phía ánh lửa và nhìn một lúc lâu.

"Cả đời tôi - hay ít nhất là nửa đầu đời - mọi thứ đều trôi chảy. Tôi chẳng có gì để phàn nàn nhưng mặt khác, liệu tôi có khái niệm gì về ý nghĩa cuộc sống hay không? Tôi không có ý tưởng gì về việc tôi làm, về điều mà tôi theo đuổi. Ý tôi là tôi giỏi toán, giỏi tiếng

Anh, giỏi cả thể thao. Đường đi cứ thẳng băng. Họ hàng vỗ về tôi, thầy cô nói tôi chẳng có gì phải lo lắng cả. Nhưng thực ra tôi sinh ra là để làm gì? Tôi muốn làm cái gì với bản thân mình? Tôi sẽ học luật hay là kỹ sư? Tôi có nên học y không? Cái nào cũng tốt cả. Vì vậy tôi làm theo lời cha mẹ và thầy cô đã chỉ giáo. Tôi đã đậu rất cao vào ngành Luật ở đại học Tokyo."

Anh uống một hớp rượu. "Anh còn nhớ cô bạn gái tôi ở trường trung học không?".

"Phải nàng là Fujisawa không?". Tôi lục tìm trong trí nhớ tên cô ta. Tôi không chắc lắm nhưng hóa ra là đúng.

Anh ta gật đầu. "Đúng rồi. Fujisawa Yoshiko. Nàng cũng tương tự vậy. Tôi có thể kể cho nàng nghe tất cả những gì tôi cảm thấy. Và nàng hiểu. Chúng tôi có thể nói chuyện với nhau mãi. Đúng là...cho đến khi tôi gặp nàng, tôi chẳng có người bạn nào để có thể trút bầu tâm sự".

Anh ta và Fujisawa Yoshiko là một đôi song sinh tinh thần lạ lùng. Họ đều là thủ lĩnh, là siêu sao của trường. Hai người đều thuộc dòng dõi "trâm anh thế phiệt", tuy thế cha mẹ họ lại không thuận hòa với nhau. Cha họ đều có tình nhân và thường không về nhà vào buổi tối. Lý do duy nhất để cha mẹ không ly dị là sợ người khác dị nghị cười chê. Các bà mẹ cai quản gia đình và những đứa con bị thúc bách phải trở nên giỏi giang trong mọi chuyện. Những đứa trẻ cũng xa cách với mọi người. Họ đều nổi tiếng, nhưng đều không có bạn, họ cũng chẳng hiểu tại sao. Có lẽ những người bình thường, không hoàn hảo chỉ thích làm bạn với những người bình thường, không hoàn hảo khác.

Họ luôn cô đơn, luôn sống trong cõi của mình. Nhưng để thoát khỏi nỗi buồn, họ tìm đến nhau. Họ chấp nhận nhau. Họ yêu nhau. Họ cảm thấy hoàn toàn thoải mái khi ở bên nhau, đặc biệt khi họ cô đơn cùng nhau. Họ có quá nhiều điều bí mật để chia sẻ. Họ nói không biết mệt về nỗi cô độc của mình, về nỗi bất an và về những giấc mơ.

Ngay đến những xúc chạm sinh lý, họ cũng có luật của mình. Không bao giờ cởi bỏ quần áo, chỉ dùng tay sờ soạng nhau mà thôi. Một tuần một lần, họ ở chung với nhau một buổi chiều trong phòng ngủ của người này hay người kia. Cả hai nhà đều yên tĩnh. Cha đi vắng. Mẹ ra ngoài có việc. Họ dành cho nhau từ mười đến mười lăm phút để sờ soạng nhau say sưa rồi quay trở về với việc học tập, ngồi cạnh nhau. "Được rồi chứ nhỉ? Quay trở về sách vở thôi". Nàng nói và kéo thẳng chiếc áo sơ mi của mình.

Hai người đều đạt điểm cao. Học hành đối với họ không phải là nặng nề gì, chỉ như một lẽ tự nhiên thứ hai thôi. Họ thậm chí còn thi nhau giải các bài toán khó. "Điều này thật vui," chàng nói. Vâng, nghe thì có vẻ ngu ngốc nhưng đối với họ thì đó chính là niềm vui, mà người bất toàn như chúng ta chẳng thể nào hiểu được.

Tuy thế, đôi lúc, mối quan hệ đó không làm chàng thỏa mãn. Chàng cảm thấy như mình còn thiếu điều gì đó. Chàng muốn ngủ với nàng. Chàng muốn làm tình. "Sự hợp nhất thể xác," đó là từ mà chàng sử dụng. "Tôi nghĩ, điều đó sẽ giúp chúng tôi hiểu nhau mật thiết hơn," anh bảo tôi. "Nó chỉ như bước nhảy tự nhiên tiếp theo mà thôi".

Tuy nhiên, nàng lại không đồng ý. Mím môi và hơi lắc đầu, nàng nói: "Em thích anh lắm. Nhưng em muốn mình còn trinh trắng đến ngày cưới". Dù chàng thuyết phục nàng thế nào đi nữa, nàng cũng không thay đổi ý định. "Anh biết là em thích anh," nàng nói. "Thật sự và chân thành. Nhưng điều đó khác, điều này khác. Em xin lỗi. Hãy chịu đựng với em. Nếu thực sự yêu em, anh hãy quên điều đó đi".

"Nếu đó là những gì cô ta muốn, tôi phải tôn trọng thôi," anh bảo tôi. "Đó không phải là điều không thể. Cá nhân mình, tôi không nghĩ trinh tiết là vấn đề lớn đến vậy. Tôi chẳng quan tâm đến chuyện cô gái mình cưới có còn trinh hay không. Tôi không phải là người cấp tiến, nhưng cũng không phải là người thủ cựu. Tôi đơn giản là người thực tế. Điều quan trọng cho một cặp tình nhân là phải biết mình xuất phát từ đâu. Tôi nghĩ vậy. Nhưng nàng có một viễn cảnh về cái cuộc sống mà nàng muốn sống. Và tôi phải chịu đựng. Chúng tôi hôn hít nhau, sờ soạng nhau dưới lớp quần áo. Chắc anh biết kiểu đó rồi".

"Tôi tin vậy," tôi nói.

Anh đỏ mặt rồi mỉm cười. "Điều đó cũng chẳng tệ lắm, nhưng tôi không thể nào thôi nghĩ về tính dục. Đối với tôi thì chúng tôi mới đi được nửa đường. Tôi muốn hợp nhất với nàng. Tôi muốn không có gì bị che phủ, không có gì ẩn giấu. Đó là vấn đề xác nhận quyền sở hữu. Tôi cần một thứ dấu hiệu nào đó. Hiển nhiên, thôi thúc tình dục là một phần, nhưng không chỉ có thế. Chưa một lần trong đời tôi cảm thấy mình có thể hoàn toàn hòa hợp với ai hay một điều gì. Tôi luôn cô độc. Tôi bị bó buộc trong cái hộp đó. Tôi muốn tự giải thoát mình. Tôi muốn phát hiện cái tôi đích thực của mình. Nếu được ngủ với nàng, tôi nghĩ mình có thể phá vỡ cái hộp đó".

Anh ta bắt đầu thực hiện một kế hoạch. Anh ta nói rằng ngay sau khi tốt nghiệp, họ có thể cưới nhau. Nếu nàng muốn đính hôn, họ có thể làm điều đó sớm hơn. Chẳng có vấn đề gì. Nàng nhìn thẳng vào anh trong vài giây. Và một nụ cười lướt qua gương mặt nàng. Một nụ cười thực sự đáng yêu. Nàng rõ ràng vui sướng khi nghe những lời anh ta nói. Nhưng ngay lúc đó, nụ cười lại bị ngăn cách bởi sự nhẫn nhục, cùng một thoáng buồn mơ hồ. Nàng không tỏ ra hạ mình, điều đó thì rõ, nhưng nàng cũng chẳng khuyến khích anh, ít nhất đó là điều anh cảm nhận.

"Điều đó không thể," nàng nói. "Em sẽ chẳng bao giờ lấy anh. Người em lấy phải lớn hơn em vài tuổi, còn anh phải lấy người nhỏ hơn anh vài tuổi. Điều này là hợp lý. Bởi phụ nữ dậy thì sớm hơn đàn ông nên họ cũng mau già hơn. Ngay cả dù chúng ta kết hôn sau khi tốt nghiệp thì cũng chẳng bền. Dù sao, chúng mình cũng không thể như vậy mãi. Anh biết là em thích anh hơn bất cứ ai khác. Nhưng điều đó khác, điều này khác." Đó hình như là cách nói của nàng. "Chúng ta vẫn đang đi học. Chúng ta được gia đình nâng niu bảo bọc. Thế giới thực bên ngoài rộng lớn hơn nhiều và khó khăn hơn nhiều. Chúng ta phải chuẩn bị sẵn sàng".

Anh biết nàng đang muốn nói điều gì. Anh là người có tư tưởng thực tế hơn nhiều, hơn tất cả những thằng con trai cùng thế hệ. Nếu được nghe một điều tương tự như một lời giáo huấn chung chung, anh hoàn toàn có thể đồng ý. Nhưng đây không phải là một lời giáo huấn chung chung. Nó liên quan mật thiết đến anh.

"Anh không quan tâm", chàng bảo nàng. "Anh yêu em và muốn có em. Anh rất rõ ràng trong chuyện này. Nó rất quan trọng đối với anh. Anh chẳng quan tâm nếu vài chuyện nào đó không phải là như vậy trong thực tại. Anh quá yêu em. Anh điên lên vì em".

Nàng lắc đầu như muốn nói: "Chẳng ăn thua gì". Rồi nàng vừa vuốt tóc vừa nói: "Anh có thực sự nghĩ rằng chúng ta chỉ mới biết những điều đầu tiên về tình yêu không? Tình yêu chúng ta chưa bao giờ được thử thách. Cả anh em mình đều còn là trẻ con".

Anh chán đến mức không buồn trả lời. Một lần nữa, anh chẳng thể nào phá vỡ bức tường vây quanh mình, anh chỉ còn biết quá rõ mình bất lực đến thế nào. Mình không thể làm được bất cứ việc nào, anh nghĩ. Nếu tình hình cứ thế này, chắc chắn mình sẽ phải sống cả đời trong hộp. Năm này qua tháng khác, vô mục đích.

Tuy thế hai người vẫn cặp kè bên nhau đến tận khi tốt nghiệp cấp 3. Hẹn gặp nhau trong thư viện, cùng nhau học bài, sờ soạng nhau dưới lớp áo. Nàng dường như chẳng nghĩ có điều gì sai lầm trong cách thỏa thuận như vậy; thậm chí nàng còn có vẻ hứng thú với tình trạng dở dang đó. Trong khi các bạn bè nghĩ rằng hai anh chị - anh CLEAN và chị CLEAN - đang hưởng thụ một thời tuổi trẻ lý tưởng thì riêng anh cô độc khôn nguôi.

Cuối cùng, vào mùa xuân năm 1967, anh nhập học đại học Tokyo[1]. Nàng ở lại Kobe, học ở trường Cao đẳng nữ. Ngôi trường này thuộc loại có hạng trong số các cơ sở giáo dục nhưng đối với nàng thì chẳng hề khó khăn gì. Lẽ ra nàng có thể dễ dàng vào đại học Tokyo nhưng thậm chí nàng không buồn dự thi đầu vào. Theo

---

[1] Trong số các trường đại học công lập ở Nhật Bản, đại học Tokyo (東大 Toudai) là đại học danh giá nhất, chỉ những ai xuất sắc mới thi vào được. Những danh nhân Nhật Bản đều tốt nghiệp trường này, như nhà văn Natsume Soseki, Akutagawa Ryunosuke, Kawabata Yasunari..., còn trong số đại học tư thục, danh giá nhất là đại học Waseda.

nàng, loại giáo dục đó là không cần thiết. "Em chẳng muốn kiếm việc ở Bộ Tài chính đâu. Em là con gái. Đó chính là điểm khác biệt. Anh có thể học lên cao, nhưng em chỉ cần học bốn năm nữa thôi. Cần giải lao, anh biết chứ, cần dừng lại nghỉ ngơi. Bởi vì khi em lập gia đình, em sẽ chẳng còn sự nghiệp gì nữa, đúng không?".

Thái độ của nàng làm anh thất vọng. Anh từng hy vọng hai người sẽ cùng lên Tokyo, cùng nhau chia sẻ những điều mới mẻ trong quan hệ của họ. Anh nài nỉ nàng nghĩ lại, nhưng nàng chỉ lắc đầu.

Mùa hè đầu tiên của đời sinh viên (cùng mùa hè mà tôi và anh ta gặp nhau ở trường dạy lái xe), anh ta trở về Kobe, và gặp lại nàng hầu như mỗi ngày. Nàng lái xe đưa anh đi chơi. Họ sờ soạng nhau như ngày xưa cũ. Nhưng anh không khỏi nhận ra rằng đã có điều gì thay đổi. Sự thay đổi không đột ngột. Theo cách nào đó, mọi cái không có gì thay đổi. Cách nàng nói chuyện, cách nàng ăn mặc, quan điểm của nàng... dường như tất cả đều như xưa. Nhưng anh không còn muốn hòa mình trở lại vào cuộc sống cũ. Đó là luật của động lực: từng chút một, không ngừng, hai người tuột ra khỏi sự đồng bộ trước kia. Và điều này cũng chẳng tệ hại gì nếu anh ta biết mình đang đi theo chiều hướng nào.

Anh lại cô đơn ở Tokyo, vẫn không thể kết bạn với ai. Thành phố đông đúc và dơ bẩn, thức ăn vô vị. Anh luôn nghĩ về nàng. Buổi tối, anh giam mình trong phòng để viết thư cho nàng. Nàng hồi âm lại (dù không thường xuyên). Những bức thư miêu tả chi tiết đời sống hàng ngày của nàng, anh đọc đi đọc lại. Nếu không nhờ những bức thư đó, anh dám chắc mình đã phát điên. Anh hút thuốc và bắt đầu uống rượu. Đôi khi anh thậm chí còn cúp tiết.

Anh đã từng xiết bao mong ước kỳ nghỉ hè để có thể quay về quê nhà Kobe! Nhưng đến khi trở về, anh lại càng ngao ngán hơn nữa. Điều khôi hài là anh chỉ mới ra đi được ba tháng thôi. Tại sao tất cả lại bỗng dưng có vẻ bụi bặm và lờ đờ đến thế? Thành phố mà anh từng nhớ nhung quá đỗi giờ trông xạc xài bệ rạc đối với anh, chỉ lại thêm một cái thành phố tỉnh lẻ khác chỉ biết việc của mình, không hơn không kém. Bắt chuyện được với mẹ cũng là một kỳ công. Đi đến tiệm cắt tóc mà anh thường cắt hồi còn bé là một viễn cảnh tối tăm. Bờ sông mà anh thường dắt chó lang thang mỗi ngày là một vùng hoang vu rác rưởi.

Ngay cả việc gặp nàng cũng không làm cho anh khá hơn chút nào. Điều quái quỉ gì đang diễn ra thế này? Dĩ nhiên là anh vẫn yêu nàng, nhưng như thế chưa đủ. Đam mê không thể tự nó duy trì mãi mãi. Anh phải dùng đủ mọi cách, dù cho mối quan hệ hai người có thể bị bóp chết.

Anh quyết định mình phải đặt lại vấn đề tính dục, phải lôi nó ra khỏi tủ lạnh mà đặt lên bàn. Đó là cơ hội cuối cùng.

"Ba tháng nay anh cô đơn ở Tokyo và chỉ nghĩ đến em. Anh thật sự yêu em quá rồi. Dù chúng ta xa nhau bao nhiêu, anh thấy cảm giác của anh vẫn nguyên vẹn. Nhưng khi ta xa nhau, anh thấy mình chênh vênh quá. Tâm trạng anh u ám. Em có thể không hiểu điều này nhưng anh chưa bao giờ cô đơn đến thế trong đời anh. Anh cần mối liên kết thực sự với em, như một bằng chứng bảo đảm rằng dù xa nhau bao nhiêu đi nữa, chúng mình vẫn luôn có mối buộc ràng chắc chắn".

Nàng hít một hơi thở sâu và hôn anh. Quá dịu dàng, nàng nói: "Em xin lỗi. Em không thể cho anh sự trinh trắng của em được. Điều đó khác, điều này khác. Em có thể làm tất cả cho anh, tất cả, trừ điều này ra. Nếu anh thực sự yêu em, xin đừng nêu vấn đề này ra nữa".

Một lần nữa, anh trở lại chủ đề cưới xin.

"Có hai bạn trong lớp em đã đính hôn," nàng nói. "Nhưng vị hôn phu của họ đã có việc làm ổn định rồi. Cưới xin đồng nghĩa với trách nhiệm đấy anh ạ".

"Anh có thể đảm đương trách nhiệm chứ", anh nói quả quyết. "Anh đã vào một trường rất tốt. Anh hứa với em là điểm số anh cũng sẽ rất tốt. Anh có thể được nhận vào bất cứ công ty hay văn phòng chính phủ nào. Anh sẽ xin việc bất cứ nơi đâu em nói. Anh có thể làm tất cả nếu anh chú tâm. Vậy cái gì mới là vấn đề đây?"

Nàng nhắm mắt gục đầu và im lặng. "Em sợ," một lúc sau nàng nói, vùi mặt vào lòng tay, thổn thức. "Em rất sợ. Sợ đến mức em không thể chịu đựng được. Em sợ hãi đời sống, sợ phải xây dựng cuộc sống cho mình. Vài năm nữa thôi, em phải bước chân vào đời sống thật, em sợ đến phát ốm. Tại sao anh không hiểu điều đó? Tại sao anh phải hành hạ em như thế này?"

Anh ôm nàng trong tay. "Chẳng có gì phải sợ hãi cả em ạ," anh nói. "Anh đang ở đây. Em nhìn đi. Anh cũng sợ như em vậy. Nhưng nếu anh em mình biết vậy thì chúng ta sẽ vượt qua thôi. Nếu chúng mình chung sức thì chẳng có gì phải sợ. Chẳng có gì đáng sợ đâu".

Nàng lắc đầu. "Anh không hiểu đâu. Em là phụ nữ. Em khác anh. Anh không biết một tý gì cả. Chẳng biết gì".

Anh chẳng còn gì để nói. Nàng cứ khóc mãi. Và nói một điều kỳ lạ nhất: "Nghe này, nếu như duyên anh em mình không trọn, em vẫn nhớ anh mãi mãi. Thật sự em chẳng bao giờ quên anh. Anh biết là em yêu anh như thế nào mà. Anh là người đầu tiên em chăm sóc, và chỉ cần ở bên anh là em vui đến thế nào. Hãy hiểu cho em. Nếu như đây là lời hứa mà anh muốn, em sẽ hứa. Em sẽ ngủ với anh, nhưng không phải bây giờ mà sau khi lập gia đình, em sẽ ngủ với anh. Em hứa".

"Cô ta nói cái quái gì vậy? Nó làm tôi rối trí", anh nói, mắt nhìn chằm chằm vào chiếc lò sưởi đang chiếu sáng rực rỡ. Người hầu bàn mang món primi piatti đi và thêm một thanh củi vào lò sưởi. Những tia lửa kêu tanh tách. Một cặp trung niên ở bàn kế bên đang cân nhắc chọn món thực đơn tráng miệng. "Tôi không thể nào hiểu quan niệm của nàng. Tôi trở về nhà mà những lời đó cứ lởn vởn trong tâm trí. Đơn giản là tôi không thể nào nắm bắt được lý lẽ của nàng. Anh có hiểu gì không?"

"Tôi chắc cô ta định giữ mình trinh trắng đến tận đêm tân hôn, nhưng khi đã lập gia đình và chữ trinh không còn là vấn đề quan trọng nữa, cô ta có thể ăn nằm với anh. Đại khái như thế".

"À thì đại loại như thế. Tôi chỉ có thể đọc ra thế mà thôi".

"Độc đáo thật. Tôi nói nàng ta. Và dù sao cũng hợp lý nữa".

Một nụ cười thoáng nhẹ trên môi anh ta. "Chính xác và có vài điểm hợp lý".

"Một cô dâu trinh trắng, một người vợ ngoại tình. Y như tiểu thuyết cổ điển Pháp. Chỉ có điều không có phòng khiêu vũ và những người hầu".

"Thế mà đối với nàng, đó là giải pháp thực tế duy nhất," anh ta nói.

"Buồn thật," tôi nói.

Anh nhìn tôi một phát sắc bén rồi chậm rãi gật đầu. "Phải, thật buồn. Và thực sự lâm ly thống thiết nữa. Anh nói hoàn toàn đúng. Bây giờ tôi cũng nghĩ vậy. Cũng phải thôi, tôi đã già hơn rồi. Nhưng khi đó thì không. Tôi vẫn còn là một thằng nhóc và hoàn toàn mù tịt về những sự bất an nhỏ bé làm xáo động tâm trí con người ta. Tất cả những chuyện đó làm tôi sửng sốt, nó làm tôi bị sốc".

"Tôi có thể tưởng tượng được", tôi tán đồng.

Rồi như thoả thuận ngầm, chúng tôi dùng món tartufi.

"Tôi đoán là anh biết điều gì sẽ xảy ra sau đó," anh nói sau một lúc im lặng. "Cô ấy và tôi chia tay nhau. Không ai trong chúng tôi thổ lộ điều gì. Chỉ là một kết thúc tự nhiên. Rất êm thắm. Chúng tôi chỉ thấy mệt mỏi khi cố tìm cách giữ mối quan hệ đó. Và như tôi biết thì những ý niệm của nàng về cuộc sống không... Nói thế nào nhỉ? Nàng không chân thành lắm. Không, cũng không đúng. Điều tôi muốn nói là tôi biết lẽ ra nàng đã có thể tốt hơn. Tôi thất vọng về nàng. Thay vì hành hạ nhau về những vấn đề cũ rích như trinh trắng, cưới xin, lẽ ra nàng nên cố gắng học hỏi được nhiều hơn từ cuộc sống".

"Nhưng điều này quá sức nàng", tôi nói.

Anh gật đầu, xiên một khoanh nấm cho vào miệng. "Chuyện đó vẫn xảy ra. Anh bị mất khả năng co giãn. Có một thời điểm anh bị căng đến một mức giới hạn và không thể đi xa hơn. Điều tương tự vậy đã xảy đến cho tôi. Ngay từ nhỏ, cả hai chúng tôi luôn luôn bị lùa về phía trước. Hết bị xô lại đẩy, tiến lên, tiến mãi về phía trước.

Người ta hướng anh đến chỗ được đào tạo tốt, có mọi điều kiện thuận lợi, và ta chỉ có thể làm được những gì người ta bảo. Cho đến một ngày anh phát nổ".

"Nhưng làm thế nào anh thoát khỏi điều đó?"

"Tôi đã vượt qua nó", anh nói sau một lát suy nghĩ. Rồi đặt dao và nĩa xuống, lấy khăn ăn lau miệng. "Sau khi tôi và cô ấy chia tay, tôi có một cô bạn gái ở Tokyo. Một cô gái dễ thương. Chúng tôi chung sống cùng nhau một thời gian. Nói thật, tôi không hề rơi vào trạng thái lo lắng, bất bình như đã từng có với Fujisawa Yoshiko. Một mối quan hệ thực sự, và tôi thật sự thích cô bạn mới. Cô nàng đã chỉ bảo cho tôi nhiều điều về những con người có thực, và tôi bắt đầu có thể kết bạn. Tôi hứng khởi với chính trị. Tôi nhận ra rằng thực tại có đủ mọi chiều kích và hình dạng. Và thế giới này đủ lớn cho những giá trị khác nhau cùng tồn tại. Chẳng cần phải thành một sinh viên sáng giá. Đó là cách tôi bước chân vào xã hội".

"Và trở nên thành công".

"Đủ thành công," anh nói với hơi thở dài than oán. Sau đó nhìn tôi như thể nhìn một kẻ đồng lõa, anh nói: "So với những người cùng lứa tuổi chúng ta, khách quan mà nói tôi thừa nhận rằng thu nhập mình cao hơn tất cả". Đó là tất cả những gì anh có thể nói.

Nhưng tôi biết câu chuyện vẫn chưa kết thúc, vì thế tôi không nói gì. Tôi đợi anh ta tiếp tục.

"Tôi không gặp lại Fujisawa Yoshiko một thời gian dài", anh tiếp tục. "Thật sự dài. Tôi tốt nghiệp đại học và có việc làm trong một hãng kinh doanh. Tôi làm việc ở đó năm năm, có một thời gian ở nước ngoài. Mỗi ngày công việc tràn ngập. Tôi bận rộn đến khó tin. Nghe mẹ nàng nói rằng hai năm sau khi tốt nghiệp trường Cao đẳng nữ, nàng lập gia đình, nhưng tôi không hỏi nàng lấy ai. Điều đầu tiên tôi nghĩ đến khi nghe mẹ nàng nói là quả thực nàng đã giữ trinh trắng đến tận đên tân hôn. Nhưng tôi hơi buồn một chút. Và hôm sau nữa lại buồn hơn. Nó như thể một kỷ nguyên đã chấm dứt, một cánh cửa đóng sập lại sau tôi vĩnh viễn. Nhưng điều đó tự nhiên thôi. Fujisawa Yoshiko là cô gái tôi yêu thực sự chân thành. Chúng tôi đã có những giây phút ngọt ngào bên nhau suốt bốn năm, thậm chí còn toan tính chuyện cưới nhau. Nàng là người chiếm phần quan trọng trong thời tuổi trẻ của tôi, vì vậy nên tôi buồn là điều dĩ nhiên. Nhưng không sao, tôi thực sự hy vọng rằng nàng hạnh phúc. Tôi chúc nàng mọi điều tốt đẹp. Nhưng tôi cũng hơi lo lắng cho nàng. Nàng mỏng manh quá".

Người hầu bàn dọn mấy cái dĩa và chúng tôi gọi cà phê.

"Tôi lập gia đình khá trễ, khi tôi ba mươi hai. Chính vì thế, tôi vẫn độc thân khi nhận được điện thoại của Yoshiko. Năm tôi hai mươi tám. Đã mười năm trôi qua đến lúc bấy giờ. Trong thời gian đó, tôi nghỉ việc công ty và làm tự do. Cha tôi cho mượn vốn để tôi sáng lập một công ty nhỏ của riêng mình. Tôi nhận thấy tiềm năng lớn mạnh của thị trường hàng nội thất nhập khẩu và bắt đầu thử sức mình. Nhưng mọi sự khởi đầu đều như thế chẳng có gì trôi chảy ở giai đoạn đầu tiên. Giao hàng chậm, kho trống rỗng, phí tổn thuê kho chồng chất, ngân hàng siết cổ... thành thật mà nói, tôi suy sụp và gần như đánh mất cả hy vọng. Chắc chắn đó là giai đoạn khó khăn nhất trong đời tôi. Và đúng khi tôi đang chìm xuống như vậy, nàng gọi điện đến. Tôi không biết làm cách nào nàng có được số điện thoại của tôi. Chuông điện thoại reng vào lúc 8 giờ tối. Tôi nhận ngay ra giọng nói của nàng. Có những điều ta chẳng bao giờ quên được. Tôi cảm giác hơi luyến tiếc. Anh biết chắc là tôi sao rồi. Tôi cảm thấy quá đỗi vui sướng khi được nghe lại giọng nói người bạn gái năm xưa vào một lúc như thế."

Anh nhìn chăm chú một lúc lâu vào lò sưởi, như để nhớ lại điều gì. Nhà hàng đầy ắp khách. Người ta nói cười ở mỗi bàn, bát dĩa lách cách, cốc rượu leng keng.

"Không biết ai đã nói cho nàng mà nàng biết tất cả mọi thứ về tôi. Nàng biết tôi còn độc thân, đã đi nước ngoài, đã bỏ chỗ làm cũ và có công ty riêng. Nàng biết tất cả. "Anh đã đến đích. Anh làm được việc. Anh đã làm em tin tưởng". Nàng nói vậy. Tôi không thể diễn tả với anh là tôi vui như thế nào khi nghe nàng nói vậy. Rồi tôi hỏi về nàng. Nàng cưới ai, đã có con chưa, sống ở đâu... Nàng không có con. Chồng nàng hơn nàng bốn tuổi, làm việc ở đài truyền hình. Một đạo diễn, nàng bảo tôi. Tôi nói: "Nghe có vẻ bận đấy nhỉ". "Đúng, anh ta quá bận đến nỗi không có thời gian sinh con nữa". Nàng nói và cười. Hai người sống ở Tokyo, trong một khu phố gần Shinagawa. Còn tôi sống ở Shiroganedai. Không phải là láng giềng nhưng cũng gần nhau. "Mọi chuyện đúng là kỳ lạ phải không?", tôi nói. Chúng tôi nói về tất cả những gì mà những đôi tình nhân cũ thời trung học thường nói trong tình huống ấy. Tôi thấy mình hơi căng thẳng và vụng về nhưng tất cả đều tốt đẹp. Như hai người bạn cũ gặp nhau, chúng tôi nói đủ thứ chuyện hình như đến mấy giờ liền. Và khi không còn gì để nói nữa, chúng tôi im lặng bên hai đầu dây. Có thể nói thế nào nhỉ? Một sự im lặng dày đặc, khơi cho ta đủ thứ ý nghĩ". Anh khoanh tay rồi đặt lên bàn nhìn lên mắt tôi. "Đáng lẽ tôi đã treo máy ở đó. Tôi nói: "cám ơn em đã gọi, rất vui được nói chuyện với em" rồi gác máy, kết thúc câu chuyện. Anh thấy tôi nói thế nào?"

" Đó hẳn là điều thực tế nhất phải làm," tôi đồng ý.

"Nhưng nàng vẫn cầm máy. Nàng mời tôi đến chỗ nàng. "Sao anh không ghé thăm? Chồng em đi làm suốt, còn em buồn chán lắm". Tôi không biết nói gì. Tôi chẳng nói gì cả. Nên nàng cũng không nói. Im lặng kéo dài. Và anh biết nàng nói gì không? Nàng nói: "Anh biết không, em vẫn còn nhớ lời hứa dành cho anh".

"Anh biết không, em vẫn còn nhớ lời hứa dành cho anh". Đầu tiên, anh chẳng biết nàng đang nói gì. Anh chưa một lần xem lời hứa của nàng là một lời hứa thật. Nhưng khi nhớ lại lời hứa ấy, anh nghĩ rằng đó chỉ là một sự lỡ lời, rằng nàng chắc hẳn phải ngượng vì điều đó.

Nhưng nàng chẳng ngại ngùng. Với nàng lời hứa là lời hứa.

Trong thoáng chốc, anh chẳng biết chuyện này sẽ đi về đâu. Phải làm gì mới đúng đây? Anh nhìn quanh tuyệt vọng nhưng không có bức tường nào vây quanh, không còn ai hướng đường cho anh đi nữa. Dĩ nhiên anh muốn ngủ với nàng. Điều này không cần phải nói. Từ khi chia tay nhau, anh vẫn tưởng tượng ngủ với nàng nhiều lần. Ngay cả khi nhìn thấy một người đàn bà khác, anh vẫn nghĩ mình đang tìm đường đến với nàng trong bóng đêm. Dù anh chưa nhìn nàng khoả thân lần nào nhưng anh biết cơ thể nàng qua cảm giác khi sờ nhau qua lớp áo.

Anh biết sẽ nguy hiểm như thế nào khi ngủ với nàng trong lúc này. Anh chẳng muốn kích động những gì đã ngủ yên trong bóng đêm quá khứ. Trực giác bảo anh rằng có những thứ không thể làm.

Nhưng dĩ nhiên anh không thể từ chối. Tại sao anh phải từ chối? Nó là một câu chuyện thần tiên hoàn hảo, một điều cầu được ước thấy chỉ một lần trong đời. Nàng sống gần bên, và muốn chu toàn lời hứa đã ban ra trong cánh rừng quá khứ xa xăm.

Anh nhắm mắt lại và không thể nói gì. Anh không còn sức mà nói.

“Này. Anh còn ở đó không?”, nàng nói.

“Anh sẽ đến ngay. Em cho anh địa chỉ đi”.

“Nếu là anh, anh sẽ làm gì?”, anh ta hỏi tôi.

Tôi lắc đầu. Tôi không biết trả lời như thế nào cho câu hỏi đó.

Anh cười, nhìn xuống ly cà phê đặt ở trên bàn. “Tôi đến chỗ nàng và gõ cửa. Phần nào đó, tôi hy vọng nàng không có nhà. Nhưng đúng là nàng đang ở đó, vẫn đẹp như bao giờ. Nàng rót nước mời tôi, và nói chuyện về những ngày xưa cũ. Chúng tôi thậm chí đã nói về những thành tích học tập xưa kia. Và anh nghĩ chuyện gì sẽ xảy ra?”

Tôi không biết. Tôi bảo anh ta là tôi không hình dung được.

“Khi còn nhỏ, tôi đã đọc một câu chuyện thiếu nhi.” Anh như đang nói với bức tường phía xa của nhà hàng. “Tôi quên mất cốt truyện, nhưng tôi nhớ dòng chữ sau cùng. Nó như thế này: “Và khi mọi chuyện kết thúc, nhà vua và cận thần phá lên cười”. Đúng là kiểu kết thúc chuyện lạ lùng. Anh không thấy vậy sao?”

“Ừ, đúng vậy”.

“Tôi ước gì mình có thể nhớ được câu chuyện đó. Chúa biết là tôi cố gắng mà. Tất cả những gì tôi còn nhớ được là dòng chữ điên loạn sau cùng: "Và khi mọi chuyện kết thúc, nhà vua và cận thần phá lên cười". Kết thúc chuyện kiểu quái gì thế này?"

Chúng tôi đã dùng xong cà phê.

"Chúng tôi ôm ghì nhau," anh ta nói. "Nhưng tôi không ngủ với nàng. Nàng không trút bỏ quần áo. Chúng tôi dùng tay sờ soạng nhau như những ngày xưa cũ. Tôi nghĩ như thế là tốt nhất. Có lẽ nàng cũng nghĩ như vậy. Chúng tôi vuốt ve nhau rất lâu, lâu lắm. Không ai nói lời nào. Có gì để chúng tôi nói? Đó là cách duy nhất để chúng tôi nhận ra nhau sau những năm xa cách. Như khi chúng tôi còn học ở trường. Tất nhiên, mọi thứ giờ đã khác. Có lẽ tình dục bình thường tự nhiên sẽ giúp chúng tôi hiểu nhau hơn. Và có lẽ nó sẽ làm cho chúng tôi cùng vui vẻ, hạnh phúc. Nhưng chúng tôi đã trải qua thời đó từ lâu rồi. Những ngày đó đã bị khóa chặt và không ai có thể phá dấu niêm phong".

Anh xoay cái ly không trong dĩa. Anh giữ nó một lúc lâu đến mức người hầu bàn đi đến chỗ chúng tôi và chờ đợi. Nhưng điều đó nhắc nhở anh trả cái ly lại chỗ cũ và gọi một ly cà phê Espresso khác.

"Có lẽ tôi ở chỗ nàng khoảng một tiếng. Nếu hơn nữa, chắc hẳn tôi sẽ phát điên mất". Anh cười ranh mãnh. "Tôi tạm biệt và rời khỏi nhà nàng. Nàng cũng chào tạm biệt. Và lúc đó thực sự là vĩnh biệt, một lần cho mãi mãi. Tôi biết điều đó và nàng cũng biết vậy. Lần cuối cùng tôi nhìn thấy nàng, nàng đứng trên bậc cửa, khoanh tay trước ngực. Nàng nhìn tôi như muốn nói điều gì đó nhưng rồi lại thôi. Bất luận thế nào, tôi cũng biết nàng sẽ nói gì. Tôi kiệt sức... trống rỗng. Tôi bước đi không mục đích, cảm thấy mình như đã uổng phí cả cuộc đời. Tôi ước gì mình có thể quay lại chỗ nàng và làm tình với nàng dài lâu và đậm sâu. Nhưng tôi không thể làm thế. Và cũng chẳng biết làm gì tốt hơn.”

Anh lắc đầu, uống hết ly cà phê thứ hai.

“Thật khó nói điều này. Nhưng tôi bước thẳng ra ngoài, bắt một ả gái điếm. Lần đầu trong đời. Và ắt hẳn là lần cuối”.

Tôi nhìn cốc cà phê của mình mà nghĩ về chuyện ngày xưa mình là một gã xa cách khó gần đến thế nào. Tôi muốn cho anh ta biết tôi đang nghĩ gì, nhưng chỉ e mình không thể tìm ra lời thích hợp.

“Kể những chuyện thế này, tôi thấy như thể đang nói về một người nào khác,” anh nói với tiếng cười nhẹ rồi im lặng.

“Và khi mọi chuyện kết thúc, nhà vua và cận thần phá lên cười,” cuối cùng anh nói. “Tôi luôn nghĩ đến câu này khi nhớ lại lúc đó. Tôi đoán nó là một phản xạ có điều kiện. Tôi không biết có phải không, nhưng nỗi buồn dường như luôn chứa đựng vài câu chuyện hài hước nhỏ lạ lùng”.

Và như tôi nói lúc mở đầu, câu chuyện này chưa đủ để gọi là một bài đạo đức. Tuy nhiên nó là câu chuyện cuộc đời anh ta, là câu chuyện đời của tất cả chúng ta. Đó là lý do tôi không thể cười nổi khi nghe anh nói chuyện. Đến bây giờ tôi vẫn không thể cười.

Những bóng ma vùng Lexington

Thực ra những chuyện này đã xảy ra nhiều năm về trước. Bởi vì những hoàn cảnh nào đó mà tôi phải thay đổi tên nhân vật, còn lại những chuyện khác là hoàn toàn có thật.

Tôi đã sống ở Cambridge, Massachusetts khoảng hai năm. Vào thời gian đó, tôi quen biết một tay kiến trúc sư. Ông ta điển trai, trạc ngoài năm mươi, tóc một nửa đã bạc trắng. Không to cao lắm nhưng ông rất thích bơi lội. Hầu như ngày nào ông cũng bơi nên có một hình thể khá hấp dẫn. Đôi khi ông cũng chơi tennis. Còn về tên tuổi, chúng ta cứ tạm gọi ông là Casey. Ông ta độc thân, sống ở một căn biệt thự cũ kỹ vùng Lexington, ngoại ô Boston cùng với một tay chỉnh dây đàn piano có gương mặt vàng vọt và vô cùng trầm lặng. Tên tay này là Jeremy. Anh ta khoảng ba mươi lăm, cao và mảnh dẻ như cây liễu, hơi bị hói đầu. Ngoài việc chỉnh dây đàn piano, tay này còn chơi piano khá hay.

Một vài truyện ngắn của tôi đã được dịch ra tiếng Anh và đăng trên các tạp chí. Casey đọc chúng và gửi một lá thư cho tôi qua nhà xuất bản.

"Tôi rất thích truyện ngắn của ông và tò mò muốn biết ông là người thế nào", ông ta viết. Thường thì tôi không gặp những người gửi thư ái mộ tôi (bởi kinh nghiệm cho thấy những cuộc gặp gỡ đó chẳng bao giờ vui vẻ hay thú vị gì lắm). Nhưng lần này tôi cho rằng gặp cái tay Casey này có vẻ được đấy. Anh chàng viết thư khá thú vị, đầy óc hài hước. Tôi cũng có tính lạc quan người ta thường có khi sống ở nước ngoài. Chúng tôi sống khá gần nhau. Dù thế, tất cả những điều trên bất quá cũng chỉ là lý do phụ. Lý do chính mà tôi muốn gặp cái ông Casey là vì ông ta đang sở hữu một bộ sưu tập tuyệt vời những đĩa nhạc Jazz xưa.

"Dù có tìm khắp xứ này ông cũng chẳng bao giờ tìm ra một bộ sưu tập cá nhân nào hoàn hảo đến thế đâu. Tôi biết rằng ông rất thích nhạc jazz, hay ít nhất thì ông cũng quan tâm đến nó". Ông ta viết thế. Đúng là như vậy. Chắc chắn là tôi quan tâm đến nhạc jazz rồi. Sau khi đọc thư của Casey; tôi muốn thấy tận mắt bộ sưu tập đĩa nhạc jazz đến mức không chịu nổi. Bộ sưu tập những đĩa nhạc jazz cổ đã gài bẫy tôi, khiến cho toàn bộ ý chí kháng cự lại đều tiêu tán, như thể một chú ngựa mê mẩn mùi hương của loài cây lạ.

Nhà Casey nằm ở vùng Lexington. Từ chỗ tôi đến đó mất khoảng nửa tiếng đi xe hơi. Khi tôi gọi điện, ông ta fax cho tôi một bản đồ chỉ đường chi tiết. Một buổi tháng tư, tôi lên chiếc xe Volkswagen màu xanh, một mình lái thẳng đến nhà ông ta. Tôi nhanh chóng tìm ra. Đó là một căn nhà ba tầng cũ kỹ to lớn. Chắc hẳn căn nhà đã có mặt nơi này ít nhất là hơn một trăm năm. Ngay cả ở Boston này, nơi những ngôi nhà lân cận đều mang dáng vẻ phô trương, đứng uy nghi san sát cạnh nhau và đều có lịch sử lâu đời, căn nhà tráng lệ này vẫn nổi bật lên hẳn. Một mình nó đã đủ cho một tấm bưu thiếp.

Khu vườn giống như cả một cánh rừng mênh mông, những con chim giẻ cùi xanh biếc chuyền từ cành này sang cành nọ, không ngừng cất tiếng hót cao vút, vui tươi. Có một chiếc xe BMW mới đậu nơi lối xe hơi. Khi tôi dừng xe bên cạnh chiếc BMW, một con chó rõ to đang ngủ trên tấm thảm chùi chân nơi hiên trước chậm chạp đứng dậy sủa hai ba tiếng một cách mẫn cán. Tiếng sủa của nó như có ý bảo "Thật ra tớ chẳng muốn sủa đâu, nên tớ chỉ sủa cầm chừng thế thôi".

Casey bước ra bắt tay tôi. Cái bắt tay mạnh mẽ như để xác nhận một điều gì đó. Tay kia ông ta vỗ nhẹ vào vai tôi. Đó là một kiểu cách thường có ở ông ta. "Chào, tôi rất vui khi ông đến. Thật hân hạnh được quen biết ông", ông ta nói. Ông mặc một cái áo sơ mi Italy màu trắng hợp thời trang, cúc cài lên tận cổ, một cái áo len casơmia màu nâu sáng, và mặc một cái quần vải bông mềm. Ông còn đeo một cặp kính nhỏ kiểu Giorgio Armani. Tất cả đều toát lên vẻ lịch lãm.

Casey đưa tôi vào trong nhà, mời tôi ngồi xuống cái trường kỷ trong phòng khách và mang ra một bình cà phê ngon tuyệt mới vừa pha xong.

Casey không phải là người quá ngạo mạn. Ông được giáo dục tốt và được ăn học chu đáo. Thời trẻ đã từng đi du lịch vòng quanh thế giới nên Casey là người rất hay chuyện, khéo ăn khéo nói. Chúng tôi trở nên thân thiết, và tôi thường đến nhà Casey chơi mỗi tháng một lần. Ông chia sẻ với tôi niềm hạnh phúc có được bộ sưu tập dĩa nhạc jazz tuyệt vời đó. Khi ở nhà Casey tôi đã được thưởng thức những dĩa nhạc vô cùng quý hiếm và giá trị mà bình thường tôi chẳng bao giờ tìm ra. So với bộ sư tập đó thì hệ thống âm thanh nổi không đến nỗi tệ lắm, nhưng bộ ampli dùng đèn chân không lại tạo ra một làn âm thanh ấm áp và hoài cổ.

Casey dùng phòng đọc sách của mình làm văn phòng và đã lập kế hoạch đặt một cái máy vi tính lớn ở đó. Tuy thế, ông không nói cho tôi biết nhiều về công việc của ông. "Chẳng có gì quan trọng lắm đâu", ông vừa nói vừa cười như để bào chữa. Tôi chẳng biết gì về những công trình kiến trúc mà Casey thiết kế. Ông dường như lúc nào cũng nhàn nhã. Ông Casey mà tôi biết lúc nào cũng ngồi trên cái trường kỷ trong phòng khách, nghiêng nghiêng ly rượu một cách tao nhã và đọc sách hay dỏng tai nghe tiếng đàn piano của Jeremy. Hay có khi ông ngồi trên chiếc ghế đặt trong vườn mà chơi với chú chó. Đó chỉ là cảm giác của tôi, nhưng tôi nghĩ công việc của ông không đến nỗi vất vả lắm.

Người cha quá cố của Casey là một nhà tâm lý học nổi danh toàn quốc, đã viết khoảng năm đến sáu quyển sách và tất cả đang trên đường trở thành kinh điển. Như bức thư của Casey cho biết, cha của ông cũng là một fan tận tụy của nhạc jazz, là bạn thân thiết của nhà sáng lập và sản xuất dĩa hát uy tín Bob Weinstock. Chính vì thế mà bộ sưu tập các dĩa nhựa vinyl nhạc jazz của ông ta thập niên 1940 đến 1960 toàn vẹn một cách đáng ngạc nhiên. Những thanh âm gợi cảm tuyệt vời và ta chẳng thể phàn nàn được gì về chất lượng tuyệt hảo của những dĩa hát. Hầu hết những dĩa hát này thuộc ấn bản đầu tiên và được giữ gìn trong điều kiện hoàn hảo. Cả những bao dĩa và những chiếc đĩa nhạc đều không có một vết dơ nào, dù là nhỏ nhất. Gần như là một điều huyền diệu vậy. Casey bảo quản chúng rất cẩn thận. Ông nâng niu từng dĩa nhạc trên tay như thể đang tắm cho một đứa bé sơ sinh vậy.

Casey không có anh chị em và mẹ ông mất khi ông còn trẻ. Cha của ông chẳng bao giờ tái hôn. Vì thế khi cha ông mất vì bệnh ung thư tuyến tuỵ mười lăm năm về trước, ông thừa hưởng toàn vẹn gia tài gồm căn nhà, các bất động sản khác và bộ sưu tập dĩa nhạc đó. Bởi Casey ngưỡng mộ cha mình hơn bất cứ ai khác và cũng rất yêu cha, ông không vất đi một dĩa nhạc nào mà giữ gìn toàn bộ rất cẩn thận. Casey cũng thích nghe nhạc jazz nhưng không phải là một fan cuồng nhiệt như cha ông. Thật ra thì ông thích nhạc cổ điển hơn. Mỗi dịp Osawa Seiji chỉ huy dàn nhạc giao hưởng Boston, ông và Jeremy chẳng bao giờ vắng mặt.

Sau khi tôi quen biết ông Casey chừng một năm, Casey nhờ tôi trông nhà trong lúc ông đi vắng. Chuyện này hiếm khi xảy ra, nhưng ông phải đi London khoảng một tuần vì công việc kinh doanh. Thường mỗi lần Casey đi công tác thì Jeremy trông nhà. Nhưng lần này vì mẹ của Jeremy đang sống ở miền Tây Virginia yếu người không được khoẻ nên Jeremy phải về nhà chăm sóc. Jeremy vừa đi, nên Casey gọi điện cho tôi.

"Xin lỗi phải nhờ ông làm việc này. Nhưng tôi chẳng biết nhờ ai khác nữa", ông ta nói. "Nói trông nhà vậy thôi chứ ngoài việc cho con Miles (tên con chó của ông) ăn hai lần một ngày thì ông chẳng phải làm gì khác đâu. Ông có thể nghe bất cứ dĩa nhạc nào ông thích. Và cũng có rất nhiều đồ ăn thức uống nữa. Ông cứ dùng tự nhiên".

Tôi thấy lời đề nghị đó cũng không đến nỗi tồi. Vì hoàn cảnh riêng mà cho lúc ấy tôi đang sống một mình trong một căn hộ ở Cambridge. Căn nhà kế bên đang trong giai đoạn sửa chữa nên ồn ào suốt ngày không chịu nổi. Tôi mang thêm vài bộ quần áo, áo mưa, vài quyển sách và đến nhà ông Casey vào đầu giờ chiều ngày Thứ sáu. Casey vừa mới thu dọn đồ đạc xong và chuẩn bị gọi taxi.

"Đi London vui vẻ nhé", tôi nói.

"Vâng, dĩ nhiên rồi", Casey cười. "Hãy tận hưởng căn nhà và mấy cái dĩa nhạc nhé. Nơi này cũng không tệ lắm đâu".

Khi Casey đi khỏi, tôi xuống bếp pha một ly cà phê. Sau đó tôi đặt cái máy tính của mình trên chiếc bàn trong phòng nghe nhạc kế bên phòng khách, rồi vừa nghe vài dĩa nhạc mà cha của ông Casey để lại vừa làm việc khoảng một tiếng đồng hồ. Dường như tôi sẽ làm được rất nhiều việc trong tuần tới.

Cái bàn lớn màu gỗ gụ có ngăn kéo ở hai bên. Chắc nó đã có mặt ở đây từ thời xa xưa. Nó là vật cổ xưa nhất trong căn phòng. Bên cạnh những vật thuộc một thời đại khác, như cái máy tính tôi mang theo chẳng hạn, nó như thể nó đã nằm nguyên đó suốt một thời gian dài không thể tưởng tượng được. Sau khi cha mất, ông Casey không thêm một chút gì dù chỉ một con tem vào căn phòng đó. Như thể Casey xem nơi đó là một miếu thờ thiêng liêng hay như một nơi thánh tích vậy. Trong khi toàn bộ căn nhà phủ một lớp bụi thời gian thì riêng trong phòng nghe nhạc, dường như dòng thời gian mới ngừng lại ít phút đây thôi. Căn phòng được sắp đặt hoàn hảo. Không có lấy một mảy bụi nào bám trên những chiếc kệ, cái bàn được lau bóng lộn đến mức lấp lánh có thể soi gương.

Con Miles bước vào nằm dưới chân tôi. Tôi vuốt đầu nó vài cái. Nó là một con chó cô đơn kinh khủng và không thể chịu đựng được sự cô độc lâu hơn nữa. Người ta đã dạy cho nó biết cách ngủ ở một cái giường riêng trong xó bếp nhưng hầu hết thời gian nó cứ quanh quẩn bên chân ai đó, thản nhiên nép mình vào thân thể người ta.

Phòng khách và phòng nghe nhạc được ngăn cách nhau bởi một cánh cửa cao. Trong phòng khách có một cái lò sưởi lớn bằng gạch và một cái trường kỷ bằng da thuộc rất tiện lợi dành cho ba người. Có bốn cái ghế bành lạc điệu, không đồng bộ và ba bàn uống cà phê cũng có kiểu dáng riêng biệt. Một tấm thảm Ba Tư trải trên nền nhà, tuy màu mè nhưng cũng đã phần nào nhạt phai. Trên trần nhà đung đưa một chùm đèn treo cổ kính. Tôi bước vào, ngồi xuống trường kỷ và quan sát những thứ xung quanh. Chiếc đồng hồ treo trên lò sưởi tích tắc giờ phút nghe như ai đó đang đập vỡ cửa sổ bằng đầu ngón chân.

Những kệ sách cao lớn bằng gỗ đứng dựa vào tường, chất đầy sách nghệ thuật và đủ loại sách chuyên ngành. Ba bên tường treo hai bức tranh sơn dầu vẽ một bãi bờ nào xa lạ, cách treo tranh đầy ngẫu hứng. Cảnh vật đó gợi ra một ấn tượng vừa phải, chừng mực. Trong tranh không hề có bóng dáng con người mà chỉ có bãi biển trải dài đơn độc. Chúng cho ta cảm giác như nếu áp sát tai vào những bức tranh kia ta có thể nghe ra những cơn gió giá lạnh và những cơn sóng biển bạo tàn. Cả hai bức tranh đều tráng lệ, nhưng không có bức nào thật sự nổi bật. Hai bức tranh cùng thoang thoảng một làn hương nhẹ nhàng kiểu nước Mỹ xưa[1], nhưng vẫn mang cái vẻ xa cách của những nhà giàu thừa tự.

---

[1] Nguyên văn Tiếng Anh: Tân Anh Quốc, tức New England, vùng phía Đông Bắc của nước Mỹ, gồm các bang Maine, New Hampshire, Vermont, Massachusetts, Rhode Island và Connecticut.

Cái kệ thứ hai dựa vào bức tường rộng của phòng nghe nhạc, và tất cả những dĩa nhạc cũ xưa được sắp xếp ngăn nắp theo thứ tự alphabet của người hay nhóm nhạc trình diễn. Ngay cả Casey cũng không biết chắc có khoảng bao nhiêu dĩa nhạc. Chắc khoảng chừng sáu hay bảy ngàn gì đó. Ông có lần nói vậy. Và cũng khoảng chừng ấy dĩa nữa được xếp trong những hộp giấy các tông chất trên gác mái. "Tôi sẽ không ngạc nhiên nếu một ngày kia nơi này chìm xuống lòng đất chỉ bởi sức nặng của toàn bộ đống đĩa hát xưa cũ này, giống như ngôi nhà của dòng họ Usher[1]".

Tôi lấy một dĩa nhạc Lee Connitz 10' đặt vào máy hát rồi ngồi vào bàn viết. Thời gian trôi lặng yên và dễ chịu. Tôi cảm thấy rất tuyệt như thể tôi vùi chôn mình vào tiếng quay tuyệt vời của dĩa hát. Thời gian trôi qua, tôi cảm thấy mình đã xây dựng và phát triển được mối quan hệ mật thiết với căn phòng này. Âm thanh vang vọng của âm nhạc xuyên thấm và lan tỏa vào mọi thứ đến từng ngõ ngách căn phòng, từng lỗ nhỏ li ti trên tường và đến cả những nếp gấp của màn cửa đang lay động.

Tối đó tôi đã khui một chai Montepulciano mà Casey dành riêng cho tôi. Tôi rót rượu vào một cái ly pha lê rồi ngồi trên trường kỷ, vừa đọc một quyển tiểu thuyết mới mua vừa uống vài cốc liền. Dù không kể đến lời giới thiệu của ông ta, tôi vẫn thấy rượu này thật tuyệt. Lấy trong tủ lạnh ra một miếng pho mát, tôi ăn với bánh bích quy. Bất cứ lúc nào, căn nhà cũng lặng như tờ. Ngoài tiếng

---

[1] Ngôi nhà của dòng họ Usher (The House of Usher): Truyện ngắn nổi tiếng của E.A.Poe, kể về ngôi nhà cùng với những nhân vật huyền bí của dòng họ Usher. Cuối truyện, ngôi nhà bị sét đánh, đổ nát trong nháy mắt và chìm xuống lòng đất vô tăm tích.

tích tắc của đồng hồ như tôi đã nói ở trên thì đôi khi chỉ nghe thấy tiếng xe hơi đi ngang trước nhà. Con đường bên nhà chỉ là một ngõ cụt. Vì thế, chỉ những người láng giếng mới sử dụng nó thôi. Khi đêm xuống, hầu như không có bóng dáng vật gì trên đường. Đã quen với cuộc sống ở Cambridge, với những đám sinh viên hiếu động, giờ đây tôi thấy mình như đang ở đáy đại dương. Như thường lệ, khi đồng hồ điểm mười một giờ, tôi cảm thấy hơi mệt. Đặt quyển sách qua một bên, tôi cầm ly rượu xuống bếp để rửa và nói với Miles câu chúc ngủ ngon. Cuộn tròn người trên chiếc giường với vẻ nhẫn nhục cam chịu, Miles gừ một tiếng nhẹ rồi nhắm mắt lại. Tôi tắt đèn và lên phòng ngủ ở tầng hai. Tôi thay bộ đồ ngủ và chẳng bao lâu sau đã chìm vào giấc ngủ say.

Tôi tỉnh giấc với một cảm giác trống rỗng không rõ hình dạng. Tôi chẳng biết mình đang ở đâu. Trong thoáng chốc, tôi mất cảm giác, như thể một cọng rau héo vậy. Cọng rau đã bị bỏ quên trong một cái tủ tối tăm suốt một thời gian dài. Phải mất một khoảng thời gian nữa, tôi mới nhớ ra được là mình đang trông nhà cho ông Casey. Trời ạ, tôi đang ở Lexington. Tôi sờ soạng tìm cái đồng đeo tay để dưới gối. Khi tôi ấn nút, thời gian hiện ra trong ánh sáng màu xanh. Bây giờ là một giờ mười lăm phút.

Tôi lặng yên ngồi dậy khỏi giường và với tay bật cái đèn nhỏ ở đầu giường. Phải mất cả phút tôi mới tìm thấy cái công tắc. Cái đèn hình hoa loa kèn được làm từ thứ thủy tinh bóng loáng phát ra một quầng sáng màu vàng. Tôi dùng hai lòng bàn tay lau hai bên thái dương, thở mạnh và nhìn xung quanh căn phòng sáng sủa. Tôi xem xét từng bức tường, nhìn kỹ tấm thảm và ngước nhìn lên trần nhà. Thế rồi, như thu gom những hạt đậu nằm rải rác trên sàn, tôi tập trung thu gom lại ý thức tôi, từng mảnh một và xác lập trở lại sự quen thuộc với thực tại của thân thể mình. Dần dần tôi nhận ra một điều gì đó. Đó là tiếng vang của một âm thanh. Một tiếng ầm nhỏ tựa như tiếng sóng vỗ bờ - thanh âm đó đã khuấy động và lôi tôi khỏi giấc ngủ say.

Có ai đó đang ở dưới nhà.

Tôi nhón gót đi ra cửa và nín thở. Ngay lập tức, tôi nghe tiếng đập của trái tim mình. Không thể lầm lẫn được. Ngoài tôi ra còn ai đó nữa ở trong căn nhà này. Và không chỉ là một hay hai người đâu. Âm thanh nghe văng vẳng mờ nhạt như tiếng nhạc. Tôi không hiểu tại sao. Từ nách tôi, mồ hôi lạnh bắt đầu chảy nhỏ giọt. Điều gì đã xảy ra trong khi tôi đang ngủ vậy?

Điều đầu tiên mà tôi chợt nghĩ ra được đó là một kiểu trò đùa tinh vi. Casey giả vờ đi London trong khi thực ra ông ta ở lại rồi tổ chức một buổi tiệc giữa đêm khuya chỉ để hù dọa tôi. Dù nghĩ thế nhưng tôi vẫn không tin Casey là loại người có thể làm một trò đùa ngây ngô con trẻ như vậy. Khiếu hài hước của ông ta tinh tế và tao nhã hơn nhiều.

Hay có lẽ - tôi nghĩ trong khi vẫn đứng dựa vào thành cửa - những người dưới nhà có quen biết với Casey mà tôi không hay biết. Họ biết là Casey đã đi công tác khỏi thành phố (nhưng không biết tôi đến trông nhà cho ông), rồi quyết định nghỉ ngơi ở đây trong khi Casey vắng mặt. Dù sao đi nữa, tôi cũng chắc chắn rằng đó không phải là bọn trộm. Bởi khi kẻ trộm đột nhập vào một căn nhà nào đó thì thường chúng không chơi nhạc lớn như thế.

Tôi thay bộ quần áo ngủ rồi vớ lấy cái quần mặc vào. Tôi đi giày và khoác thêm vào người một cái áo len cùng với áo sơmi. Nhưng tôi chỉ có một mình. Tôi muốn cầm theo vật gì đó trong tay. Nhìn quanh quẩn trong phòng, tôi chẳng thấy có vật gì thích hợp. Không có gậy đánh bóng chày hay que cời lửa. Trong phòng tôi chỉ thấy cái giường, cái bàn gương, cái kệ sách nhỏ, một bức tranh đặt trong khung.

Khi ra đến hành lang, tôi nghe rõ những tiếng ồn hơn. Từ cuối cầu thang, âm thanh một bản nhạc vui vẻ cổ xưa trôi lơ lửng vào hành lang như đám mây hơi nước. Giai điệu bài hát khá quen thuộc nhưng tôi không thể nào nhớ ra.

Tôi cũng nghe thấy những giọng nói. Bởi vì có nhiều giọng nói cùng cất tiếng hòa lẫn vào nhau nên tôi không thể đoán ra họ đang nói về chuyện gì. Thỉnh thoảng họ lại cất lên một tiếng cười lớn. Tiếng cười sảng khoái dễ chịu. Dường như người ta đang tổ chức tiệc tùng ở phòng dưới. Và qua những thanh âm vọng ra, ta biết buổi tiệc thành công tốt đẹp. Và như để điểm tô cho quang cảnh đó, tiếng chạm lanh canh giữa ly sâm banh và ly rượu vang cất lên vui vẻ. Tôi cũng chắc rằng có ai đó đang khiêu vũ. Tôi có thể nghe ra tiếng cót két nhịp nhàng của những đôi giày da gõ trên sàn gỗ.

Tôi lẻn từ hành lang ra đến chỗ nghỉ của cầu thang. Nghiêng người tựa vào thành cầu thang, tôi nhìn xuống. Có ánh sáng từ cái cửa sổ cao thẳng đứng hắt ra, làm chỗ phòng đợi ngập trong một thứ ánh sáng kỳ dị, quái đản. Không có một bóng người. Những cánh cửa ngăn phòng khách với hành lang đóng chặt. Tôi biết là trước khi đi ngủ tôi đã để ngỏ những cánh cửa này. Tôi tuyệt đối chắc chắn điều đó. Chỉ có thể là ai đó đã đóng chúng lại khi tôi đã lên lầu đi ngủ.

Tôi hoàn toàn lúng túng chẳng biết làm gì. Có một cách quay trở lại giường ngủ ở tầng hai để ẩn náu. Khoá trái cửa lại, trườn lên giường và... Xem xét vấn đề một cách bình tĩnh thì có vẻ đây là cách hành động khôn ngoan nhất. Nhưng lúc nãy khi đứng trên cầu thang, nghe tiếng nhạc vui tai và tiếng cười lớn như thế, tôi hơi bị sốc khi nhận ra thanh âm dần trở nên lắng dịu xuống như những gợn sóng trên mặt ao. Từ đó, tôi đoán ngờ ngợ rằng đây không phải là loại người bình thường.

Tôi thở một hơi dài và sâu rồi bước xuống cầu thang, tiến vào hành lang chính. Đế giày cao su của đôi giày thể thao rón rén đi từng bước trên sàn gỗ. Khi đến chỗ phòng đợi, tôi lập tức rẽ trái và tiến thẳng xuống bếp. Tôi bật đèn và lục tìm trong ngăn kéo một con dao phay chặt thịt to nặng. Ông Casey là người rất mê nấu nướng và có một bộ dao làm bếp đắt tiền của Đức. Lưỡi dao sáng quắc, không gợn vết nhơ ánh chiếu lên một vẻ khoái lạc và chân chính trong tay tôi.

Nhưng khi tôi thử hình dung ra cảnh tượng mình bước vào một bữa tiệc vui nhộn mà nắm chặt một con dao phay chặt thịt to tướng trên tay, tôi nhanh chóng nhận ra đó là một ý tưởng tệ hại. Tôi mở vòi, rót một ly nước và trả lại con dao phay vào ngăn kéo.

Nhưng đợi đã, chuyện gì đã xảy ra với con chó vậy?

Lần đầu tiên, tôi nhận ra không thấy bóng dáng của con Miles đâu cả. Nó không còn nằm trên cái nệm đặt trên sàn. Miles đã đi đâu nhỉ? Không phải nhiệm vụ của nó là sủa gâu gâu khi có người đột nhập vào nhà giữa đêm khuya sao? Cúi người xuống, tôi thử sờ vào chỗ lõm xuống của tấm nệm mà Miles thường hay nằm, giờ đây đã phẳng phiu. Không còn một chút nào hơi ấm. Dường như

Miles đã rời khỏi giường và đi đâu từ lâu lắm rồi vậy.

Tôi rời khỏi bếp, bước vào phòng đợi và ngồi xuống chiếc ghế dài ở đó. Tiếng nhạc và những câu chuyện vẫn tiếp tục không ngừng. Như những con sóng, chúng cồn lên từng chặp rồi lại chìm vào yên tĩnh, nhưng không bao giờ ngừng lại hoàn toàn. Có bao nhiêu người trong đó? Ít nhất phải mười lăm người. Hay có lẽ nhiều hơn, khoảng hai mươi người gì đó. Dù sao đi nữa, dường như căn phòng khách lớn kia chứa đầy những người là người.

Tôi thoáng nghĩ không biết mình có nên đẩy cửa bước vào hay không. Đúng là một quyết định lạ lùng và khó khăn. Xét cho cùng thì tôi là người trông coi căn nhà này và quản lý nó là trách nhiệm của tôi cơ mà. Nhưng mặt khác, tôi cũng là vị khách không mời mà đến.

Tôi căng tai cố lắng nghe những mẩu đối thoại không mạch lạc vọng ra từ khe cửa nhưng không thể được. Chúng lẫn vào nhau thành một giọng đều đều đơn điệu khiến tôi không thể nào nhận ra từng giọng nói nào riêng biệt. Trong khi tôi nghe ngóng câu chuyện thì dường như có một một bức tường thạch cao chắn trước mặt tôi. Tôi thọc tay vào túi lấy ra một đồng hai mươi lăm xu và lơ đãng xoay nó trong tay. Sự cứng chắc của đồng tiền và cảnh huống thực tế đã trả cho tôi cảm giác của mình. Thế rồi một điều gì đó bập vào tôi, như thể có ai đó dùng một cái chày bằng bông đánh vào đỉnh đầu tôi.

Họ là ma.

Đám người ngồi trong phòng khách, nghe nhạc và tán gẫu vui vẻ hoà nhã với nhau kia không phải là người thực. Áp lực không khí thay đổi giống như có một sự chuyển pha, và tai tôi kêu ong ong. Tôi cố nuốt vào nhưng không thể vì cổ họng tôi khô khốc. Tôi đút đồng xu vào túi và nhìn xung quanh. Tim tôi đập thình thịch.

Cho đến tận bây giờ tôi mới nhận ra điều kỳ quặc. Thật hoàn toàn lố bịch khi nghĩ rằng có ai đó đột nhập vào nhà và tổ chức đánh chén. Chắc chắn những tiếng xe đậu gần nhà và những bước chân nặng nề ở cổng trước căn nhà đã phải đánh thức tôi dậy. Và chắc chắn con Miles phải sủa chứ.

Nói tóm lại, đám người kia không có cách nào đột nhập vào căn nhà này được.

Tôi muốn con Miles ở kế bên tôi. Và tôi muốn đặt tay mình vào chiếc cổ Miles, ngửi mùi và cảm thấy ấm áp từ làn da nó. Nhưng nào thấy bóng dáng Miles đâu. Chỉ có mình tôi bước vào, ngồi xuống chiếc ghế dài trong phòng đợi như bị bỏ bùa mê. Tự nhiên tôi cảm thấy khiếp sợ. Nhưng còn hơn nỗi khiếp sợ một cái gì cụ thể. Nó là nỗi khiếp sợ sâu thẳm và huyền bí như sa mạc bao la.

Hít vài hơi thở sâu, tôi nạp khí đầy buồng phổi. Từng chút một, tôi bình tâm trở lại. Cảm giác như thể ai đó lật những lá bài ở sâu trong ý thức tôi.

Rồi tôi đứng dậy và như lúc nãy tôi rón rén bàn chân mò ra hành lang. Tôi trở lại phòng ngủ. Không kịp thay đồ tôi nhảy thẳng lên giường. Tiếng nhạc và cuộc trò chuyện vẫn nghe văng vẳng. Tôi chẳng thể nào ngủ được nên đành nằm đó chờ sáng. Vẫn để đèn, tôi tựa mình vào thành giường và nhìn trừng trừng lên trần nhà, cố nghe những thanh âm của bữa tiệc bất tận phía dưới. Cuối cùng, tôi cũng chìm vào giấc ngủ.

Khi tôi thức giấc vào sáng hôm sau, trời đổ mưa. Cơn mưa phùn yên lặng chỉ làm ướt đẫm trái đất. Những chú chim giẻ cùi hót líu lo dưới hiên nhà. Kim đồng hồ chỉ gần chín giờ. Những cánh cửa ngăn phòng nghỉ và phòng khách lại mở toang ra như đêm qua tôi đã mở trước khi đi ngủ. Phòng khách vẫn ngăn nắp. Quyển sách tôi đang đọc vẫn để mở trên trường kỷ. Những mẩu bánh quy còn nằm rải rác trên bàn cà phê. Đúng như tôi dự đoán, hoàn toàn không có dấu vết gì của bữa tiệc tối qua. Miles nằm cuộn tròn nơi sàn bếp, ngủ ngon lành. Khi Miles thức dậy tôi cho nó ăn. Lắc lắc đôi tai, Miles ăn ngốn ngấu với vẻ say mê. Như thể chẳng có chuyện gì xảy ra cả.

Bữa tiệc ma quái này diễn ra vào giữa đêm đầu tiên mà tôi ở nhà Casey. Sau đó thì chẳng có gì bất thường xảy ra nữa cả. Những đêm bí ẩn lặng yên nơi vùng Lexington này lại tiếp tục ngự trị. Không có gì xảy ra. Nhưng không biết vì lý do nào đó mà hầu như hằng đêm, tôi đều thức dậy vào lúc nửa đêm. Luôn luôn là khoảng từ một đến hai giờ sáng. Tôi đoán chắc đó chỉ là sự căng thẳng khi nghỉ đêm tại nhà người lạ. Hay đó lẽ đó là sự lo âu rằng bữa tiệc lạ lùng đó lại tái diễn.

Mỗi lần thức dậy như thế, tôi đều nín thở, vểnh tai nghe ngóng trong bóng đêm. Nhưng tuyệt không có một âm thanh nào. Đôi khi tôi chỉ nghe tiếng lá cây xào xạc trong vườn. Và lúc đó, tôi lại bước xuống cầu thang, vô nhà bếp uống một ly nước. Miles vẫn cuộn mình trên sàn nhà, và mỗi lần thấy tôi, Miles vui vẻ thức giấc, vẫy đuôi và dúi dúi cái đầu vào chân tôi.

Tôi dẫn Miles lên phòng khách, bật đèn và cẩn thận nhìn xung quanh. Dù thế, tôi chẳng cảm thấy gì cả. Chiếc trường kỷ và cái bàn uống cà phê vẫn yên vị tại chỗ. Những bức tranh sơn dầu lạnh giá vẽ bờ biển Tân Anh quốc vẫn nằm trên tường như mọi khi. Tôi ngồi nơi chiếc trường kỷ khoảng mười đến mười lăm phút chỉ để giết thời gian. Và khi không thể khám phá ra manh mối gì của những chuyện đã xảy ra, tôi nhắm mắt lại và tập trung tư tưởng. Nhưng tôi chẳng cảm thấy gì. Chỉ đơn giản là tôi đang ở vùng ngoại thành trong một đêm yên tĩnh thanh bình. Tôi mở cửa sổ thông ra vườn và hít thở không khí mùa xuân đượm hương hoa. Những chiếc màn cửa lay nhẹ nhàng trong làn gió khuya và trong rừng có tiếng cú kêu.

Sau khoảng một tuần, khi Casey đi công tác London trở về, tôi quyết định không nói gì về chuyện xảy ra trong đêm đó, trong lúc này. Thực sự tôi không thể giải thích được tại sao. Tôi chỉ cảm thấy im lặng như thế thì tốt hơn. Thôi cứ như thế vậy.

"Sao, thế nào? Có chuyện gì xảy ra trong khi tôi vắng nhà không?". Casey hỏi tôi khi tôi đang đứng nơi phòng nghỉ.

"Không, chẳng có gì đặc biệt đâu. nơi này thật yên tĩnh và tôi làm được khá nhiều việc". Đó hoàn toàn là sự thật.

"Tuyệt lắm", Casey vừa nói vừa vui vẻ nhìn tôi. Rồi ông lôi từ trong túi xách một chai rượu whiskey Scotlen đắt tiền tặng tôi làm quà kỷ niệm. Chúng tôi bắt tay rồi chia tay nhau. Tôi lái chiếc Volkswagen trở về căn hộ của mình ở Cambridge.

Sau đó, tôi không gặp mặt Casey trong khoảng sáu tháng liền. Chúng tôi cũng có nói chuyện qua điện thoại một vài lần. Mẹ của Jeremy đã mất. Vì thế anh chàng chỉnh đàn piano trầm lặng đó đã quay về miền tây Virginia vĩnh viễn. Vào thời gian ấy, tôi sắp sửa viết xong một quyển tiểu thuyết dài, bởi vậy tôi không rời khỏi phòng để gặp ai và đi đâu cả trừ trường hợp thật cần thiết. Mỗi ngày tôi dành hơn mười hai tiếng đồng hồ ngồi ở bàn viết, thành thử chắc là tôi đã không hề đi đâu xa nhà hơn một kilômét.

Lần cuối cùng tôi gặp Casey là ở một quán cà phê gần bến nhà thuyền sông Charles. Tôi dạo bộ ra đó để gặp mặt Casey và uống cà phê với ông. Tôi không biết tại sao ông Casey này lại trông già đi nhiều so với dạo trước. Đến mức tôi hầu như không thể nhận ra được ông. Trông như Casey đã già đi mười tuổi. Mái đầu ngày càng bạc trắng, những quầng tối húp lên dưới hai mắt và Mu bàn tay có nhiều nếp nhăn hơn. Tôi không thể ngờ con người này lại là Casey mà tôi biết dạo trước, một kẻ luôn luôn biết chăm sóc dáng vẻ của mình. Có lẽ Casey đang có tật bệnh gì chăng? Nhưng Casey không nói gì về chuyện đó nên tôi cũng không tiện hỏi thăm.

Chắc chắn Jeremy sẽ không bao giờ quay lại Lexington. Casey vừa nói với tôi bằng một giọng trầm lặng vừa nhẹ nhàng lúc lắc đầu từ trái qua phải. Đôi khi tôi có gọi điện về miền Tây Virginia nói chuyện với Jeremy một vài lần. Cú sốc trước biến cố người mẹ mất đi dù sao cũng làm thay đổi con người anh ta. Jeremy nói như vậy. Không còn là Jeremy của những ngày xưa cũ. Bây giờ Jeremy toàn nói về những chùm sao tử vi. Và anh ta cứ nói về những câu chuyện chiêm tinh rủi ro từ đầu đến cuối. Chẳng hạn như hôm nay thì chòm sao nào chiếu và ta có thể làm được việc hay không hay phải tránh đi. Toàn những chuyện như vậy. Khi còn ở Lexington này, chưa một lần nào Jeremy đề cập đến sao trời.

Tôi rất lấy làm tiếc. Tôi nói. Nhưng thực sự tôi không biết ông Casey này đang nói về ai và về cái quái gì.

"Khi mẹ tôi mất đi, tôi chỉ mới lên mười tuổi". Casey bắt đầu nói, mắt nhìn chăm chú ly cà phê.

“Bởi tôi không có anh chị em, nên khi mẹ tôi mất đi, chỉ có ba tôi và tôi bơ vơ trên cõi đời này. Mẹ tôi mất vì một tai nạn du thuyền vào đầu thu năm đó. Chúng tôi hoàn toàn không được chuẩn bị tâm lý cho cú sốc đột ngột đó. Mẹ tôi còn trẻ, lanh lợi và trẻ hơn ba tôi đến mười tuổi. Cả ba tôi và tôi đều không thể ngờ rằng một ngày kia mẹ tôi lại vĩnh biệt cõi đời. Vậy mà một ngày kia, bà đột ngột từ bỏ thế giới này. Đùng một cái. Như thể mẹ tôi tan biến vào không khí loãng. Bà thông minh, đẹp đẽ, ai ai cũng thích bà. Mẹ tôi thích đi dạo bộ, bà có những bước sải chân tuyệt vời, lưng thẳng băng, cái cằm mảnh dẻ hơi nhô ra một cách dịu dàng, hai tay đan chắp sau lưng. Bà bước đi với một dáng điệu vui tươi như thế. Và bà thường vừa đi vừa hát. Tôi thích cùng đi dạo bộ với bà, chỉ hai chúng tôi. Mỗi khi nghĩ về mẹ, tôi đều hình dung thấy bà đang đi trên bờ biển Newport, đắm mình trong ánh sáng rực rỡ một buổi sáng mùa hè. Những đường viền của chiếc váy dài mùa hạ dập dìu bay trong cơn gió nhẹ. Đó là một cái váy cotton vải in hoa. Quang cảnh ấy còn in sâu vào tâm trí tôi như một tấm ảnh chụp.

Mẹ tôi rất yêu quý cha tôi và cha tôi thì thương yêu mẹ tôi kinh khủng. Tôi nghĩ chắc công ba tôi yêu mẹ sâu thẳm hơn yêu tôi nhiều. Cha tôi là loại người như thế đấy. Ông yêu quý những thứ mà ông chiếm hữu được bằng chính đôi tay mình. Đối vơi ông, tôi là một cái gì đó hiển nhiên đạt được nhờ một chuỗi sự kiện. Nói như thế không có nghĩa là cha tôi không yêu tôi. Tôi là con một của ông. Nhưng cha tôi chẳng bao giờ yêu tôi nhiều như yêu mẹ tôi. Điều này tôi hiểu lắm. Cha tôi yêu mẹ hơn bất cứ ai khác trên đời này. Sau khi mẹ tôi mất, ông không bao giờ tái hôn nữa.

Sau đám tang của mẹ, cha tôi ngủ vùi triền miên ba tuần liền. Tôi nói không quá lời đâu. Đúng ba tuần đấy.

Đôi khi cha tôi lảo đảo rời khỏi giường. Không nói một lời, ông chỉ uống nước và ăn một chút thức ăn. Trông ông giống như một kẻ mộng du hay một bóng ma. Và sau một thời gian ngắn nhất có thể dùng cho việc ăn uống, ông lại chìm vào giấc ngủ. Với cánh cửa chớp đóng kín và bầu không khí lặng lờ trong căn phòng tối tăm, ông ngủ như nàng công chúa bị bỏ bùa mê. Ông hầu như không cử động. Ông không hề cuộn người lại và dáng vẻ vẫn như thường lệ. Tôi cảm thấy lo lắng không yên nên hết lần này đến lần khác, tôi đến bên ông để xem xét. Tôi sợ rằng ông sẽ đột tử trong giấc ngủ. Mỗi khi đến bên giường để phủi nệm và đưa thức ăn cho ông, tôi đều quan sát kỹ gương mặt của cha tôi.

Nhưng cha tôi không chết. Ông chỉ ngủ say thôi, như một tảng đá vùi trong lòng đất. Tôi nghĩ chắc ông không mơ đâu. Trong căn phòng tăm tối và yên lặng, ta chỉ nghe ra được tiếng thở đều đều. Tôi chưa từng thấy một ai ngủ dài và sâu đến thế. Như thể ông đang du hành vào một thế giới nào khác. Tôi nhớ là lúc đó tôi vô cùng sợ hãi. Hoàn toàn đơn độc trong căn nhà to lớn, tôi như bị cả thế giới này bỏ rơi.

Mười lăm năm sau, khi cha tôi khuất núi, rõ ràng tôi buồn rầu vô hạn, nhưng tôi hoàn toàn không ngạc nhiên lắm. Cha tôi khi đã chết trông cũng chẳng khác nào như lúc ông chìm trong giấc ngủ sâu kia. Ông giống hệt như khi dó, tôi tự nhủ. Cảnh dó tôi dã nhìn thấy rồi. Và cái cảnh đó, choáng ngợp, như một cái gì sâu trong nội tại tôi, giờ đã quay trở lại. Sau ba mươi năm, tôi lại quay về quá khứ như khi nó mới xảy ra. Chỉ có điều lúc này tôi không còn nghe thấy tiếng thở của cha tôi.

Tôi yêu cha tôi. Tôi yêu ông hơn bất cứ ai khác trên cõi đời này. Tôi cũng kính trọng ông. Nhưng còn hơn thế, tôi gắn kết với ông mạnh mẽ, cả về cảm xúc cũng như về tinh thần. Tôi biết điều này có vẻ lạ lùng, nhưng sau khi cha tôi mất, tôi cũng lên giường ngủ triền miên nhiều ngày trời, hệt như cha tôi đã ngủ sau khi mẹ tôi qua đời. Như thể tôi đã kế thừa một lễ nghi đặc biệt nào đó trong huyết thống của tôi.

Có lẽ là suốt hai tuần liền, tôi đã ngủ, ngủ, ngủ suốt... Tôi ngủ cho đến khi thời gian rữa nát và tan biến vào hư vô. Dù ngủ nhiều như thế nào đi nữa, tôi cũng thấy không đủ. Vào thời gian đó, đối với tôi thế giới giấc ngủ là thế giới thực tại, còn thế giới hằng ngày ta đang sống chẳng gì khác hơn là một cõi tạm hão huyền. Đó là một thế giới nông cạn, trống rỗng sắc màu đời sống. Tôi nghĩ mình chẳng muốn sống thêm một tí nào nữa trong thế giới ấy. Dần dần tôi đã hiểu và hình dung ra được cảm giác của cha tôi như thế nào khi mất mẹ tôi. Ông có hiểu tôi nói gì không? Mọi vật cùng một lúc khoác một hình hài khác. Nếu không có những dáng hình mới đó, sự vật sẽ không thể tồn tại được."

Casey im lặng trong thoáng chốc như đang suy nghĩ điều gì. Bây giờ là cuối thu, đôi khi tiếng những quả sồi rơi chạm đất tạo một âm vang vọng đến tai tôi.

"Tôi chỉ có thể nói một điều thôi", Casey nói và ngẩng đầu lên, nụ cười kiểu cách quen thuộc nở trên môi. "Khi tôi chết đi sẽ chẳng có ai trên trần gian này ngủ một giấc dài và sâu để tiễn biệt tôi cả".

Đôi khi tôi nghĩ về những bóng ma vùng Lexington, về tính cách họ, về số lượng họ mà tôi không bao giờ được biết, về bữa tiệc vui mà những bóng ma đó đã tổ chức trong phòng khách nơi căn nhà của Casey giữa đêm khuya. Tôi nghĩ về Casey và giấc ngủ dài sâu và đơn độc của ông như thể đang chuẩn bị dọn mình cho cái chết trong phòng ngủ trên tầng hai có cửa đóng kín. Và tôi cũng nghĩ về cha của Casey. Tôi nghĩ về Miles, con chó cô độc, về bộ sưu tập dĩa hát nhạc jazz và Jeremy chơi nhạc Schubert. Rồi chiếc BMW màu xanh đậu trước cửa nhà. Tôi cảm thấy tất cả chúng như thể đã xảy ra từ lâu lơ lâu lắc ở một nơi nào xa lắc xa lơ. Cho dù chúng mới xảy ra gần đây mà thôi.

Cho đến tận bây giờ, tôi vẫn chưa kể cho ai nghe những chuyện này. Mỗi khi tôi gắng nghĩ về nó thì dù cho đây là câu chuyện thật sự kỳ lạ, nhưng có lẽ vì khoảng cách thời gian, nó dường như chẳng còn lạ lùng gì với tôi nữa.

Buồn ngủ

Lời của người dịch:

Franz Kafka có viết truyện "Một cặp vợ chồng". Nhân vật "tôi" đi thăm ông N bị bệnh và hỏi chuyện làm ăn. Câu chuyện chán ngắt mà vẫn phải tiếp tục vì đó là công việc. "Buồn ngủ" cũng tương tự như thế. Dù không muốn nhưng "tôi" vẫn phải đi dự đám cưới, tham gia vào những vở kịch đời thường: vui buồn, hờn giận, khóc cười của nhân gian. Shakespear cũng nói: "Đời là một vở tuồng mà chúng ta là kịch sĩ". Đời là thế. Nên buồn ngủ chính là sự cưỡng kháng. Sự cưỡng kháng này nằm trong "mép tư lường trong cõi tư tưởng của Thánh Nhân" (Bùi Giáng) bởi sự cưỡng kháng này tuyệt đối vô hi vọng. Im lặng buồn ngủ nhìn cõi nhân gian, cưu mang một viễn cảnh nào khác:"Khi ăn món sò, tôi thấy mình ngay lập tức biến thành một con rồng kiêu hùng khinh bạc bay vút trên những cánh rừng nguyên thủy, lãnh đạm nhìn những quang cảnh hoang vu dưới cánh bằng". Và "nhân gian e cũng tiêu điều dưới kia" (Huy Cận). Cái cõi đó là cõi đạo, không nói ra được. Bởi "đạo mà nói ra thì nhạt và vô vị" (Lão Tử). Nói theo Francois Jullien thì tâm thức phương Đông chính là tâm thức của cái nhạt đó. Hiểu cơn buồn ngủ giữa đời này theo nghĩa nào cũng được. Sự tỉnh thức của cá thể, cơn chiêm bao của cõi đi về, sự cưu mang một điều gì siêu vượt cõi nhân gian? Hay đơn giản vì chán sống cảnh đua chen của đời. Ngòi bút miêu tả hiện tượng luận của Murakami không giải đáp. Có khi ẩn giữ thoảng bay qua như mùi hương hoa của người con gái thiên đường: "Ngực nàng nhô cao rực rỡ, căng đầy lớp áo rực rỡ, căng đầy lớp áo lụa trắng". Quê hương là gì hả mẹ? Không phải là núi đồi và hải đảo kia sao?

*

Tôi bắt đầu cảm thấy buồn ngủ khi tôi đang ăn súp.

Chiếc thìa rớt khỏi tay tôi và kêu leng keng khá lớn khi chạm vào vành đĩa. Nhiều người nhìn thẳng vào tôi. Ngồi kế bên tôi, nàng nhẹ nhàng đằng hắng. Để cố gắng che giấu, tôi mở lòng bàn tay phải nắm chặt lấy cái thìa rồi ngoái lại đằng sau. Sau cùng, cũng bởi vì tôi không muốn ai biết rằng tôi ngủ gục trong khi đang ăn súp.

Sau khi nhìn vào tay mình khoảng mười lăm giây hay gần như thế, tôi hít một hơi thở sâu và tiếp tục ăn súp ngô. Gáy tôi trống rỗng và tê liệt. Như thể một quả bóng chuyền nhỏ dộng vào đằng sau. Một đám mây khí màu trắng, hình quả trứng lờ lững trôi trên chén súp và thì thầm quyến rũ tôi "được thôi mà, đừng kháng cự, ngủ đi". Tình trạng cứ tiếp diễn như vậy trong một lúc lâu.

Đường nét của đám mây khí màu trắng đó lúc mờ nhạt, lúc rõ ràng. Như thể nó đang xác nhận sự thay đổi trong từng phút giây. Mi mắt tôi từ từ nặng trĩu. Theo phản xạ tự nhiên, tôi lắc đầu vài lần, nhắm chặt mắt lại rồi lại mở to ra, cố gắng xua tan đi đám mây khí đó. Nhưng dù cố gắng đến đâu, tôi cũng chẳng thể nào xua đuổi được. Đám mây lúc nào cũng cứ lơ lửng trên bàn ăn. Vì thế mà tôi rất mệt mỏi.

Để thoát đi tình cảnh này, tôi cố gắng đánh vần từ "súp ngô" trong đầu một cách yên lặng khi đưa thìa súp lên môi.

S-Ú-P – N-G-Ô

Quá dễ và không cần sự cố gắng nào.

"Em có thể đọc cho anh từ nào thật sự khó phát âm được không?". Tôi hỏi người bạn gái. Nàng là giáo viên dạy tiếng Anh ở trường trung học.

"Mississippi". Nàng hạ thấp giọng để không ai nghe thấy.

M-I-S-S-I-S-S-I-P-P-I. Tôi đánh vần trong đầu. Bốn chữ S, bốn chữ I và hai chữ P. Từ này lạ thật.

"Một từ khác đi em."

"Im lặng và ăn đi". Nàng nói.

"Nhưng anh mệt quá". Tôi trả lời.

"Em hiểu chứ". Nàng tiếp tục. "Nhưng anh làm ơn thức vì em đi. Mọi người đang nhìn đấy".

Đáng lẽ tôi không nên nhận lời mời đi dự đám cưới này. Điều lạ lùng là có một thằng tôi ngồi cùng bàn với các bạn của cô dâu, trong khi cô dâu thì không phải thực sự là bạn mình. Đáng lẽ tôi nên từ chối thẳng thừng. Nếu làm thế, hẳn giờ đây tôi đang ở nhà và ngủ ngon lành rồi.

"Khuyển Yorkshire". Thình lình nàng nói. Tôi phải mất một giây định thần mới nhận ra là chúng tôi đang trở lại việc phát âm.

"K-H-U-Y-Ể-N – Y-O-R-K-S-H-I-R-E". Lần này tôi đọc lớn tiếng. Ngày trước tôi học rất khá môn chính tả.

"Anh học từ đó đi. Giờ thì cố gắng tỉnh táo đến phút cuối nhé. Rồi sau đó anh muốn ngủ bao nhiêu cũng được".

Sau khi ăn xong món súp, tôi ngáp ba lần liên tục. Nhiều người hầu bàn xuất hiện cùng lúc để dọn đĩa súp và mang đến món salad và bánh mì. Tôi cảm giác như chiếc bánh mì đã trải qua một chặng đường dài vất vả trước khi đến tay mình.

Bề ngoài chúng ta đều có vẻ thích thú với những bài diễn văn chán ngắt dài bất tận. Đời sống, thời tiết, các mỏ quặng hay những thứ đại loại như vậy. Tôi bắt đầu buồn ngủ trở lại. Nàng dùng gót giày đá nhẹ vào ống chân tôi.

"Anh biết điều này là bất lịch sự nhưng đây là giây phút mỏi mệt nhất trong đời anh"

"Tại sao anh không ngủ cho đẫy giấc vào tối qua?"

"Không thể. Anh cứ nghĩ về đủ thứ chuyện ngẫu nhiên".

"Vậy thì cứ nghĩ về nó đi. Dù sao cũng đừng có ngủ gục. Đây là đám cưới bạn em mà".

"Nhưng cô ta đâu phải bạn anh".

Nàng trở về với món bánh mì và im lặng nhìn tôi. Tôi bỏ cuộc và bắt đầu ăn món sò. Mùi của chúng gợi lên cho ta một dạng thức của đời sống cổ xưa. Khi ăn món sò, tôi thấy mình ngay lập tức biến thành một con rồng kiêu hùng khinh bạc bay vút trên những cánh rừng nguyên thủy, lãnh đạm nhìn những quang cảnh hoang vu dưới cánh bằng.

Trên mặt đất, một cô giáo đứng tuổi dạy piano đang thuật lại quãng đời của cô dâu khi còn là học sinh cấp một. Cô dâu khi còn bé là đứa trẻ khi không hiểu điều gì sẽ đặt những câu hỏi liên tu bất tận. So với những đứa trẻ khác thì nàng không có gì đặc biệt. Nhưng có ai đặt cả niềm say mê của mình vào cuộc chơi đâu.

Hừm. Tôi nghĩ.

“Em chắc anh sẽ nghĩ cô ta là một người đẹp nhưng đáng chán”. Nàng nói. “Nhưng thật sự cô ta là người xuất sắc đấy”.

Hừm.

Nàng nâng chiếc thìa lên, để yên giữa không trung, trừng mắt nhìn tôi và nói: “Đó là sự thật. Nhưng chắc là anh không tin em”.

“Anh tin chứ. Nhưng anh sẽ tin em nhiều hơn sau khi anh đã ngủ được một giấc ngủ dài và say”.

“Thật ra cô ta cũng hơi đáng chán. Nhưng đáng chán đâu phải là một tội tình gì ghê gớm phải không anh?”

Tôi lắc đầu. “Điều đó đâu phải tội tình chi".

“Liệu có khá gì hơn không khi nhìn thế giới lệch lạc như anh?”

“Anh đâu có nhìn thế giới lệch lạc”. Tôi phản đối. “Anh ngồi đây, bị ép buộc phải đi dự đám cưới của một cô gái mà anh biết thừa rằng sự có mặt của anh chỉ để lấp đầy danh sách khách mời mà thôi. Chỉ bởi vì cô ta là bạn em. Thậm chí anh không thích cả đám cưới. Thực ra anh ghét tất cả những thứ dó. Hàng trăm người đồng thanh nhất trí ăn những con sò khốn khổ”.

Nàng cứ chú tâm vào cái thìa nằm trên đĩa và lau miệng mình

bằng chiếc khăn ăn trải trên vạt áo, chẳng thèm nghe tôi nói lấy một lời. Có ai đó bắt đầu hát một bài nhạc, và một số đèn flash của máy quay phim tắt đi.

"Thực sự là anh rất mệt mỏi". Tôi càu nhàu. Tôi cảm thấy như mình bị bỏ lại đằng sau giữa một thành phố nào xa lạ mà không có một vali hành lý nào mang theo. Một dĩa thịt nướng được đặt trước mặt tôi và dĩ nhiên đám mây khí màu trắng đó vẫn lờ lững trôi phía trên dĩa. "Hãy nhìn vào những con cừu màu trắng". Đám mây tiếp tục "những chú cừu sạch sẽ hoạt bát mới được thả về. Mi không thấy gì sao? Mi nên trườn vào trong những con cừu ấy. Ban đầu chúng sẽ hơi lạnh nhưng từ từ sẽ ấm lên thôi. Chúng có mùi hương của ánh sáng đấy".

Nàng chạm nhẹ vào mu bàn tay tôi bằng bàn tay nhỏ nhắn xinh xắn của nàng. Và tôi thoảng nghe mùi hương nước hoa của nàng. Những lọn tóc dài và thẳng của nàng lướt qua má tôi. Mắt tôi mở lớn.

"Gần xong rồi, anh ráng thức tí nữa dùm em nha". Nàng thì thầm vào tai tôi. Ngực nàng nhô cao rực rỡ, căng đầy lớp áo lụa trắng.

Tôi cầm lấy dao và nĩa và chầm chậm cắt miếng thịt như thể đang kẻ một đường thẳng bằng cái thước eke. Chỗ chiếc bàn dần trở nên huyên náo, người này nói chuyện với người kia và tiếng leng keng của dao dĩa chạm nhau biến mất trong tiếng huyên náo kia. Tôi cảm thấy như thể mình đang đi trên tàu điện ngầm vào giờ cao điểm.

"Nói thiệt với em nghe. Anh luôn cảm thấy mệt mỏi khi đi dự đám cưới". Tôi thú nhận với nàng. "Toàn là những điều lặp lại".

"Thật thế sao?"

"Anh không nói dối đâu. Sự thật tuyệt đối đấy. Anh cũng chẳng hiểu tại sao nhưng cứ đi dự đám cưới là anh lại ngủ gật".

Nàng nhấm nháp một ngụm rượu và nỗi bực tức biểu hiện ra trên gương mặt nàng. Rồi nàng ăn liền mấy miếng thịt rán.

"Biết đâu là một dạng phức cảm nào đó".

"Anh thực sự chẳng bao giờ nghĩ về nó"

"Dứt khoát là một loại phức cảm rồi"

"Để nói về điều này, anh đã mơ là mình đập vỡ tấm kính cửa sổ cùng với một con gấu bắc cực". Tôi đùa. "Nhưng thực sự ra, con chim cánh cụt mới chính là thủ phạm. chính nó bắt anh và con gấu bắc cực phải ăn soramame (đậu tằm - tiếng Nhật). Những miếng đậu tằm màu xanh và lớn không thể tưởng nổi."

"Thôi anh im đi". Nàng rít lên. Và tôi câm miệng.

"Nhưng thực sự là anh luôn mệt mỏi mỗi khi đi dự cưới. Một lần, anh đã làm vỡ chai bia. Lần khác anh để rớt rơi dao nĩa xuống sàn đến ba lần."

"Phiền phức quá nhỉ". Nàng nói và dùng dao cắt miếng thịt nhỏ ra. "Chắc anh muốn lấy vợ rồi".

"Vì vậy mà anh ngủ gục ở đám cưới người khác à?"

"Để trả thù ấy mà."

"Trả thù nung nấu nỗi ham muốn lập gia đình ư?"

"Chính xác.'

"Vậy tại sao người ta ngủ gục trên xe điện? Bởi khát vọng trở thành một thợ mỏ than đá sao?"

Nàng không trả lời câu hỏi đó. Bỏ dở món thịt rán đang ăn giữa chừng, tôi lấy một điếu thuốc từ áo sơ mi và châm lửa.

"Có thể nói rằng, em thấy anh cứ muốn mình mãi là trẻ con". Nàng nói.

Chúng tôi im lặng ăn trái cây tráng miệng và uống cà phê espresso nóng.

"Anh vẫn buồn ngủ sao?"

"Chút ít thôi". Tôi đáp.

"Anh dùng thêm cà phê của em nhé?"

"Cảm ơn em".

Tôi uống hai tách cà phê, hút hai điếu thuốc, ngáp dài lần thứ ba sáu. Sau khi ngáp xong và ngẩng đầu lên, đám mây khí màu trắng lơ lửng trên bàn bỗng biến mất.

Luôn luôn như vậy.

Đám mây khí chỉ biến mất khi những hộp bánh được mang tới bàn chúng tôi. Và sự hiện diện cảu tôi bị thổi bay đi đến một nơi nào khác.

Một phức cảm chăng?

"Em muốn đi bơi không?". Tôi hỏi nàng.

"Ngay bây giờ ư?"

"Được thôi, nhưng chúng ta kiếm đâu ra quần áo bơi đây?"

"Chúng ta có thể mua ở cửa hàng của khách sạn mà".

Cầm những hộp bánh của mình, chúng tôi xuôi dọc hành lang đến cửa hàng của khách sạn. Đây là buổi chiều ngày chủ nhật, hành lang đầy những khách mời và thành viên gia đình nhà cô dâu chú rể.

"Này em, thật sự chữ "Mississippi" có đến 4 chữ s sao?"

"Em biết đâu". Nàng trả lời. Và mùi nước hoa dễ chịu nơi cổ nàng thoảng nhẹ hương bay.

Thành phố của nàng, bầy cừu của nàng

Lời dẫn chuyện:

Khung cảnh "riêng một góc trời", con người hờ hững, thành phố buồn thiu. Chỉ có những lời nói vui tai của em gái giới thiệu về miền quê của mình: "R là một thành phố nhỏ, dân số thưa thớt chỉ khoảng 7500 người. Không có nhân vật nổi tiếng nào xuất thân từ đây nên tôi nghĩ rằng không ai trong các bạn từng nghe nói đến nơi này". Những mỹ từ cao đẹp của nàng không thể gây hứng thú cho khách lãng du viếng thăm thành phố. Con phố nhỏ nằm yên, cô đơn từ khởi thủy. Những lời rao giảng kệ kinh đâu có thay thế được chính đời sống và những nỗi niềm của nó. Sự cô đơn là có thực. Và nỗi đau luôn có thực.

Thế cho nên khi thử nghiệm sinh việc nối kết hữu hình với đời sống của nàng, "tôi" đau đớn và phiền muộn: "Tuy nhiên có điều gì đã mất mát. Tôi cảm thấy như mình đang mặc một bộ quần áo đi mượn, không vừa vặn gì với người mình. tôi cảm thấy không thoải mái. Dây thừng trói chân tôi. Tôi cân nhắc xem mình có nên cắt bỏ nó bằng lưỡi dao cùn hay không. Nhưng nếu làm thế, sao tôi có thể trở về đây? Điều này làm tôi băn khoăn quá. Tuy nhiên tôi phải cắt sợi dây thừng. Phải chăng tôi đã uống quá nhiều bia? Phải chăng đó là ảo giác mà tuyết gây ra. Đó là tất cả những gì tôi có thể nghĩ đến. Tôi đã trượt chân xuống dưới đôi cánh đen của thực tại". Sau cùng, thành phố là thành phố, nàng là nàng và tôi là tôi. Chẳng ai có thể đổi chỗ cho nhau được. Niềm cô đơn còn đó cho mỗi con người.

*

Đợt tuyết đầu mùa trong năm đã bắt đầu rơi trên những con đường Sapporo, phía Bắc Nhật Bản. Sau những cơn mưa trời bắt đầu rắc tuyết. Nhưng chẳng bao lâu sau thì bắt đầu mưa trở lại. Tuy vậy trên những con đường Sapporo tuyết thực ra chẳng lấy gì làm lãng mạn lắm. Người ta đón nó cũng như đón một người bà con xa lạ vậy. Hôm nay là thứ Sáu, ngày hai mươi ba tháng mười.

Khi rời phi trường Narita trên chuyến bay 747, tôi chỉ mặc độc cái áo sơ mi. Tôi chưa kịp nghe xong cuộn băng 90 phút bằng cái máy nghe nhạc Walkman thì tuyết đã bắt đầu rơi.

"Như thể tuyết đồng hành với chúng mình đấy nhỉ," bạn tôi nói. "Theo lệ thường thì chúng ta sẽ bắt gặp trận mưa tuyết đầu tiên của năm đấy, và trời sẽ trở lạnh".

"Trời sẽ rất lạnh phải không?"

"Không đùa được đâu. Trời sẽ lạnh lắm".

Chúng tôi lớn lên nơi một làng nhỏ yên tĩnh ở Kobe, phía tây Nhật Bản. Nhà chúng tôi cách nhau khoảng năm mươi mét. Chúng tôi học chung với nhau từ tiểu học đến trung học. Cùng tham gia vào các cuộc du lịch của trường và hẹn hò với em út. Có lần chúng tôi đã say xỉn đến mức lăn ra ngoài cabin lúc cánh cửa xe bật ra.

Sau khi tốt nghiệp trung học, chúng tôi vào hai trường khác nhau: tôi lên Tokyo còn anh ta lên phía bắc Hokkaido. Tôi đã cưới một nàng học cùng lớp ở Tokyo còn bạn tôi lấy một em cùng trường ở thị trấn Otaru ở Hokkaido. Tất cả đều do cuộc đời xô đẩy. Chúng tôi bị rắc bay đi như những hạt cỏ quay cuồng trong gió.

Nếu như anh ta lên học ở Tokyo và tôi khăn gói vào trường cao đẳng Hokkaido, chắc hẳn cuộc đời chúng tôi sẽ xoay chuyển hoàn toàn khác. Có lẽ tôi sẽ làm việc cho một hãng du lịch, đi lang thang khắp tinh cầu. Và anh ta sẽ trở thành một nhà văn ở Tokyo. Nhưng định mệnh dẫn lối bắt tôi viết tiểu thuyết còn con đường anh ta đi là trở thành nhân viên du lịch. Và tuy thế mặt trời vẫn ngày ngày sáng soi trên đầu ta.

Anh bạn tôi có một đưa con trai lên sáu tuổi tên là Hokuto, và anh luôn mang theo trong ví mình ba tấm hình của cậu bé: Hokuto đang chơi đùa với cừu trong sở thú, Hokuto đang mặc bộ quần áo mùa thu trong đại hội trẻ em Shichigosan, Hokuto đang lái tên lửa trong khu vui chơi. Tôi nhìn từng tấm hình một. Mỗi tấm ba lần. Sau đó trả lại cho anh ta. Tôi làm một ngụm bia và xơi vài miếng ruibe đá, tên một món ăn vùng Hokkaido.

- Này, thằng P khỏe không? - anh ta hỏi tôi.

- Khá tốt, - tôi trả lời. - Mới bữa trước tao "đụng" nó trên đường. Nó mới ly dị. Giờ đang chung chạ với một con bé trẻ măng.

- Còn thằng Q thế nào?

- Hắn làm cho một hãng quảng cáo, toàn viết những báo cáo tệ hại.

- Điều đó chẳng làm tao ngạc nhiên tý nào.

Vân vân và vân vân.

Chúng tôi trả bằng thẻ tín dụng và rời khỏi nhà hàng. Trời bắt đầu mưa trở lại.

- Này, gần đây mày có về Kobe không? - tôi hỏi.

- Không, - anh ta lắc đầu. - Quê hương quá xa xôi. Còn mày thì sao?

- Tao cũng không. Tao cũng thực sự không có khát vọng phải trở về.

- À ra vậy.

- Tao hình dung chắc khu phố mình thay đổi nhiều trong những năm qua.

Chúng tôi bước dọc theo những con đường ở Sapporo thêm mười phút nữa và nhanh chóng hết đề tài nói chuyện. Tôi trở về khách sạn của mình còn anh bạn thì quay về căn hộ nhỏ của anh ta.

- Đừng khách khí nhé. Nhớ giữ gìn sức khỏe đấy.

- Mày cũng thế nhé.

Đột nhiên tiếng ầm ầm của máy biến thế làm tôi chợt nhận ra rằng từ ngày mai chúng tôi sẽ cách xa nhau hơn 500 cây số. Trong vài ngày nữa, chúng tôi sẽ đi trên những con đường khác nhau. Và mỗi người sẽ quay về với những việc riêng hàng ngày chán ngắt của mình. Chúng tôi sẽ tiếp tục vất vả leo trèo trên con dốc đời vô định như một thành viên của cuộc đua tranh nghiệt ngã.

Lê gót về khách sạn, tôi bật tivi, xem một chương trình truyền hình địa phương. Tôi leo lên giường để mặc đôi giày chưa cởi. Tôi ngoạm một miếng bánh sandwich kẹp cá hồi xông khói và uống bia do người phục vụ phòng mang đến và lơ đãng nhìn lên màn hình.

Một người phụ nữ trẻ mặc bộ quần áo màu xanh xẫm đang đứng đơn độc giữa màn hình. Chiếc máy camera chiếu thẳng vào nàng giống như một loài cây ăn thịt kiên nhẫn. Hình ảnh nàng chiếm trọn camera. Góc quay không hề thay đổi. Tôi cảm thấy như mình đang xem một bộ phim của Goddard.

"Tôi đang làm việc ở bộ phận quảng cáo của chính quyền địa phương thị trấn R"- người phụ nữ nói. Nàng nói giọng địa phương một cách nhẹ nhàng và có chút ngập ngừng. Có lẽ chắc nàng hơi căng thẳng. "R là một thành phố nhỏ, dân số thưa thớt, chỉ khoảng 7500 người. Không có nhân vật nổi tiếng nào xuất thân từ đây nên tôi nghĩ rằng không ai trong các bạn từng nghe nói đến nơi này".

Thật là tệ quá, tôi nghĩ.

"Ngành nghề chính của chúng tôi là nông nghiệp và sản xuất bơ sữa. Trồng lúa đã từng là ngành nghề chính ở thị trấn này. Nhưng những chính sách gần đây của chính phủ đã buộc chúng tôi phải chuyển toàn bộ sang trồng lúa mạch, lúa mì và rau để cung cấp cho vùng ngoại thành. Ở vùng ngoại ô thị trấn có bãi chăn thả gia súc với khoảng hai trăm con - một trăm con ngựa và một trăm con cừu. Vào thời điểm này, gia súc tiếp tục sinh sản mạnh. Trong vòng ba năm tới chúng tôi sẽ thúc đẩy mạnh mẽ việc gia tăng lượng gia súc nhằm phục vụ sản xuất".

Tôi thực sự không thể nào diễn tả được vẻ đẹp của nàng. Nàng khoảng 20 tuổi, đeo cặp kính gọng kim loại. Nàng cười như một cái tủ lạnh vỡ. Nhưng tôi nghĩ nàng thật tuyệt vời. Kỹ thuật quay Goddard đã “ bắt” được những đặc điểm đẹp nhất của nàng. Và nó tiếp tục xoáy vào những điểm đó bằng ánh đèn chiếu soi tốt nhất. Nếu có ai trong chúng ta đứng khoảng mười phút trước máy quay thì có thể chúng ta cũng trông thật tuyệt vời. Đó là cái cách mà tôi nhìn thấy.

“Vào giữa thế kỷ XIX người ta đã tìm thấy bụi vàng ở sông R gần thành phố nhỏ của chúng tôi. Vì thế chúng tôi cũng được “hưởng sái” quả “bom bụi vàng” nhỏ bé này. Nhưng rồi bụi vàng cũng hết, những người khai thác vàng cũng chuyển đi, bỏ lại những “di sản” hằng hà sa số những lều và đường mòn trên núi. Đó thật sự là một chuyện đau lòng”.

Tôi bỏ miếng bánh sandwich hẹp cá hồi hun khói cuối cùng vào miệng và uống cạn chai bia.

“Một vài năm trước, dân số thành phố cao nhất khoảng mười ngàn người. Tuy nhiên gần đây những gia dình bỏ việc đồng áng ngày càng nhiều. Một vấn đề khác là những người trẻ tuổi bắt đầu rời bỏ thành phố mà đến những vùng xung quanh. Hơn một nửa bạn cùng lớp của tôi đã chuyển đi. Nhưng những người quyết dịnh ở lại thì đang làm hết sức mình cho thành phố”.

Nàng tiếp tục nhìn thẳng vào camera như thể đó là một chiếc gương có thể báo trước tương lai. Nàng dường như đang nhìn thẳng vào tôi. Lấy một chai bia khác từ tủ lạnh, tôi mở nắp và uống một ngụm thật lớn.

Thành phố của nàng.

Tôi chẳng khó khăn gì hình dung ra thành phố đó: một ga tàu bé tí nơi tàu chỉ dừng có tám lần một ngày. Một lò sưởi nhỏ trong phòng đợi nhà ga. Một khu nhỏ bé khô cằn hình vòng cung để xe buýt rước khách. Một bản đồ hướng dẫn du lịch mà một nửa tên trong số đó gần như không đọc được. Một luống cúc vạn thọ và một dãy núi có những cây tần bì. Một con chó ghẻ lở chán sống. Một mẩu quảng cáo về những bộ đồng phục và thuốc đau đầu. Một con đường chính khá lớn nhưng vô dụng. Một tấm pano quảng cáo cho những lực lượng phòng vệ Nhật Bản. Một cửa hàng ba tầng bày bán đủ loại quặng thương phẩm với nhiều hình dạng khác nhau. Một đại lý du lịch nhỏ bé. Một hợp tác xã nông nghiệp, một trung tâm lâm nghiệp và một khu bảo tồn động vật. Nhà tắm công cộng của thành phố ảm đạm, heo hút với ống khói chọc thẳng lên trời. Phía bên trái ngay phía trước ngã tư, có hai tòa nhà nằm phía dưới. Đó là hội trường chính của thành phố, nơi nàng đang ngồi tại bàn làm việc trong bộ phận quan hệ đối ngoại. Đúng là một thành phố nhỏ buồn tẻ. Nửa năm bị tuyết phủ vây. Nàng cứ ngồi ở bàn mà viết báo cáo:

"Chúng tôi sẽ sớm phân phối dược phẩm để tẩy uế cừu. Nếu quan tâm, xin vui lòng điền thông tin theo mẫu và gửi lại cho chúng tôi càng sớm càng tốt". Trở lại căn phòng nhỏ của tôi ở khách sạn Sapporo, tôi chợt nghiệm sinh ra sự nối kết hữu hình giữa tôi với đời nàng. Tôi đang tiếp xúc với sự hiện hữu của nàng. Tuy nhiên có điều gì đã mất mát. Tôi cảm thấy như mình đang mặc một bộ quần áo đi mượn, không vừa vặn gì với người mình. Tôi cảm thấy không thoải mái. Dây thừng trói chân tôi. Tôi cân nhắc xem mình có nên cắt bỏ nó bằng lưỡi dao cùn hay không. Nhưng nếu làm thế, sao tôi có thể trở về đây? Điều này làm tôi băn khoăn quá. Tuy nhiên tôi phải cắt sợi dây thừng. Phải chăng tôi đã uống quá nhiều bia? Phải chăng đó là ảo giác mà tuyết gây ra. Đó là tất cả những gì tôi có thể nghĩ đến. Tôi đã trượt chân xuống dưới đôi cánh đen của thực tại.

Thành phố của tôi và bầy cừu của nàng.

Bây giờ chắc hẳn nàng đã dùng loại thuốc mới để tẩy uế cho cừu. Và tôi cũng thế, tôi cần chuẩn bị cho đàn cừu đối phó với mùa đông. Tôi phải gom cỏ khô và đổ đầy dầu lửa vào thùng. Tôi cũng phải lắp lại cửa sổ. Sau đó mùa đông sẽ bủa vây khắp những góc đường. "Đó là thành phố của tôi". Nàng tiếp tục nói trên tivi. "Nó không hấp dẫn lắm nhưng nó là quê hương tôi. Nếu có dịp, mời bạn ghé thăm. Chúng tôi sẽ làm tất cả những gì có thể cho bạn."

Và nàng như thể biến mất khỏi màn hình tivi. Tôi tắt tivi và tu nốt chỗ bia còn lại. Tôi bắt đầu cân nhắc việc ghé thăm thành phố của nàng. Có thể nàng sẽ giúp tôi. Nhưng sau cùng chắc chắn tôi sẽ chẳng bao giờ đi thăm thành phố này. Tôi đã vứt bỏ quá nhiều thứ rồi. Ngoài trời tuyết vẫn rơi. Một trăm con cừu khép mắt lại trong bóng tối đêm đen.

Gương soi

Lời dẫn chuyện:

Câu chuyện ma quái này gợi mở một nghi vấn siêu hình. Bởi "người tưởng tượng và chất liệu tưởng tượng không thể đến từ tưởng tượng", nên khả năng tưởng tượng có thể làm mờ xóa đi ranh giới của một biên thùy. Giữa ý thức và vô thức, giữa nghiệm sinh và thần khải, giữa mê cuồng và giác ngộ chỉ là một biên giới mong manh.

Cũng có thể câu chuyện này chỉ là một sự đối diện tự vấn lương tâm. Nhưng ai là bóng hình trong gương? "Cuối cùng, thằng tôi kia cũng cử động. Hắn đưa những ngón tay của bàn tay trái từ từ chạm vào má và xoa khắp mặt. Tôi nhận ra mình cũng làm y chang như vậy. Như thể tôi chính là hình ảnh trong gương. Điều đó có nghĩa rằng là dường như hắn điều khiển được tôi". Tôi là tôi hay là cái bóng của chính cái bóng mình?

*

Từ đầu đến giờ tôi đã nghe mọi người lần lượt kể chuyện mình, và tôi cho rằng chung quy loại chuyện này chỉ có hai típ cơ bản mà thôi. Ở típ đầu tiên, ta có một bên là thế giới người sống còn kia là thế giới người chết, và câu chuyện xoay quanh việc bước qua ranh giới giữa hai cõi sống chết đó. Như những hồn ma chẳng hạn. Còn típ thứ hai là chuyện về những hiện tượng siêu nhiên hay những khả năng vượt ngoài những kinh nghiệm của thế giới ba chiều hằng ngày. Tri giác ngoại cảm, những điềm báo, linh cảm, hay những thứ tương tự vậy. Nếu phân chia đại khái thì tôi nghĩ có thể chia loại chuyện này thành hai típ như thế.

Suy rộng hơn, tôi nghĩ mọi người chỉ có thể trải nghiệm một trong hai típ mà thôi, hoặc típ này hoặc típ kia. Điều tôi muốn nói là, nếu một người đã nhìn thấy ma thì anh ta sẽ còn gặp ma hoài hoài, nhưng anh ta chẳng hề có linh cảm gì về chuyện đó. Còn người khác thì có khả năng ngoại cảm và luôn có linh cảm nhưng lại chẳng bao giờ gặp ma. Tôi không thể giải thích tại sao, nhưng dù lý do gì đi nữa thì sự việc dường như đúng như thế. Ít nhất là tôi nghĩ thế.

Và dĩ nhiên cũng có một số người chẳng thuộc nhóm nào. Như tôi chẳng hạn. Tôi đã có mặt trên đời này ba mươi mấy năm rồi mà chưa nhìn thấy con ma nào. Cũng chưa lần nào tôi có một "thấu thị" hay linh cảm gì hết. Thậm chí có một lần tôi cùng đi thang máy với hai người bạn. Hai người này đều nhìn thấy ma còn tôi chẳng nhìn thấy gì cả. Họ thấy một người phụ nữ mặc quần áo xám đang đứng cạnh tôi, trong khi thật ra thì ngoài ba chúng tôi ra chẳng còn ai ở trong thang máy. Tôi nói hoàn toàn nghiêm túc đấy. Hai người bạn đó không thuộc cùng nhóm với tôi. Chắc chắn đó là một chuyện kinh dị, nhưng điều đó chỉ cho thấy rằng chẳng bao giờ tôi gặp ma.

Nhưng một lần, và chỉ một lần thôi, tôi cảm thấy sợ hãi tận đáy lòng. Chuyện xảy ra cách đây hơn mười năm và tôi chưa kể cho ai nghe cả. Ngay khi nói về chuyện đó tôi cũng đã cảm thấy sợ rồi. Tại vì tôi cảm thấy nếu kể ra thì chuyện tương tự thế có thể lại xảy ra lần nữa. Bởi thế tôi giữ im lặng suốt bao nhiêu năm qua. Nhưng đêm nay, với cương vị chủ nhà, nghe từng người kể những câu chuyện rùng rợn của họ, tôi không đành lòng im lặng cho đến lúc tàn cuộc. Vì thế mà tôi quyết định kể.

Đừng, xin quý vị đừng vỗ tay. Thực ra cũng chẳng phải chuyện gì hay ho đâu.

Như tôi đã nói, tôi chưa bao giờ gặp ma và cũng không có năng lực đặc biệt gì. Có thể quý vị cho rằng truyện của tôi không kinh dị như tôi cảm nhận, hay dù quý vị cho là như thế thì cũng có sao đâu? Và nếu quý vị cũng cảm thấy như vậy thì thật là hân hạnh cho tôi quá. Nhưng dù sao thì đây cũng là câu chuyện của tôi.

Tôi tốt nghiệp trung học phổ thông vào cuối thập niên sáu mươi. Trong khoảng thời gian đó, xã hội biến động tơi bời khiến ta cảm thấy như cơ đồ thiên hạ có thể bị sụp đổ tan tành. Về phần mình, tôi cũng bị cuốn trôi theo làn sóng đó. Và từ bỏ nghiệp nghiên bút dở dang, mấy năm trời tôi lang thang khắp Nhật Bản mưu sinh bằng những công việc tay chân. Tôi nghĩ đó là con đường đúng đắn dẫn lối đời tôi. Phải, quả thật là tôi đã làm đủ thứ việc. Một số là những việc nguy hiểm. Lúc ấy tôi còn trẻ và ngu ngốc nữa. Nhưng bây giờ nghĩ lại, tôi cho đó là một cách sống thú vị. Nếu được làm lại cuộc đời từ đầu, chắc tôi cũng làm như vậy. Tôi là loại người như vậy đó.

Vào năm thứ hai lang thang, tôi nhận lời làm công việc gác đêm cho một ngôi trường trung học khoảng hai tháng. Ngôi trường này nằm ở một thị trấn nhỏ ở quận Niigata. Thực tình tôi chỉ muốn nghỉ ngơi sau những tháng hè làm những công việc khắc nghiệt. Với lại làm người gác đêm nghe ra cũng vui. Tôi có thể ngủ ở phòng bảo vệ suốt ngày và đêm đến chỉ việc đi quanh kiểm tra khắp trường hai lần. Ngoài việc đó ra, tôi có thể nghe dĩa ở phòng nhạc, đọc báo ở thư viện trường hay chơi bóng rổ một mình trong phòng tập thể dục và làm tất cả những gì mình thích. Ở lại đêm một mình trong ngôi trường trung học không phải là tệ lắm. Không, hoàn toàn không tệ chút nào đâu. Vào lứa tuổi 18,19, bạn chẳng biết sợ bất cứ cái gì.

Chắc chắn trong các bạn đây chưa ai từng gác đêm ở trường trung học bao giờ, nên tôi phải nói qua về nhiệm vụ công việc của mình. Tôi phải đi kiểm tra hai lần: một lần 9 giờ đêm và lần 3 giờ sáng. Lịch làm việc là như vậy. Ngôi trường là một tòa nhà bê tông ba tầng tương đối mới, có 18 hay 20 lớp học gì đó. Tuy ngôi trường không lớn lắm nhưng cũng có phòng nghe nhạc, phòng thí nghiệm, phòng gia chánh, phòng nghệ thuật, phòng giáo viên và phòng hiệu trưởng. Ngoài ra thì cũng có quán ăn tự phục vụ, hồ bơi, phòng thể dục và thính phòng. Phạm vi tôi phải kiểm tra là như thế.

Có khoảng hai mươi điểm mà tôi phải dùng bút bi đánh dấu từng điểm một khi đi kiểm tra. Phòng giáo viên - đánh dấu, phòng thí nghiệm - đánh dấu. Đại khái vậy. Dĩ nhiên tôi cũng có thể ngủ vùi trong phòng bảo vệ mà vẫn đánh dấu là đã kiểm tra. Nhưng tôi không lười đến thế. Nói thế nghĩa là việc kiểm tra cũng chẳng tốn bao nhiêu thời gian, với lại biết đâu lại có kẻ đột nhập vào và tấn công tôi khi tôi đang ngủ.

Vì thế, vào lúc chín giờ đêm và ba giờ sáng, tôi mang theo mình một cái đèn pin lớn và một thanh kiếm đi tuần tra quanh trường. Tay trái cầm đèn pin, tay phải nắm chặt thanh kiếm. Khi còn học ở trường phổ thông, tôi đã tập kiếm đạo nên tôi cảm thấy khá tự tin về khả năng tự vệ. Nếu một kẻ chưa có kinh nghiệm dùng kiếm tấn công tôi, tôi chắc chẳng lấy gì làm hãi sợ lắm. Nhưng ấy là hồi đó, chứ phải như bây giờ chắc tôi dông cẳng chạy tuốt.

Đó là một đêm tháng mười lộng gió. Trời không lạnh lắm. Thực ra tôi cảm thấy đất trời ẩm ướt. Khi đêm xuống, lũ muỗi trở nên không thể chịu nổi, tôi phải thắp vài cây nhang muỗi. Gió hú suốt đêm. Tôi nghe như cánh cổng dẫn vào hồ bơi đã bị gió phá tan tành và cứ đập tới đập lui trong gió. Tôi nghĩ mình phải ra sửa lại, nhưng trời tối đen nên tôi bỏ cuộc. Tiếng cánh cửa va đập trong gió vang lên suốt đêm trường.

Không có gì xảy ra khi tôi đi tuần tra vào lúc chín giờ tối. Hai mươi điểm kiểm tra được đánh dấu "Ok". Các cánh cửa được khóa chắc chắn và mọi vật vẫn yên vị. Không có gì bất thường. Tôi quay lại phòng bảo vệ, vặn đồng hồ báo thức lúc ba giờ sáng rồi tiếp tục ngủ vùi.

Khi chuông đồng hồ reo, tôi thức dậy với cảm giác lạ lùng chưa từng thấy. Tôi không diễn tả được nhưng đó là một cảm giác rất lạ. Nói thẳng ra là tôi chẳng muốn thức dậy chút nào. Tôi cảm thấy thân thể mình cưỡng kháng lại ý chí muốn thức dậy. Thật kỳ lạ, bởi thường thì tôi bật dậy ngay cơ mà. Nhưng cuối cùng tôi cũng thức dậy một cách khó khăn để đi làm nhiệm vụ. Cánh cửa hồ bơi vẫn va đập trong gió như hồi đêm. Nhưng không hiểu sao, tôi cảm thấy âm thanh này là lạ khác trước. Chắc là do tôi tưởng tượng ra thôi nhưng sao tôi vẫn nổi da gà. Tôi nghĩ thầm: ớn lạnh thật. Mình chẳng muốn đi kiểm tra một tí nào. Nhưng dĩ nhiên, tôi cũng kéo lê thân xác mình dậy và bước ra ngoài. Nếu tôi chỉ giả vờ đánh dấu một lần thôi, thì tôi sẽ mãi mãi làm như thế. Tôi cầm đèn pin, nắm chặt thanh kiếm rồi rời khỏi phòng bảo vệ.

Đó là một đêm thật kinh khủng. Gió gào càng lúc càng mạnh, không khí càng lúc càng ẩm ướt. Tôi sởn gai ốc và không thể tập trung vào bất cứ cái gì. Đầu tiên tôi kiểm tra phòng thể dục, thính phòng và hồ bơi. Cả ba nơi đều không có vấn đề gì. Cánh cửa hồ bơi va đập trong gió, đóng mở liên tục như một quả lắc cuồng điên lúc lắc đầu vô nghĩa. Tiếng va đập nghe ra không theo một quy tắc nào cả. Cứ không, không, có, có... mãi như vậy. Tôi biết thật là kỳ quặc khi diễn tả như thế, nhưng đó là cảm giác thực của tôi vào lúc ấy.

Không có gì bất thường ở khu nhà chính. Vẫn như thường lệ. Tôi nhanh chóng hoàn thành việc tuần tra và đánh vào phiếu kiểm tra là Ok. Xét cho cùng thì chắc ổn cả thôi. Cảm thấy nhẹ nhõm, tôi quyết định trở về phòng bảo vệ. Điểm kiểm tra cuối cùng là nhà bếp của trường nằm kế bên quán ăn tự phục vụ ở góc phía đông xa nhất. Không may là phòng bảo vệ lại ở góc phía Tây. Do vậy tôi phải đi qua một dãy hành lang dài để trở về phòng mình. Tất nhiên trời tối như mực. Khi mặt trăng ló dạng, một quầng sáng yếu ớt hắt vào hành lang, nhưng nếu không, ta sẽ chẳng nhìn thấy gì. Tôi lần đường về nhờ ánh sáng chiếc đèn pin chiếu ngay phía trước mặt. Vì đêm đó có cơn bão sắp kéo tới nên hiển nhiên là trăng bị mây che khuất. Ánh đèn hắt lên một quầng sáng rồi tất cả lại ngập chìm vào đêm đen.

Đêm đó trên quãng đường về, tôi đi nhanh hơn thường lệ. Hai đế cao su đôi giày chơi bóng rổ của tôi va chạm với nền hành lang vang lên những âm thanh vội vã. Nền hành lang được trải thảm xanh. Thậm chí bây giờ trong tâm tưởng tôi vẫn nhìn thấy chúng rất rõ.

Lối vào trường nằm khoảng giữa chiều dài hành lang. Khi băng qua cổng chợt tôi có cảm giác hình như có một cái gì. Hình như tôi phát hiện một dáng hình nào đó trong bóng tối. Ngay trong khóe mắt tôi. Nắm chặt thanh kiếm, tôi rẽ sang hướng đó. Tim đập thình thình, tôi hướng ánh đèn pin vào bóng đêm. Có một bóng đen trên bức tường kế bên kệ để giày.

Đó là chính tôi. Điều tôi muốn nói là có một tấm gương. Không có ai khác ngoài tôi phản chiếu bóng mình trên tường. Tấm gương chắc là mới được gắn vào đây bởi vì tôi chưa thấy nó trong lần kiểm tra đêm trước. Chính vì vậy nên tôi đã bỏ qua. Tôi cảm thấy hết sức nhẹ nhõm, đồng thời lại thấy mình vô cùng xuẩn ngốc. Mình xuẩn ngốc thật, tôi nghĩ thầm. Vẫn đứng trước gương, hạ chiếc đèn pin xuống, tôi lần tìm trong túi một điếu thuốc và châm lửa. Tôi phà một hơi khói dài và nhìn vào hình bóng mình trong gương. Một chút ánh sáng đèn đường xuyên qua cửa sổ, chiếu vào tấm gương. Tôi nghe âm thanh va đập của cánh cửa hồ bơi vang vọng phía sau mình.

Sau khi rít ba hơi thuốc lá, tôi chợt nhận ra có điều gì khác lạ. Bóng hình ở trong gương không phải là tôi. Diện mạo bên ngoài thì đúng là tôi. Không cần phải nghi hoặc về điều ấy. Nhưng nó tuyệt đối không phải là tôi. Bằng bản năng, tôi đã nhận biết điều đó. Không, đợi đã, không đúng đâu. Dĩ nhiên là tôi đấy. Nhưng nó là một cái tôi bên ngoài tôi. Hình dạng là tôi mà không phải là tôi.

Có lẽ tôi diễn đạt không được tốt lắm.

Nhưng vào khoảnh khắc ấy, điều duy nhất mà tôi hiểu được là kẻ đang nhìn sâu vào tôi kia căm hận tôi đến tận xương tủy. Lòng căm thù này dâng cao như một ngọn núi băng u ám, một nỗi căm thù không ai có thể chữa lành. Đó là điều duy nhất mà tôi hiểu được. Tôi đứng chết lặng một lúc lâu, không thể nhúc nhích được tay chân mình mẩy. Điếu thuốc kẹp giữa hai ngón tay tôi rơi xuống đất. Chúng tôi cùng nhìn nhau. Thân hình tôi chết lặng như thể bị trói buộc vào nơi này.

Cuối cùng, thằng tôi kia cũng cử động. Hắn đưa những ngón tay của bàn tay trái từ từ chạm vào má và xoa khắp mặt. Tôi nhận ra mình cũng làm y chang như vậy. Như thể tôi chính là hình ảnh trong gương. Điều tôi muốn nói là, dường như hắn điều khiển được tôi.

Thế là, dồn hết sức mình, tôi thét lên một tiếng. Tôi hét vang " Grarhh". Và như thế, sợi dây trói chùng xuống một tí. Tôi vận hết sức bình sinh ném thanh kiếm về phía tấm gương. Tôi nghe tiếng những mảnh gương vỡ. Không ngoái lại đằng sau, tôi chạy về phòng mình, khóa cửa và nhảy lên giường. Tiếng va đập của cánh cửa hồ bơi kéo dài đến tận sáng. Cứ có, có, có, không, có, có, không không... suốt như vậy.

Tôi đoán chắc chắn là quý vị đã biết kết thúc của câu chuyện rồi. Dĩ nhiên là chẳng có tấm gương nào ở đó cả. Không có tấm gương nào. Chẳng có tấm gương nào được lắp ở lối vào trường kế bên kệ để giày cả.

Tất cả chỉ nói lên một điều là, chẳng phải tôi nhìn thấy ma đâu. Tôi đã nhìn thấy chính bản ngã mình. Và tôi chẳng bao giờ quên được nỗi sợ hãi tối hôm đó.

Có lẽ quý vị đã nhận ra trong nhà này không hề có gương soi. Thậm chí tôi còn không dám dùng gương để cạo râu, cho dù cách này rất mất thời gian. Là chuyện thật đấy, tôi không kể thêm đâu.

Lưỡi dao săn

Lời của người dịch:

Bối cảnh câu chuyện hơi giống như trong tác phẩm Người đàn ông băng. Trong một chuyến dừng chân nơi khu nghỉ mát bờ biển, nhân vật tôi đã gặp hai mẹ con người Mỹ tật nguyền. Bà mẹ bị co giật thần kinh, người con trai bị liệt phải ngồi xe lăn. Đêm cuối cùng trước khi rời khỏi khách sạn, nhân vật "tôi" do tắm nắng hay bơi quá nhiều nên đã không ngủ được. Và thức dậy lang thang. Trong ánh trăng, "tôi" gặp người thanh niên tật nguyền. Hai người nói chuyện với nhau về quan niệm sống và về những con dao. Dù bị dính chặt vào chiếc xe lăn, vô dụng như một cái cây, nhưng anh ta vẫn tìm cho mình một "lý do hiện hữu". Anh phát hiện ra rằng gia đình là một hệ thống tồn tại cho chính nó và một trong những đặc trưng quan trọng của gia đình là "sự thiếu hụt sẽ bị hút về cái thiếu hụt lớn hơn và sự thừa mứa sẽ bị hút về cái thừa mứa lớn hơn". Trong ý nghĩa đó thì "cái chân vô dụng của tôi là một ngọn cờ mà gia đình tôi tập hợp lại. Cái chân chết của tôi là một cái trục cho những thứ khác xoay chung quanh". Theo anh, đó là sự phân công lao động. Và "mẹ con tôi cũng có vai trò của mình.

Đó là con đường hai chiều. Thật khó mà diễn tả, nhưng tôi nghĩ chúng tôi bù vào sự thừa mứa của họ bằng cách không làm gì cả. Đó là lý do hiện hữu của chúng tôi (tiếng Pháp trong bản dịch: raison d'être)".

Người thanh niên lại kể cho "tôi" nghe về giấc mơ của mình. "Có một con dao sắc chém vào phần mềm của đầu tôi, nơi mà ký ức hiện hữu. Nó mắc kẹt sâu trong đó. Nhưng nó không làm tổn thương hay đè nặng lên tôi. Nó chỉ mắc kẹt ở đó. Và tôi đứng ở một bên, nhìn vào cảnh tượng đó như thể nó xảy ra với một ai khác. Tôi muốn người nào đó rút con dao ra, nhưng không ai biết con dao bị mắc kẹt trong đầu tôi. Tôi nghĩ về việc mình tự kéo nó ra, nhưng đôi không thể đưa tay vào trong đầu mình được. Đó là điều lạ lùng nhất. Tôi có thể chém chính mình nhưng không thể kéo con dao ra được. Và rồi tất cả mọi thứ bắt đầu biến mất. Tôi cũng bắt đầu phai mờ dần. Chỉ còn con dao ở lại. Chỉ có con dao là luôn luôn ở đó - đến tận lúc cuối cùng. Như xương của một động vật tiền sử trên bãi biển. Đó là giấc mơ của tôi", anh ta nói.

Một ẩn dụ tuyệt hay nói về những vết thương của ký ức. Trong đêm khuya, thường niềm đau nỗi nhớ thức dậy khi tha nhân đã ngủ yên. Những kỷ niệm đã qua kéo về trong đêm như những bóng ma ẩn ức. Nhân vật "tôi" cũng đã dùng dao chém vào ký ức. "Không hình dạng, chỉ như sương mù. Mọi thứ dường như ẩn trong lớp sương mù đó. Những chiếc bè, biển cả, bầu trời, những chiếc trực thăng và những người phi công. Tôi thử chém họ làm hai, nhưng viễn cảnh biến mất, và tất cả lại hiện diện ở xa tầm lưỡi dao tôi. Tất cả đều là ảo ảnh hay chính tôi là ảo ảnh? Có lẽ không quan trọng. Sáng ngày mai tôi đã không còn ở đây nữa".

Sương mù khu vườn trí nhớ vẫn cứ lẩn quất bao vây ta không cách gì tránh khỏi. Không làm sao quên được. Mỗi người đều có những con dao trong đầu. Đó là những nỗi niềm không thể sẻ chia cho người khác biết, nhưng chính nó lại làm nên cuộc đời ta. Ai cũng bị thương cả. Cùng một con dao nhưng vết thương của mỗi người lại rất khác.

Con dao là ký ức. Nhưng ký ức là những mảnh đời qua thời gian. Vì thế, Con dao chính là hình ảnh của thời gian. Thời gian sẽ còn lại sau cùng khi hư vô tàn phá tất cả. Trong thời gian không có hư vô hay trong hư vô không có dấu ấn của thời gian? Những con sóng vỗ bờ đã nói thay ta những điều không thể nói.

Chính vì vậy mà mỗi người đều có một cõi riêng mình. Trong cõi đó, thời gian bị uốn cong. Chỉ cần bắt chuyện với một người là ta biết thêm một thế giới. Như một câu nhạc Trịnh Công Sơn: "Làm sao biết từng nỗi đời riêng, để yêu thêm, yêu cho nồng nàn?".

Con dao vẫn nằm đó. Ta đứng nhìn ta bị dao đâm. "Chính mình như một người khác". Sự đối diện và buông xả có lẽ sẽ làm cho ta nguôi ngoai. Con dao không bao giờ buông tha ta. Nó làm nên số phận con người. Vết thương không còn nữa khi ta rời bỏ trần gian này, biến mất dưới bầu trời đêm."Thời gian trước ta và sau ta vĩnh viễn không thuộc về ta". Con dao vẫn còn trên bờ biển như xương của con vật tiền sử. Ký ức lôi ta vào biển hoài nhớ, và chỉ có thời gian mới chấm dứt được thời gian. Lúc đó miệng ta "đã ngậm đầy đất cát" (Albert Camus) và nói chuyện với đời bằng ngôn ngữ vô thanh. Hay bằng tác phẩm của chính mình để lại? "Khi băng hà vĩnh cửu, ngự trị vùng lãng quên, thơ mong manh sương khói, biết ai còn nhớ tên?" (thơ Hoàng Long).

Hai bè củi được thả neo ngoài khơi xa nhìn như hai hòn đảo sinh đôi. Một khoảng cách lý tưởng nếu từ bờ bơi ra - chính xác là năm mươi feet tính từ bờ và khoảng ba mươi feet giữa hai bè gỗ. Bề ngang 35cm, mỗi bè đều có thang sắt và thảm cỏ nhân tạo phủ trên bề mặt. Mực nước sâu 25 đến 30cm, trong suốt đến mức ta có thể nhìn thấy sợi dây xích nối giữa hai chiếc bè kéo tận xuống đáy chiếc neo bê tông. Khu vực bơi được một tảng đá ngầm san hô vây quanh. Và vì ít khi có sóng lớn nên những chiếc bè cứ dập dềnh nhẹ nhàng trên mặt nước. Chúng dường như cam chịu việc bị bỏ ngoài khơi xa để cho những tia nắng chói chang của mặt trời chiếu dọi ngày này qua tháng khác.

Tôi thích đứng trên bè gỗ nhìn vào bờ. Bờ biển trắng xóa kéo dài, chiếc tháp cứu đắm màu đỏ, hàng cọ xanh tươi - một cảnh đẹp huy hoàng, hay ít ra cũng hoàn hảo như một bức tranh trên bưu thiếp. Phía xa bên phải, bờ biển chấm dứt bằng một dãy đá đen lởm chởm dẫn đến khách sạn mà vợ tôi và tôi đang ở. Bây giờ là cuối tháng sáu, chưa đến mùa du lịch vì thế có ít khách vãng lai ở khách sạn và trên bờ biển.

Có một quân đoàn Mỹ đóng trú gần đây và chiếc bè gỗ nằm ngay hướng bay của máy bay trực thăng. Những chiếc phi cơ xuất hiện từ ngoài khơi xa, tách đôi không gian giữa hai chiếc bè gỗ rồi vút qua đám cây cọ và biến mất. Chúng bay chậm đến mức ta có thể nhìn thấy vẻ mặt của người phi công. Tuy nhiên, trừ những chiếc máy bay tập kích trên đầu, còn lại hầu như chỉ là bãi biển vắng lặng, ngủ vùi. Đúng là một nơi lý tưởng cho những ai muốn yên thân một mình trong kỳ nghỉ.

Những căn nhà màu trắng ở đây có hai tầng, được chia làm bốn phòng, hai ở tầng trên và hai ở tầng dưới. Phòng chúng tôi nằm ở tầng trệt, nhìn ra biển. Bên ngoài cửa sổ là khu vườn với những đám cỏ được cắt tỉa gọn gàng. Sáng và tối, chiếc xe bồn chậm chạp tưới cỏ. Sau khu vườn là một hồ bơi và một hàng cây cọ cao vút với nhưng chiếc lá khổng lồ ve vẩy nhẹ nhàng trong gió mùa.

Một người mẹ và đứa con trai người Mỹ đang ở căn phòng kế bên phòng vợ chồng tôi. Họ dường như đã ở đây lâu rồi, trước khi chúng tôi đến. Người mẹ khoảng sáu mươi tuổi còn đứa con trai gần bằng tuổi chúng tôi, khoảng hai tám hai chín gì đó. Họ giống nhau đến mức tôi chưa từng thấy mẹ con nhà nào giống hơn. Cả hai đều có gương mặt hẹp và dài y chang nhau, trán rộng và môi mím chặt. Người mẹ dáng cao, thẳng, cử động nhanh nhẹn hoạt bát. Người con hình như cũng cao, tôi không chắc lắm. Anh ta ngồi trên một cái xe lăn. Lúc nào người mẹ cũng đứng sau, đẩy chiếc xe lăn cho anh ta.

Gia đình họ im lặng đến đáng ngờ và căn phòng của họ như viện bảo tàng. Họ chẳng bao giờ bật tivi dù có hai lần tôi đã nghe tiếng nhạc vọng sang từ phòng họ - lần đầu là một bản clarinet ngũ tấu của Mozart, lần thứ hai là một bản nhạc giao hưởng mà tôi không thể nhận ra. Tôi đoán là của Richard Strauss.

Ngoài những lần đó ra còn lại chẳng có tiếng động nào. Họ không sử dụng máy điều hoà nhiệt độ. Thay vào đó, họ mở cửa trước để cho những cơn gió lạnh ngoài biển thổi vào. Nhưng cho dù mở cửa, tôi cũng chẳng nghe thấy tiếng nói chuyện của họ bao giờ. Những mẩu đàm thoại của họ - chắc đôi lúc họ phải nói chuyện - chắc hẳn chỉ là sự thay đổi ít nhiều ngữ điệu của tiếng thì thẩm mà thôi. Họ dường như không biết đến chúng tôi, và những khi ở trong phòng chúng tôi phải hạ thấp giọng.

Chúng tôi thường gặp gia đình họ trong nhà hàng, trong tiền sảnh khách sạn hay đôi khi trên lối đi dạo của khu vườn. Khách sạn này là một nơi nhỏ nhắn và ấm cúng, nên chúng tôi dù muốn hay không cũng phải qua những lối đi ấy. Chúng tôi gật đầu chào nhau mỗi khi giáp mặt. Mẹ con họ có những cách gật đầu chào khác nhau. Người mẹ gật đầu chào mạnh, quả quyết, còn người con chỉ nghiêng đầu nhẹ. Ấn tượng của hai cách chào đó dù vậy vẫn đẹp như nhau. Lời chào chỉ bắt đầu và kết thúc như thế, không đi xa hơn. Chúng tôi chẳng bao giờ thử bắt chuyện với họ. Giữa vợ chồng tôi đã có nhiều điều để nói với nhau rồi. Chẳng hạn như bao giờ thì dọn đến nhà mới, chúng tôi sẽ làm những việc gì và có nên có con hay không... đây là mùa hè cuối cùng của những năm chúng tôi hai mươi tuổi.

Sau bữa ăn sáng, mẹ con họ luôn ngồi trong tiền sảnh đọc báo. Đọc từ trang này sang trang khác, từ trên xuống dưới rất có phương pháp. Như thể họ khóa mình trong một kỳ thi nghiêm ngặt xem ai đọc báo lâu hơn. Một đôi ngày, họ thay báo bằng những quyển sách đóng bìa cứng dày cộp. Họ giống như một đôi vợ chồng già chán nhau từ lâu lắm rồi, hơn là giống hai mẹ con.

Mỗi sáng, khoảng chừng 10 giờ tôi cùng vợ mang những chai nước ướp lạnh đi ra biển. Chúng tôi bôi thuốc chống nắng khắp người, nằm dài trên những chiếc chiếu trải trên cát. Tôi nghe nhạc Stones hay Marvin Gaye bằng máy Sony Walkman, còn vợ tôi thì đọc *Cuốn theo chiều gió*. Vợ tôi nói rằng nàng học được nhiều điều từ tác phẩm về cuộc sống. Tôi chẳng bao giờ đọc nó nên tôi không hiểu nàng muốn nói gì. Hàng ngày, mặt trời bật sâu vào trong đất liền, vạch một đường chậm chạp giữa hai chiếc bè theo đường ngược lại với hướng bay của những chiếc trực thăng rồi nhàn nhã lặn sâu xuống đường chân trời.

Hai ngày một lần, vào buổi chiều, hai mẹ con họ lại xuất hiện trên bờ biển. Người mẹ luôn mặc bộ quần áo màu sáng và đội chiếc mũ rơm màu trắng rộng vành. Người con chẳng bao giờ đội nón. Thay vào đó, anh ta đeo một chiếc kính râm, mặc chiếc áo sơ mi phong cách Hawai và một chiếc quần vải cotton. Họ ngồi dưới bóng của những cây cọ, gió xạc xào xung quanh. Họ nhìn ra biển và không làm gì khác. Bà mẹ ngồi trên chiếc ghế xếp nơi bãi biển, còn người con chẳng bao giờ rời khỏi chiếc xe lăn. Đôi khi, họ đổi chỗ tìm bóng râm. Người mẹ mang theo một phích nước màu trắng, đôi khi bà rót nước cho mình trong ly giấy hay nhai vài cái bách bích quy.

Có buổi họ ở bãi biển khoảng nửa tiếng, nhưng có khi họ ở đến ba giờ chiều. Khi tôi bơi, tôi cảm thấy họ đang nhìn tôi. Có một khoảng cách dài giữa chiếc bè gỗ đến hàng cọ xanh nên tôi có thể hình dung ra được. Chắc có lẽ tôi quá nhạy cảm nhưng khi tôi leo lên một trong hai chiếc bè, tôi dễ dàng cảm thấy đôi mắt họ chiếu thẳng vào tôi. Đôi khi chiếc phích bạc loé sáng như một con dao trong ánh nắng mặt trời.

Ngày này qua ngày khác hững hờ nối tiếp theo nhau. Phòng kế bên vẫn chẳng có gì khác biệt. Ta có thể thay đổi trật tự mà chẳng ai chú ý đến. Mặt trời vẫn mọc hướng đông, lặn hướng tây, những chiếc máy bay màu ôliu bay lên bay xuống, tôi nốc hàng galông[1] bia và thỏa chí vẫy vùng bơi lội.

Buổi chiều cuối cùng ở khách sạn, tôi ra biển bơi một lần nữa. Vợ tôi nghỉ trưa và tôi ra biển một mình. Đó là buổi chiều ngày thứ bảy, người đông hơn thường lệ. Những người lính rám nắng với sự ồn ào tuổi trẻ và những hình xăm trên cánh tay đang chơi bóng chuyền. Lũ trẻ dìm nhau nơi bờ nước, xây lâu đài cát và kêu thét vui sướng khi sóng lớn vỗ bờ. Nhưng dường như không có ai bơi ngoài xa, những chiếc bè trở nên hoang vắng. Trời không gợn mây, ánh nắng chiếu thẳng trên đầu, mặt cát nóng bỏng. Nhưng không thấy hai mẹ con họ xuất hiện.

Tôi bước xuống cho nước dâng đến ngực rồi bắt đầu trườn đến phía trái của chiếc bè. Một cách chậm rãi, tôi dùng tay thử độ nâng của nước. Tôi vừa bơi vừa đếm nhịp bơi. Nước lạnh và tôi cảm thấy tốt cho làn da rám nắng của mình. Tôi bơi trong vùng nước trong đến mức nhìn thấy cái bóng của mình đổ trên mặt cát, như thể một cánh chim lướt qua bầu trời. Sau khi đếm đến nhịp thứ bốn mươi, tôi ngẩng lên để chắc chắn rằng cái bè ngay phía trước mặt. Chính xác sau mười nhịp bơi nữa, tay trái tôi đã chạm vào nó. Tôi nổi lên đó khoảng một phút, điều hòa nhịp thở mình rồi túm lấy cái thang và trèo lên bè.

Tôi hết sức ngạc nhiên thấy có một người ở đây trước mình. Một người đàn bà mập mạp tóc vàng hoe. Chắc hẳn bà ta đã đến đây trong khi tôi đang bơi vì khi từ bờ nhìn ra, tôi không thấy ai trên

---

[1] Nguyên văn gallon: đơn vị đo thể tích, theo tiêu chuẩn của Mỹ là khoảng 3,7 lít còn của Anh là khoảng 4,5 lít.

chiếc bè này cả. Bà mập mặc một bộ bikini nhỏ xíu. Cái quần màu đỏ trông như lá cờ đuôi nheo mà người nông dân Nhật Bản cắm trên đồng để báo hiệu cánh đồng mới được xịt thuốc trừ sâu. Bà mập nằm sấp. Người bà quá mập nên bộ đồ tắm trông càng nhỏ hơn nữa. Dường như bà mới đến vùng này bởi làn da nhợt nhạt, không có dấu vết gì của sự rám nắng.

Bà ngước nhìn lên vài giây rồi nhắm mắt lại. Tôi ngồi xuống phía đối diện của chiếc bè. Tôi đu đưa chân xuống nước và nhìn vào bờ. Hai mẹ con nhà nọ vẫn không có dưới tán lá cọ. Và cũng chẳng có ở bãi biển. Tôi không thể lẫn họ được: chiếc xe lăn kim loại lấp lánh trong nắng là một sự tố giác chết người. Tôi cảm thấy như bị bỏ rơi. Không có hai mẹ con, bức tranh phong cảnh mất đi một miếng. Có lẽ họ đã làm thủ tục rời khách sạn và trở về nơi "cố quận" - có lẽ là một nơi nào đó. Nhưng khi tôi thấy họ trước đó, trong nhà ăn của khách sạn, họ không có vẻ gì là sắp sửa rời đi. Vẫn như thường lệ, họ dành thời gian để dùng bữa và yên lặng uống một ly cà phê sau khi ăn xong.

Tôi nằm sấp xuống như bà mập tóc vàng hoe và phơi nắng trong khoảng mười phút, nghe những con sóng nhỏ táp vào mạn chiếc bè. Những giọt nước rơi vào tai tôi ấm áp trong ánh nắng mặt trời chói chang.

"Này cậu trai, nóng nhỉ", bà mập nói từ phía bên kia chiếc bè. Giọng bà cao và ngọt xớt.

"Hẳn vậy rồi," tôi đáp.

"Cậu biết mấy giờ rồi không?".

"Tôi không có đồng hồ, nhưng tôi đoán chắc khoảng hai giờ rưỡi hay hai giờ bốn mươi gì đó”.

“Thật à?”, bà ta nói và tỏ ra một dấu hiệu như thể đó không phải là thời gian bà ước đoán. Có lẽ bà ta không chú ý đến thời gian.

Bà mập ngồi dậy. Mồ hôi lấm tấm khắp người như thể những con ruồi trên thức ăn. Những cuộn mỡ từ dưới tai kéo dài xuống vai rồi xuống cả đôi tay mập mạp. Dường như cổ chân và cổ tay bà ta cũng bị biến mất vào trong những nếp thịt gấp khúc. Tôi không thể không nghĩ đến anh chàng Michelin. Dù nặng nề như vậy, nhưng bà ta không cho tôi ấn tượng gì bệnh tật. Bà ta trông cũng không đến nỗi tệ lắm. Bà ta đơn giản là chỉ có quá nhiều thịt trên xương. Tôi đoán bà ta khoảng chừng trên ba mươi.

“Chắc cậu ở đây lâu nên da rất rám nắng,” bà ta nói.

“Chín ngày”.

“Da cậu rám nắng đến là lạ,” bà ta nói. Thay vì trả lời, tôi đằng hắng. Nước trong tai tôi chảy ra róc rách khi tôi nghiêng đầu

“Tôi đang ở khách sạn quân đội,” bà ta nói.

Tôi biết nơi đó. Nó nằm cuối con đường nơi bãi biển.

“Anh trai tôi là sĩ quan hải quân, anh ấy mời tôi đến. Cậu biết không? Hải quân không tệ lắm đâu. Lương khá lắm. Họ có tất cả mọi thứ mình muốn ngay trong căn cứ. Cũng có cả những quyền lợi khác như khu nghỉ mát này chẳng hạn. Thật khác xa khi tôi còn đi học cao đẳng. Đó là hồi chiến tranh Việt Nam. Lúc bấy giờ, có người trong gia đình làm quân đội là ngại ngùng không thể tả. Mình phải lén lút. Nhưng thế giới thực sự thay đổi kể từ dạo ấy”.

Tôi gật đầu lơ đãng.

"Bạn tôi cũng từng ở trong hải quân," bà ta tiếp tục. "Anh ta là phi công chiến đấu. Anh ta phải đi nghĩa vụ ở Việt Nam trong hai năm, rồi làm phi công cho Mỹ. Lúc đó tôi là nữ tiếp viên trên máy bay. Và chúng tôi đã gặp nhau. Để tôi gắng nhớ năm mà chúng tôi cưới nhau. Hình như năm 1970. Dù gì thì cũng khoảng sáu năm về trước. Ngẫu nhiên ấy mà".

"Thế nào?"

"Cậu biết không? Phi hành đoàn toàn làm việc vào những giờ "trái khoáy" nên họ thường hẹn gặp nhau. Những giờ làm việc và kiểu sống của họ hoàn toàn bị ràng buộc. Dù vậy, chúng tôi cưới nhau. Tôi nghỉ việc và anh ta lại tiếp tục "cặp kè" với một nữ tiếp viên khác rồi lại cưới cô ta. Cũng là chuyện ngẫu nhiên thôi mà".

Tôi cố gắng thay đổi chủ đề câu chuyện. "Bà sống ở đâu?".

"Los Angeles", bà ta nói. "Cậu đến đó chưa?"

"Chưa", tôi nói.

"Tôi sinh ra ở đó. Rồi cha tôi thuyên chuyển sang Salt Lake City. Cậu từng đến đó chưa?"

"Chưa".

"Tôi cũng chẳng khuyên cậu đến đó", bà ta nói rồi lắc đầu và lau mồ hôi trên mặt.

Tôi lấy làm lạ khi nghĩ rằng bà ta từng là nữ tiếp viên. Tôi đã trông thấy nhiều nữ tiếp viên mập nhưng rắn chắc như một đô vật. Tôi cũng thấy vài người có cánh tay lực lưỡng và những đôi môi mập mỡ. Nhưng tôi chưa thấy ai mập bự như bà ta. Có lẽ nước Mỹ không quan tâm đến việc nữ tiếp viên cân nặng bao nhiêu. Hay có lẽ khi còn làm việc, bà ta chưa mập đến thế này.

Tôi nhìn lướt qua bãi biển. Vẫn không có dấu hiệu gì của hai mẹ con. Những người lính vẫn đang chơi bóng chuyền. Người cứu đắm ở trên cái tháp của mình và nhìn chăm chú vào cái gì đó bằng chiếc ống nhòm ngoại cỡ. Hai chiếc máy bay quân sự xuất hiện ngoài khơi và như những người đưa tin loan báo những tin bất hạnh trong các vở bi kịch Hy Lạp, chúng la lối phô trương rồi trốn sâu vào đất liền. Chúng tôi yên lặng quan sát những cái máy màu xanh biến mất ngoài xa.

"Tôi chắc là chúng ta đang trải qua những giây phút tuyệt vời ở đây", bà mập nói. "Tắm nắng trên chiếc bè và không lo lắng gì đến thế giới".

"Có lẽ bà nói đúng".

"Mọi thứ tuyệt vời khi ta ngước nhìn lên", bà ta nói rồi lăn cái bụng phệ nằm xuống và nhắm mắt lại.

Thời gian trôi qua yên lặng. Cảm thấy đến lúc phải trở về, tôi đứng dậy và bảo với bà ta là tôi phải quay vào bờ. Tôi nhảy xuống nước và lặn. Được nửa đường, tôi dừng lại, đổi sang kiểu bơi đứng và nhìn về phía chiếc bè. Bà ta nhìn tôi và vẫy tay. Nhìn từ xa, bà ta trông như con cá heo. Thứ bà ta cần là một đôi vây chèo để lao sâu vào lòng biển.

Tôi về phòng, nằm nghỉ một lát. Buổi tối, như thường lệ tôi xuống nhà ăn dùng bữa tối. Vẫn không thấy hai mẹ con nhà kia. Tôi trở về và thấy phòng của hai mẹ con đóng kín cửa. Ánh sáng lọt qua ô kính nhỏ mờ nơi cánh cửa, nhưng tôi không thể nói căn phòng này đang có người ở hay không.

Tôi nói với vợ: “Anh chắc là họ đã rời khách sạn rồi. Hai mẹ con họ không có ở bãi biển và không xuống ăn tối”.

“Cuối cùng thì ai cũng phải ra đi thôi. Ta không thể sống như thế này mãi được”, vợ tôi nói.

“Anh cũng chắc vậy”, tôi đồng ý nhưng không tin. Tôi không thể hình dung mẹ con họ lại ở chỗ nào khác ngoài nơi chốn này.

Chúng tôi cũng bắt đầu thu dọn hành lý. Khi chúng tôi nhét đầy áo quần vào hành lý rồi thảy xuống gầm giường, căn phòng ngay lập tức trở nên lạnh lùng và xa lạ. Kỳ nghỉ của chúng tôi cũng đến hồi kết thúc.

Tôi thức dậy và nhìn cái đồng trên chiếc bàn kế giường ngủ. Một giờ hai mươi phút. Tim tôi đập mạnh. Tôi từ từ rời khỏi giường và ngồi xuống tấm thảm. Tôi ngồi xếp bằng và hít thở sâu. Tôi điều hòa hơi thở, thả lỏng vai, ngồi thẳng và cố gắng tập trung. Tập luyện kiểu này khiến tôi cảm thấy an bình trở lại. Chắc hẳn là tôi đã bơi hay tắm nắng quá nhiều. Tôi đứng dậy nhìn quanh phòng. Dưới chân giường, hai chiếc va ly thu mình như hai con vật lén lút. Đúng rồi. Tôi nhớ ra là ngày mai chúng tôi không còn ở đây nữa.

Trong ánh trăng mờ chiếu vào cửa sổ, vợ tôi nằm ngủ say. Tôi không thể nghe tiếng nàng thở, cứ như thể là nàng đã chết rồi. Đôi khi nàng ngủ như vậy. Khi chúng tôi mới cưới, kiểu ngủ của nàng làm tôi sợ. Thỉnh thoảng tôi thực sự nghĩ rằng nàng đã chết. Nhưng ngoài sự im lặng đó, nàng ngủ rất sâu. Tôi thay bộ quần áo ngủ đẫm mồ hôi bằng một cái áo sơ mi sạch và chiếc quần đùi. Nhét một chai rượu mạnh loại nhỏ của Thổ Nhĩ Kỳ trên bàn vào túi quần, tôi lặng lẽ mở cửa và bước ra ngoài. Không khí đêm lạnh giá mang theo mùi ẩm ướt của cây cối xung quanh. Trăng tròn vành vạnh bao phủ thế giới một màu sắc lạ lùng mà ta không bao giờ thấy được vào ban ngày. Giống như thể chúng ta đang nhìn qua một tấm lọc màu sắc. Nó làm cho một số vật có màu sắc lung linh hơn còn những vật khác thì xám xịt và kiệt quệ như xác chết.

Tôi không ngủ được tí nào. Như thể giấc ngủ chưa bao giờ tồn tại. Tâm trí tôi rất sáng láng và tập trung. Im lặng ngự trị nơi này. Không hơi gió, không tiếng côn trùng, không một tiếng chim đêm vang vọng. Chỉ có tiếng sóng biển vọng về xa xăm mà tôi phải lắng tai mới nghe ra được.

Tôi chậm chạp đi vòng quanh khu nhà nghỉ, đi tắt qua đám cỏ. Trong ánh trăng, đám cỏ tròn trông như cái ao phủ đầy băng tuyết. Tôi bước nhẹ nhàng, cố không làm vỡ đám băng kia. Qua đám cỏ là một con đường hẹp lát đá và phía trên kia là quầy bar được trang trí bắt mắt, ấm áp. Trước mỗi bữa ăn tối, tôi đều uống một ly rượu vodka nơi đây. Dĩ nhiên, lúc đêm khuya như thế này, quầy bar đóng cửa. Và những cái dù che ở mỗi bàn được gập lại gọn gàng như những chú thằn lằn có cánh đang ngủ say.

Người thanh niên ngồi trên xe lăn đang ở đó. Dựa khuỷu tay lên bàn, anh ta nhìn chăm chú vào mặt nước. Nhìn từ xa, chiếc xe lăn trong ánh trăng trông như một nhạc cụ đặc biệt thích hợp cho những giờ sâu thẳm và tối tăm nhất của đêm.

Tôi chưa bao giờ thấy anh ta đi một mình. Trong tâm trí tôi, anh ta và người mẹ là một khối đơn nhất. Anh ta ngồi trên xe và người mẹ thì đẩy xe. Nhìn thấy anh ta như vậy, tôi cảm thấy anh ta lẻ loi làm sao. Anh ta mặc một cái áo sơ mi Hawaii màu cam mà tôi đã thấy trước đó và một cái quần trắng bằng vải cotton. Anh ta ngồi không động đậy, nhìn chằm chằm vào đại dương.

Tôi đứng lại một lát, phân vân tự hỏi không biết tôi có nên tỏ ra cho anh ta biết mình đang ở đây hay không. Nhưng trước khi tôi kịp quyết định phải làm gì, anh ta đã cảm thấy được sự hiện diện của tôi và quay người lại. Khi thấy tôi, anh gật đầu chào hững hờ như thường lệ.

"Xin chào", tôi nói.

"Xin chào", anh ta đáp lại bằng giọng nhẹ nhàng. Đây là lần đầu tiên tôi nghe anh ta nói. Giọng anh ta nghe hơi buồn ngủ nhưng hoàn toàn bình thường. Không quá cao, cũng không quá thấp.

"Đi dạo giữa đêm à?", anh ta hỏi.

"Tôi không ngủ được", tôi đáp lời.

Anh ta nhìn tôi từ đầu đến chân và một nụ cười yếu ớt nở trên môi anh ta. "Tôi cũng vậy thôi", anh nói. "Ngồi xuống đây nếu anh thích".

Tôi do dự một lát rồi bước về phía bàn người thanh niên. Tôi kéo ra một chiếc ghế nhựa và ngồi xuống phía đối diện. Tôi cũng nhìn về phía biển như anh ta. Cuối bãi biển là dãy đá lởm chởm, như thể chiếc bánh nướng bị cắt ra một nửa. Những con sóng đều đặn vỗ vào bờ đá với khoảng cách không thay đổi. Những ngọn sóng nhỏ duyên dáng và trật tự. Như thể chúng được đo bằng một cây thước. Còn ngoài xa kia thì không có gì đáng nhìn.

"Tôi không thấy anh ra biển ngày hôm nay", tôi nói.

"Tôi nghỉ trong phòng cả ngày", người thanh niên đáp. "Mẹ tôi không được khỏe".

"Tôi lấy làm tiếc khi nghe anh nói vậy".

"Không phải là vấn đề thể xác đâu. Chỉ là trạng thái căng thẳng cảm xúc thần kinh thôi". Anh xoa má bằng ngón tay giữa của bàn tay phải. Trong đêm khuya, đôi má anh ta trơn nhẵn như đồ sứ, không thấy dấu vết của râu ria đâu cả. "Bây giờ thì bà ấy đỡ rồi. Bà đang ngủ ngon. Thật khác với đôi chân tôi. Sau một giấc ngủ ngon, bà ta sẽ khá lên thôi. Hoàn toàn không chữa trị được gì đâu nhưng ít nhất bà ta cũng sẽ trở lại như cũ. Sáng mai, bà ta sẽ tốt lên thôi".

Rồi anh ta im lặng khoảng ba mươi giây, có lẽ là một phút. Tôi thôi bắt chéo chân dưới bàn và tự hỏi không biết mình đến lúc trở về hay chưa. Như thể toàn bộ cuộc đời tôi quay tròn để phán xét thời điểm thích hợp để nói lời tạm biệt trong câu chuyện này. Nhưng tôi đã đánh mất cơ hội. Khi tôi chuẩn bị nói với anh ta là tôi phải đi thì anh ta lại tiếp tục:

"Có tất cả mọi sự rối loạn thần kinh. Cho dù chúng cùng có cùng một nguyên nhân thì cũng có hàng triệu những triệu chứng khác nhau. Giống như một trận động đất, cùng một nguồn năng lượng ngầm dưới đất nhưng tùy thuộc nơi xảy ra mà kết quả khác nhau. Có trường hợp một hòn đảo biến mất, ở trường hợp khác thì một hòn đảo mới khai sinh".

Anh ta ngáp. Một cái ngáp dài bình thường. Như một người lịch sự, anh ta xin lỗi. Anh ta trông có vẻ kiệt sức, mắt mờ đi như mới chợp mắt vài giây. Tôi nhìn đồng hồ và nhận thấy mình quên mang theo, chỉ còn một dải trắng ở cổ tay nơi đeo đồng hồ.

"Đừng lo cho tôi", anh ta nói. "Trông tôi ngái ngủ vậy chứ không sao đâu. Bốn tiếng một đêm là đủ và tôi thường thức dậy trước bình minh. Vì thế vào giờ này mỗi đêm tôi đều ra đây chỉ để lang thang cho qua thời gian".

Anh ta nâng chiếc gạt tàn Cinzano trên bàn lên, nhìn vào đó như một lát như tìm vật gì quý giá rồi đặt lại vào chỗ cũ.

"Khi mẹ tôi lên cơn đau thần kinh, bên phía mặt trái của bà đông cứng lại. Bà không thể cử động mắt và miệng. Khi nhìn vào phía trái gương mặt bà, anh sẽ thấy giống chiếc bình hoa đã vỡ. Đó là số phận nhưng không phải là tai họa hay cái gì khác. Chỉ sau một đêm ngủ ngon là bà trở nên khỏe lại".

Tôi không biết trả lời như thế nào, chỉ gật đầu một cái vô thưởng vô phạt. Một bình hoa đã vỡ ư?

"Đừng nói với mẹ tôi là tôi tiết lộ cho anh chuyện này nhé. Bà rất ghét ai nói về chuyện bệnh tật của mình".

"Chắc chắn rồi", tôi nói. "Nhưng ngày mai chúng tôi rời khỏi đây rồi nên chưa chắc có cơ hội nói chuyện với mẹ anh".

"Tệ quá nhỉ", anh nói như thực sự cảm thông.

"Đúng vậy. Nhưng tôi phải trở về công việc của mình, biết làm thế nào được", tôi nói.

"Anh từ đâu đến?"

"Tokyo".

"Tokyo à", anh ta nhắc lại. Anh nheo mắt lại và nhìn xuống mặt biển như thể mình đang ở đó. Nếu nhìn đủ xa, chắc anh sẽ thấy những ngọn dèn của Tokyo phía bên kia chân trời.

"Anh tính ở lại đây lâu không?", tôi hỏi.

"Khó mà nói được", anh ta nói, dùng tay nắm chặt bánh xe lăn. "Có thể là một tháng nữa. Cũng có thể là hai. Cái đó còn tùy. Chồng của chị tôi có cổ phần trong khách sạn này nên chúng tôi có thể ở đây bao lâu cũng được. Cha tôi đang giữ một chức lớn trong một công ty ở Cleveland và anh rể tôi thì sẽ nối nghiệp cha tôi. Tôi không thích anh ta lắm nhưng chúng ta không thể chọn gia đình cho mình, đúng không? Tôi cũng chẳng biết là anh ta có tệ như tôi hình dung ra hay không. Những người tật nguyền như tôi thường có khuynh hướng hẹp hòi". Anh lấy trong túi một chiếc khăn tay, chậm chạp và tế nhị hỉ mũi rồi nhét khăn trở lại túi. "Dù sao anh ta cũng có cổ phần trong nhiều công ty và cũng sở hữu nhiều tài sản đầu tư nữa. Anh ta là một người khôn ngoan, giống như cha tôi vậy. Vì thế tất cả chúng tôi - tôi muốn nói là gia đình tôi - chia làm hai loại người: loại người khỏe mạnh và loại bệnh tật. Loại người bình thường và loại người khác thường. Loại khỏe mạnh thì bận rộn làm ăn, gia tăng thêm tài sản và trốn thuế - đừng nói với ai nhé - và họ chăm lo cho những người bệnh tật. Đó là sự phân công lao động chặt chẽ."

Anh ngừng nói và hít một hơi thở sâu. Anh gõ nhẹ móng tay lên bàn một chốc. Tôi im lặng, chờ anh ta tiếp tục câu chuyện.

"Họ quyết định mọi thứ cho chúng tôi. Nói với chúng tôi ở đây một tháng, ở kia một tháng. Mẹ con tôi giống những cơn mưa. Chúng tôi "rơi xuống" đây và lần tới sẽ "rơi xuống"chỗ khác".

Sóng vỗ vào ghềnh đá để lại bọt biển phía sau. Ngay khi bọt biển biến mất, một con sóng mới lại xuất hiện. Tôi lơ đãng nhìn những con sóng vỗ bờ. Ánh trăng hắt những cái bóng nhấp nhô trên ghềnh đá.

"Dĩ nhiên, đó là sự phân công lao động", anh ta tiếp tục. "Mẹ con tôi cũng có vai trò của mình. Đó là con đường hai chiều. Thật khó mà diễn tả, nhưng tôi nghĩ chúng tôi bù vào sự thừa mứa của họ bằng cách không làm gì cả. Đó là lý do hiện hữu của chúng tôi[1]. Anh hiểu tôi nói gì không?"

"Hiểu phần nào thôi", tôi đáp. "Tôi không dám chắc là mình hiểu toàn vẹn".

Anh ta cười lặng lẽ. "Gia đình là một thứ lạ lùng", anh ta nói tiếp. "Một gia đình phải tồn tại cho chính nó, không thì hệ thống sẽ không hoạt động. Trong ý nghĩa đó, cái chân vô dụng của tôi là một ngọn cờ mà gia đình tôi tập hợp lại. Cái chân chết của tôi là một cái trục cho những thứ khác xoay chung quanh".

Anh ta lại gõ lên bàn. Không phải do kích thích mà chỉ đơn thuần di chuyển những ngón tay và lặng yên suy tưởng sự vật trong cõi thời gian riêng của mình.

"Một trong những đặc điểm chính của hệ thống này là sự thiếu hụt sẽ bị hút về cái thiếu hụt lớn hơn và sự thừa mứa sẽ bị hút về cái thừa mứa lớn hơn. Khi Debussy bắt đầu sáng tác một bản opera, ông ta đã làm theo cách sau: "Tôi bỏ thời gian để theo đuổi cái hư vô - rien[2] - mà nó sẽ tạo thành. Công việc của tôi là tạo ra cái vô dụng đó. Nó là rien".

Anh giấu mình trong sự yên lặng mất ngủ, tâm trí anh lang thang đến một vùng xa xôi nào đó. Có lẽ anh đang trống rỗng. Cuối

---

[1] Nguyên văn tiếng Pháp "raison d'être".

[2] Nguyên văn tiếng Pháp "rien", nghĩa là "hư vô".

cùng, sự chú ý của anh lại hướng về thực tại. Thời khắc trở về có mất vài liên kết với lúc ra đi. Tôi thử xoa đôi má mình. Sự cọ xát bộ râu đã nhắc nhở tôi rằng thời gian vẫn đang trôi đi. Tôi lấy chai Whiskey nhỏ trong túi ra và đặt lên bàn.

"Uống một chút chứ? Tôi tiếc là không có ly".

Anh ta lắc đầu. "Cám ơn, nhưng tôi không uống. Tôi không chắc về phản ứng của mình khi uống rượu. Vì thế mà tôi không uống. Nhưng tôi không lấy làm phiền chuyện người khác uống đâu - khi người ấy là khách của tôi".

Tôi bịt đầu chai nâng lên và từ từ để whiskey chảy xuống cổ họng mình. Tôi nhắm mắt và thưởng thức hơi men nồng. Anh ta nhìn tôi uống từ phía bên kia bàn.

"Đây có thể là một câu hỏi lạ lùng", anh ta nói, "nhưng anh có biết gì về dao không?"

"Dao hả?".

"Dao. Anh biết chứ, dao săn chẳng hạn".

Tôi đã từng sử dụng dao khi đi cắm trại. Tôi bảo với anh ta. Nhưng tôi không biết nhiều về chúng. Điều đó dường như làm anh ta thất vọng. Nhưng không lâu.

"Chẳng sao đâu", anh ta nói. "Tôi có một con dao và muốn anh xem qua. Tôi mua nó tháng trước từ quyển catalogue. Nhưng tôi không biết những điều cơ bản về dao. Tôi không biết nó có tốt không hay mình lại lãng phí tiền bạc. Vì thế tôi muốn có một ai khác xem qua và nói những điều mình nghĩ. Nếu anh không phiền".

"Không, tôi không phiền đâu", tôi nói với anh ta.

Anh ta thận trọng rút từ trong túi ra một vật đẹp và cong, dài khoảng năm inch rồi đặt lên bàn.

"Đừng lo. Tôi không có ý định làm tổn thương ai và cũng chẳng có ý đâm mình. Chỉ là một hôm tôi cảm thấy mình phải có một con dao sắc cho riêng mình. Tôi không thể nhớ là tại sao. Tôi chỉ muốn có một con dao, thế thôi. Vì vậy tôi xem qua những quyển catalogue và đặt một con. Không ai biết là tôi luôn mang nó theo bên mình - kể cả mẹ tôi. Anh là người duy nhất biết đấy".

"Và tôi sẽ quay về Tokyo sáng mai".

"Đúng vậy", anh ta nói và mỉm cười. Anh nâng con dao lên và đặt nó trong lòng bàn tay một lúc, thử sức nặng của nó như thể con dao có một ý nghĩa quan trọng đặc biệt. Rồi anh đưa qua bàn cho tôi. Con dao nặng lạ lùng, như thể tôi đang cầm một sinh vật sống có ý chí riêng. Gỗ dát trên phía tay cầm bằng đồng thau, khối kim loại lạnh băng cho dù con dao đã nằm trong túi rất lâu.

"Đưa lên trước và bật lưỡi dao ra đi".

Tôi nhấn chỗ hõm trên phần cán dao xuống và cái lưỡi dao nặng nề bật ra. Kéo ra hết cỡ lưỡi dao dài khoảng ba inch. Con dao dường như nặng thêm. Không phải tôi ấn tượng về sức nặng con dao mà về cái cách con dao nằm lọt trong lòng tay tôi. Tôi thử đưa lên đưa xuống, xoay xoay con dao một lúc và nhận thấy con dao có một sự cân bằng hoàn hảo khiến tôi dễ dàng nắm giữ nó trong tay mà không bị trượt. Lưỡi thép có một cái rãnh khắc một đường máu sắc nét tạo thành một hình cung sinh động khi tôi vung dao.

"Như đã nói, tôi không biết nhiều về dao", tôi bảo anh ta.

"Nhưng đây là một con dao rất tốt. Nó cho ta một cảm giác tuyệt vời".

"Nhưng nó không phải loại nhỏ để làm dao săn, đúng không?"

"Tôi không biết", tôi nói. "Nhưng tôi đoán chắc là nó tùy thuộc vào mục đích sử dụng".

"Đúng đấy", anh nói, gật đầu vài cái như để thuyết phục chính mình.

Tôi gấp lưỡi dao vào cán rồi đưa lại cho anh ta. Người thanh niên lại bật lưỡi dao ra và khéo léo xoay tròn con dao trên tay. Rồi như thể nhìn xuống một khẩu súng trường, anh ta nheo một mắt lại và nhắm thẳng vào mặt trăng. Ánh trăng phản chiếu trên lưỡi dao và hắt lên một bên mặt anh ta trong chốc lát.

"Tôi tự hỏi không biết anh có thể giúp tôi không", anh ta nói. "Anh có thể dùng con dao này cắt vật gì đó. Được không?"

"Cắt cái gì đó hả? Chẳng hạn như cái gì?".

"Bất cứ cái gì xung quanh đây. Tôi chỉ muốn anh cắt cái gì đó thôi. Tôi bị kẹt cứng trong chiếc ghế này cho nên không thể với chạm được nhiều thứ. Thật sự là tôi rất thích nếu anh cắt cái gì đó cho tôi xem".

Tôi không tìm ra lý do để từ chối, vì thế tôi cầm con dao lên và đâm vài nhát vào thân cây cọ gần đó. Tôi lát một miếng mỏng theo đường chéo rồi lột vỏ cây ra. Sau đó tôi lấy những tấm bảng xốp nằm cạnh bể bơi rồi bổ đôi theo chiều dọc. Con dao sắc hơn là tôi tưởng.

"Con dao quả là dị thường", tôi nói.

"Nó được làm theo phương pháp thủ công, và cũng khá đắt nữa", người thanh niên nói.

Tôi nhắm con dao về phía mặt trăng như anh ta đã làm, nhìn chăm chú. Trong ánh trăng nó giống như thân một loài cây tàn bạo vừa mới xuyên thủng mặt đất. Một cái gì đó nối kết hư vô với sự trác việt.

"Cắt thêm thứ gì nữa đi", anh ta giục tôi.

Tôi vung dao chém mọi thứ mà tôi với được trong tay. Tôi chém những quả dừa rơi trên mặt đất, những chiếc lá cây khổng lồ vùng nhiệt đới, cái menu đặt trên lối vào quán bar. Thậm chí tôi còn vung dao chém những miếng gỗ trôi dạt trên bãi biển. Khi hết những vật để cắt, tôi bắt đầu di chuyển chậm chạp thận trọng như thể đang đi một đường Thái Cực quyền, tôi lặng lẽ vung dao chém không khí ban đêm. Không có vật gì chắn lối. Đêm sâu thẳm và thời gian dễ bị uốn cong. Ánh sáng tròn đầy của mặt trăng càng làm tăng thêm chiều sâu thẳm và dễ uốn đó.

Khi tôi đâm vào không khí, tôi chợt nhớ người phụ nữ mập mạp - cựu tiếp viên của hãng hàng không Hoa Kỳ. Tôi có thể thấy bà ta nhợt nhạt, béo phị trôi lơ lửng trong không khí quanh tôi. Không hình dạng, chỉ như sương mù. Mọi thứ dường như ẩn trong lớp sương mù đó. Những chiếc bè, biển cả, bầu trời, những chiếc trực thăng và những người phi công. Tôi thử chém họ làm hai, nhưng viễn cảnh biến mất, và tất cả lại hiện diện ở xa tầm lưỡi dao tôi. Tất cả đều là ảo ảnh hay chính tôi là ảo ảnh? Có lẽ không quan trọng. Sáng ngày mai tôi đã không còn ở đây nữa.

"Đôi khi tôi mơ", người thanh niên ngồi trên xe lăn nói. Giọng anh ta vang vọng rất lạ. Như thể nó mọc lên từ đáy một cái hang sâu. "Có một con dao sắc chém vào phần mềm của đầu tôi, nơi mà ký ức hiện hữu. Nó mắc kẹt sâu trong đó. Nhưng nó không làm tổn thương hay đè nặng lên tôi. Nó chỉ mắc kẹt ở đó. Và tôi đứng ở một bên, nhìn vào cảnh tượng đó như thể nó xảy ra với một ai khác. Tôi muốn người nào đó rút con dao ra, nhưng không ai biết con dao bị mắc kẹt trong đầu tôi. Tôi nghĩ đến việc mình tự kéo nó ra, nhưng không thể đưa tay vào trong đầu mình được. Đó là điều lạ lùng nhất. Tôi có thể chém chính mình nhưng không thể kéo con dao ra được. Và rồi tất cả mọi thứ bắt đầu biến mất. Tôi cũng bắt đầu phai mờ dần. Chỉ còn con dao ở lại. Chỉ có con dao là luôn luôn ở đó - đến tận lúc cuối cùng. Như xương của một động vật tiền sử trên bãi biển. Đó là giấc mơ của tôi". Anh ta nói.

Buổi sáng đẹp trời tháng tư gặp một em gái hoàn hảo 100%

Lời dẫn chuyện:

Tình yêu trong dòng xoáy thời gian là chủ đề không bao giờ cũ. Như một lời nhạc Vũ Thành An, "yêu nhau, cho nhau nụ cười, thương nhau, cho nhau cuộc đời, mà đời đâu biết đợi, để tình nhân kết đôi". Nhưng cái khác của Murakami là đẩy đưa một thân phận tình yêu vào ngẫu nhiên và phi lý của đời. Hay mượn ngữ ngôn của Bùi Giáng, ta có thể nói rằng hai người đã nhập cuộc, chịu chơi, đem tình yêu gùn ghè, tỉ thí với định mệnh. Nhưng "những con sóng lạnh giá vô tâm của định mệnh vẫn theo đuổi để quăng ném họ không thương tiếc". Họ đã quên đi mất thời gian nên cuối đường còn hai kẻ bạc đầu ngậm ngùi mối xuân xanh xa mất. Câu kết thúc lửng lơ cuối truyện cho ta một giả tưởng về một tình yêu hoàn hảo vụt đi trong một sátna hay hoài niệm một cuộc tình riêng của tác giả 14 năm về trước?

*

Một buổi sáng đẹp trời tháng tư, trên một con đường hẹp ở khu phố Harujuku sang trọng gần Tokyo, tôi đã đi ngang qua một em gái hoàn hảo 100%.

Phải nói thực là nàng chẳng ưa nhìn chút nào. Nàng chẳng nổi bật về bất cứ phương diện gì. Quần áo nàng chẳng có gì đặc biệt. Sau lưng nàng, tóc vẫn chưa quấn lại gọn gàng, như thể mới ngủ dậy. Nàng cũng không còn trẻ, chắc cũng gần ba mươi, nói chính xác là nàng không còn thích hợp với từ "cô gái" nữa. Nhưng từ xa năm mươi thước, tôi biết nàng là cô gái hoàn hảo 100% đối với mình. Khoảnh khắc nhìn nàng, con tim tôi quay cuồng và miệng tôi khô cằn như sa mạc.

Có lẽ bạn có những mẫu người con gái đặc biệt cho riêng mình - người có mắt cá chân mỏng manh, mắt bồ câu hay những ngón tay thanh tú, và bạn bị quyến rũ theo những người con gái luôn dành thời gian để chuẩn bị từng bữa ăn. Dĩ nhiên tôi cũng có ý thích riêng của mình. Đôi khi trong nhà hàng, tôi nhận thấy mình đang nhìn một cô gái bàn kế bên vì tôi thích dáng mũi cô ta.

Nhưng không ai có thể đảm bảo rằng cô gái hoàn hảo 100% của mình có thể đáp ứng với mẫu người đã được hình dung nào đó. Càng thích cái mũi của các nàng bao nhiêu, tôi càng không thể nhớ hình dáng các nàng như thế nào. Dù chỉ một nàng thôi thì cũng thế. Mọi điều tôi nhớ được là nàng không có một vẻ đẹp gì tuyệt vời. Thật là kỳ lạ.

Tôi sẽ bảo với một ai đó: "Hôm qua mình đã lướt qua một nàng hoàn hảo 100% trên đường đi đấy".

"Thế hả?", anh ta nói. "Có dễ thương không?"

"Thực sự là không."

"Thế đó là mẫu người anh thích à?"

"Tôi chẳng biết. Dường như tôi không thể nhớ bất cứ điều gì về nàng ta - kiểu mắt của nàng hay kích cỡ bộ ngực cũng thế".

"Lạ thật đấy".

"Vâng, đúng là lạ thật".

"Dù sao đi nữa, anh đã làm gì, có bắt chuyện với nàng không? Có đi theo nàng ta không?", anh ta sẽ nói với vẻ chán chường.

"Không. Chỉ lướt qua nàng ta trên đường đi thôi"

Nàng đi từ đông sang tây, và tôi đi từ tây sang đông. Đó là một buổi sáng tháng tư tuyệt đẹp.

Giá như tôi có thể bắt chuyện với nàng. Nửa tiếng cũng đã là nhiều. Chỉ hỏi về bản thân nàng, và nói với nàng về bản thân tôi. Và nếu như tôi thực sự thích thú, tôi sẽ giải thích với nàng về sự run rủi của định mệnh đã đưa đẩy chúng tôi lướt qua nhau trên một con đường ở khu phố Harajuku vào buổi sáng tháng tư tuyệt đẹp năm 1981. Chắc chắn đó là một cái gì đầy những bí mật ấm cúng, như một cái đồng hồ cổ xưa được tạo thành khi hòa bình bao trùm thế giới.

Sau khi nói chuyện, chúng tôi có thể dùng bữa ở đâu đó, có thể đi xem một bộ phim của Woody Allen, dừng chân uống cocktails trong một quán bar khách sạn. Và nếu có chút may mắn, chúng tôi sẽ dìu nhau lên giường.

Những khả năng tiềm ẩn gõ vào cánh cửa tim tôi.

Bây giờ khoảng cách giữa chúng tôi thu hẹp lại còn mười lăm thước.

Làm thế nào tôi có thể tiếp cận nàng? Tôi sẽ nói gì với nàng đây?

"Chào cô. Cô có rảnh rang dành khoảng nửa tiếng cho một cuộc đối thoại nhỏ không?"

Quá lố lăng. Nghe như thể ngôn từ của người bán hợp đồng bảo hiểm.

"Xin lỗi cô. Cô biết có cửa hàng giặt ủi làm việc thâu đêm ở gần đây không?"

Không, như thế cũng lố lăng quá. Tôi chẳng mang theo bộ quần áo để giặt ủi nào. Ai lại đi dựng chuyện như thế?

Có lẽ tôi sẽ nói với nàng một sự thật giản đơn: "Chào em. Em là người con gái hoàn hảo 100% đối với tôi".

Không, nàng sẽ chẳng tin đâu. Và giả sử nàng có tin, nàng cũng chẳng muốn nói chuyện với tôi. Nàng có thể nói. "Xin lỗi, tôi có thể là một cô gái hoàn hảo 100% đối với anh nhưng anh không phải là chàng trai hoàn hảo 100% đối với tôi". Điều này có thể xảy ra chứ. Và nếu rơi vào tình huống đó, chắc chắn tôi sẽ tan nát. Tôi chẳng bao giờ phục hồi được sau cú sốc đó. Tôi đã ba mươi hai tuổi rồi, và trên tuổi đó tất cả đều ở đằng sau.

Chúng tôi đi qua nhau trước một tiệm hoa. Một vùng không khí nhỏ bé ấm áp chạm vào thịt da tôi. Nhựa đường ẩm ướt. Tôi bắt gặp một làn hương hoa hồng. Tôi không thể cất lời với nàng. Nàng mặc áo len dài tay màu trắng, tay phải cầm một phong thư sặc sỡ chỉ thiếu mỗi con tem. Đây là bức thư nàng viết cho ai đó. Có lẽ nàng đã mất trọn một đêm để trao gửi tâm tư vào trang giấy trắng nên trông mắt nàng hiện lên những tia nhìn ngái ngủ. Chiếc phong thư còn có thể ẩn giấu những bí mật mà nàng từng trải qua.

Tôi sải chân vài bước và rẽ sang hướng khác. Nàng mất hút trong đám đông.

Dĩ nhiên là giờ đây tôi biết chính xác điều mình sẽ nói với nàng ta. Đó sẽ là một bài diễn văn dài. Đủ dài cho tôi có thể giãi bày tâm tư mình một cách thích đáng. Những ý tưởng đến với tôi chẳng bao giờ thực tế cả.

Ôi trời ơi, đáng lẽ câu chuyện nên bắt đầu là "ngày xửa ngày xưa" và kết thúc là "một câu chuyện buồn đấy chứ. Bạn có nghĩ thế không?"

Ngày xửa ngày xưa, có một chàng trai và một cô gái. Chàng trai mười tám tuổi còn nàng đôi tám trăng tròn. Chàng chẳng đẹp trai gì đặc biệt, nàng cũng chẳng phải kiêu sa. Hai người đơn giản chỉ là một chàng trai bình thường cô đơn và một em gái bình thường đơn côi, giống như tất cả những người khác. Nhưng từ sâu thẳm tim mình, họ vẫn tin là ở một nơi nào trên thế giới có một chàng trai hoàn hảo 100% và một cô gái hoàn hảo 100% dành cho họ. Vâng, họ tin vào điều kỳ diệu. Và điều kỳ diệu đó thực sự đã xảy ra.

Một ngày hai người vô tình bắt gặp nhau ở một góc đường.

"Thật là kinh ngạc," chàng trai nói. "Anh đã tìm kiếm em cả đời. Em có thể không tin, nhưng em là người con gái hoàn hảo 100% đối với anh đấy".

"Và anh, anh là chàng trai hoàn hảo 100% với em đấy," nàng tiếp lời, "chính xác như em đã hình dung ra đến từng chi tiết. Thật là như một giấc mơ".

Họ ngồi trên một chiếc ghế đá công viên, nắm tay nhau, kể cho nhau những câu chuyện của mình giờ này qua giờ khác. Hai người không còn cô đơn nữa. Họ đã khởi sự kiếm tìm và đã tìm được một nửa kia của mình hoàn hảo 100%. Đó là một sự diệu kỳ. Một sự diệu kỳ của vũ trụ.

Tuy nhiên, khi họ ngồi bên nhau và nói chuyện, từng mảnh vỡ nghi ngờ bắt rễ trong tim họ. Phải chăng thật sự giấc mơ của mình lại trở thành hiện thực một cách dễ dàng như thế?

Và trong khoảnh khắc ngắn ngủi lặng im giữa cuộc trò chuyện, chàng trai nói với cô gái: "Chúng ta hãy thử một lần nữa. Nếu quả thật chúng ta là người tình hoàn hảo của nhau, thì nhất định chúng ta sẽ gặp lại nhau vào một lúc nào đó, ở một nơi nào đó. Và khi điều đó xảy ra, chúng ta biết chắc mình là một nửa kia của nhau và sẽ cưới nhau ngay lúc ấy. Em nghĩ thế nào?"

"Vâng," nàng nói. "Chúng ta sẽ làm đúng như thế".

Và họ chia tay nhau. Nàng đi về hướng đông, còn chàng về hướng tây.

Tuy nhiên, cuộc thử nghiệm mà hai người thỏa thuận là hoàn toàn không cần thiết. Họ sẽ chẳng bao giờ có thể thực hiện được. Bởi vì họ thật sự đúng là một nửa kia hoàn hảo 100% của nhau và quả là một điều kỳ diệu nếu như họ đã gặp được nhau. Nhưng họ không thể biết điều đó, bởi họ còn quá trẻ. Những con sóng lạnh giá vô tâm của định mệnh vẫn theo đuổi để quăng ném họ không thương tiếc.

Vào một mùa đông, cả chàng trai và cô gái gặp một cơn bệnh cúm dữ dội, và sau mấy tuần trôi vật vờ giữa sự sống và cái chết, hai người đã mất sạch những ký ức đẹp đẽ thuở đầu. Khi thức dậy, họ thấy đầu mình trống rỗng như con heo đất của chàng D.H. Laurence trẻ tuổi.

Tuy nhiên, họ là những người trẻ tuổi sáng láng và kiên định, và với những nỗ lực không ngừng nghỉ, họ đã giành giật lại được cái kiến thức và cảm giác khiến họ lại có thể trở thành những thành viên đầy đủ tư cách của xã hội. Nhờ trờ phù hộ, hai người đã thật sự trở thành những công dân trung thực biết cách di chuyển từ tuyến xe điện ngầm này sang tuyến khác và đủ khả năng để gửi một bức thư chuyển phát nhanh ở bưu điện. Trên thực tế, hai người còn thử yêu đương trở lại và nhiều khi đạt đến tình yêu ở mức 75% hay thậm chí 85%.

Thời gian trôi nhanh không ngờ. Chẳng bao lâu sau, chàng trai đã 32 tuổi còn nàng cũng ba mươi cái xuân xanh.

Một buổi sáng đẹp trời tháng tư, sau khi dùng một tách cà phê khởi đầu ngày mới, chàng trai rảo bước từ tây sang đông. Trong lúc ấy, nàng định gửi một lá thư chuyển phát nhanh, rảo bước từ đông sang tây. Nhưng trên cùng một con đường nhỏ ở khu Harajuku gần Tokyo, họ lướt qua nhau ở giữa con đường. Những tia sáng yếu ớt nhất của ký ức đã mất chập chờn vài giây ngắn ngủi ánh chiếu vào tim họ. Mỗi người đều cảm thấy con tim quay cuồng. Và họ biết:

Nàng là cô gái hoàn hảo 100% cho tôi.

Chàng là người trai hoàn hảo 100% cho tôi.

Nhưng ánh sáng của vùng trí nhớ quá xa xôi và yếu ớt, và tư tưởng họ chẳng bao lâu sau lại trong sáng như hồi mười bốn tuổi. Không nói một lời, họ lướt qua nhau, biến mất vào đám đông.

Vĩnh viễn.

Một câu chuyện buồn. Bạn có nghĩ thế không?

Vâng đúng vậy. Và đó chính là điều lẽ ra tôi nên nói với cô ta.

Giáng Sinh Của Người Cừu

Đang lúc giữa mùa hè, Người Cừu được yêu cầu phải viết vài khúc nhạc Giáng Sinh. Cả Người Cừu và Thanh tra Cừu, đến để yêu cầu Người Cừu phải đảm trách việc sáng tác nhạc, lúc đó mồ hôi mồ kê đầm đìa trong bộ trang phục cừu mùa hè. Mùa hè càng kéo dài chừng nào thì Người Cừu càng khổ chừng nấy vì anh ta chỉ là một chú cừu nghèo và không thể sắm nổi một chiếc máy điều hòa nhiệt độ. Khi cái quạt quay tròn phành phạch xung quanh, tai của hai gã cừu ve vẩy nhẹ nhàng trong cơn gió nhẹ.

"Chúng tôi, Hội đồng Người Cừu". Vị Thanh tra Cừu vừa bắt đầu nói vừa thả lỏng cổ áo cho cái quạt thổi gió vào. "Mỗi năm chúng tôi chọn một chú cừu đã được trời ban phước cho một tài năng âm nhạc phi thường, để sáng tác một bản nhạc vinh danh vị bảo trợ thần thánh nhất, vị Thánh Cừu. Bản nhạc này sẽ được trình diễn trong ngày Giáng Sinh. May mắn thay là năm nay anh đã được chọn".

"Ồ tôi hiểu". Người Cừu nói.

"Đặc biệt năm nay là lễ kỷ niệm 2.500 năm ngày vị Thánh qua

đời, do đấy mà chúng tôi thật sự mong muốn có một bản nhạc thật hoành tráng, thích hợp với sự kiện linh thiêng này". Vị Thanh tra kết luận.

"Tôi hiểu, tôi hiểu". Người Cừu nói và gãi gãi đôi tai.

"Vẫn còn bốn tháng rưỡi nữa mới đến Giáng Sinh kia mà". Người Cừu nghĩ thầm. "Với thời gian dài như thế, chắc chắn mình sẽ sáng tác được vài bản nhạc cừu tuyệt diệu".

"Tôi rất vui được đảm trách công việc này. Xin ông cứ tin tưởng tôi". Người Cừu đáp lời, ngực anh ta dâng lên niềm hãnh diện. "Chắc chắn tôi sẽ gắng hết sức mình để viết một bản nhạc cừu xuất sắc".

Tháng chín đã trôi qua, rồi tháng mười, tháng mười một cũng thế mà sao Người Cừu vẫn chưa thể bắt đầu viết nhạc theo yêu cầu của Hội đồng Người Cừu. Bởi vì Người Cừu làm việc trong một cửa hàng bánh rán gần đó nên anh ta cũng có ít thời gian dành cho công việc sáng tác. Hơn thế, mỗi khi Người Cừu bắt đầu dạo nhạc bằng chiếc piano cũ kỹ xập xệ của mình, vợ của người chủ nhà kiêm chủ tiệm cơm trọ lúc nào cũng mò đến và gõ cửa.

"Thôi ngay cái trò ồn ào đó đi. Tôi không thể nào mà xem tivi được cả".

"Tôi thật sự xin lỗi. Nhưng bởi vì tôi phải viết xong bản nhạc này trước Giáng Sinh nên bà có thể chịu đựng thêm một chút nữa được không ạ?" Người Cừu ngoan ngoãn nói.

"Anh nói điều ngu ngốc gì vậy?". Bà vợ chủ nhà tức điên người. "Nếu không thích thì anh có thể rời khỏi đây ngay lập tức. Chúng tôi để cho những người lập dị như anh sống ở đây không có nghĩa là anh có thể cười nhạo báng chúng tôi đâu nhé. Nếu chuyện này là vấn đề đối với anh thì thật là tệ quá".

Người Cừu nhìn chăm chú vào tấm lịch với cảm giác hãi hùng. Cho dù chỉ còn một tháng ngắn ngủi nữa là đến Giáng Sinh, nhưng do không thể chơi piano nên Người Cừu vẫn chưa viết được một nhịp nhạc nào cho bài ca đã hứa.

Một ngày, Người Cừu ngồi nơi công viên, ăn bánh rán với vẻ mặt lúng ta lúng túng, thì anh ta gặp một Giáo sư Cừu đi ngang qua.

"Có chuyện gì vậy, hỡi chú Cừu thân mến của tôi?". Vị Giáo sư hỏi thăm.

"Tôi mệt mỏi quá. Dù cho Giáng Sinh đang đến gần mà tôi vẫn có điều muộn phiền khó chịu. Có thể nói rằng Giáng Sinh là một phần của vấn đề đấy". Người Cừu bắt đầu nói và trút hết bầu tâm sự cho vị Giáo sư Cừu.

"Hừm", Giáo sư Cừu nói, và đưa tay vuốt râu. "Nếu là trường hợp đó thì tôi nghĩ mình có thể giúp chú được".

"Thật vậy ư?". Người Cừu hoài nghi hỏi lại. Bởi vì Giáo sư Cừu đã dành cả đời mình chỉ để nghiên cứu những vấn đề liên quan đến cừu nên dân quanh vùng nghi ngờ rằng vị Giáo sư này có đầu óc hơi không được bình thường.

"À, thật sự đấy." Giáo sư Cừu đáp lời. "Hãy đến nhà tôi vào lúc sáu giờ tối nay. Tôi sẽ chỉ cho chú những phương pháp và kỹ thuật sáng tác xuất sắc. À nhưng mà này, tôi có thể ăn một cái bánh rán vàng rộm này chứ?"

"Vâng, dĩ nhiên rồi." Người Cừu nói và hơi bực mình trong thâm tâm. “Dạ đây ạ”. Và họ ngồi bên nhau trên chiếc ghế đá công viên, cùng nhai bánh rán.

Buổi tối đó, Người Cừu ghé thăm nhà của vị Giáo sư Cừu, mang theo một gói sáu cái bánh rán vàng ươm làm quà tặng. Đó là một căn nhà gạch cũ kỹ và những đám cây bụi xung quanh được cắt tỉa thành hình những chú cừu. Cả cái chuông cửa, hai cái cột cổng, những phiến đá lót đường đều có hình cừu. Người Cừu kinh ngạc “Ôi, mẹ ơi kinh quá”.

Vị Giáo sư Cừu ngấu nghiến ăn ngay bốn cái bánh rán trong vòng chưa đầy một làn hơi thở. Còn hai cái bánh kia, ông ta đặt trong tủ chén như thể chúng quan trọng lắm. Cuối cùng ông ta đưa lưỡi liếm láp các ngón tay, rồi nhặt nhạnh các mảnh bánh vụn rải rác trên bàn, dùng lưỡi liếm láp mấy ngón tay cho sạch.

“Chắc thằng cha này thích bánh rán lắm đây.” Người Cừu khá ấn tượng và nghĩ thầm như thế.

Sau khi những ngón tay đã sạch tinh, vị Giáo sư Cừu lấy trên giá sách xuống một quyển sách lớn. Trên bìa sách có in "Lịch sử của Người Cừu".

“Này cậu Cừu”, vị giáo sư bắt đầu trịnh trọng. “Trong quyển sách này có viết tất cả những điều khả thức[1] liên quan đến Người Cừu đấy. Bây giờ chúng ta sẽ tìm hiểu lý do tại sao cậu lại không thể viết được một khúc nhạc cừu nào cả”.

“Nhưng thưa giáo sư, tôi đã biết được lý do rồi ạ. Đó là bởi vì bà chủ nhà không cho tôi dạo piano”. Người Cừu nói “Nếu như tôi có

[1] Tạm dịch chữ “conceivable”.

thể chơi được piano...”

“Tầm bậy”. Vị giáo sư cừu nói và lắc đầu. “Cho dù cậu có thể chơi được piano thì cậu cũng chẳng thể nào sáng tác được bản nhạc nào đâu. Nguyên nhân sâu xa hơn nằm ở trong đây này”.

“Thế đó là gì vậy?”. Người Cừu hỏi.

“Đó là do cậu đã bị nguyền rủa”. Vị giáo sư cừu nói và cau mặt lại.

“Bị nguyền rủa ư?”

“Đúng vậy đấy”, vị giáo sư cừu gật gù liên tục. “Vì bị nguyền rủa nên cậu không thể chơi piano cũng như sáng tác nhạc được”.

“Ôi”, Người Cừu rên rỉ. “Nhưng tại sao ông cho là tôi bị nguyền rủa? Tôi có làm hại ai bao giờ đâu?”

Vị giáo sư cừu lật lật mấy trang sách một cách khéo léo.

“Có lẽ cậu đã nhìn lên mặt trăng vào đêm rằm tháng sáu?”

“Không. Từ năm năm nay tôi có thấy mặt trăng bao giờ đâu”.

“A, nếu vậy thì cậu đã ăn một cái gì có lỗ vào đêm Giáng Sinh năm ngoái?”

“Tôi ăn bánh rán vào mỗi bữa tối. Tôi không thể nhớ chính xác là tôi đã ăn loại bánh rán nào vào đêm Giáng Sinh năm ngoái, nhưng tôi khá chắc chắn rằng tôi đã ăn bánh rán”.

“Trong bánh rán có lỗ chứ?

“Vâng, tôi hình dung là vậy. Ý tôi muốn nói là hầu như tất cả bánh rán đều có lỗ cả”.

“Chính là vì thế đấy”. Vị giáo sư cừu nói, gật đầu quả quyết. “Kết quả của chuyện ấy là cậu đã bị nguyền rủa. Chắc một Giáo viên Cừu nào phải nói với cậu là không ăn những thức ăn có lỗ thủng vào đêm Giáng Sinh rồi chứ?"

"Tôi chưa từng nghe thấy điều này bao giờ". Người Cừu ngạc nhiên nói. "Đó hoàn toàn là sự thực đấy à?"

"Cậu chẳng biết gì về Ngày lễ của vị Thánh Cừu cả... Thật quá sửng sốt". Vị giáo sư đáp lời, thậm chí ông còn ngạc nhiên hơn Người Cừu nữa. "Lũ trẻ bây giờ quả thật chẳng biết gì hết. Bộ người ta không dạy cậu những điều này ở Trường Cừu trước khi cho cậu làm lễ thành Người Cừu hay sao?"

"À, tôi đoán là có chứ. Nhưng chắc do tôi học hành cũng chẳng giỏi giang gì". Người Cừu nói, gãi gãi đầu.

"Nhìn đây này. Tai họa này giáng xuống bởi vì cậu là một con cừu vô cùng bất cẩn. Cậu phải tự chịu trách nhiệm lấy. Tuy nhiên", vị giáo sư cừu tiếp tục. "Bởi vì cậu đã mang bánh rán đến cho tôi nên tôi sẽ chỉ dẫn cho cậu. Ngày hai mươi tư tháng mười hai là ngày Giáng Sinh, cũng là ngày lễ của vị Thánh Cừu. Vào ngày này, khi vị Thánh Cừu tối linh đang đi dạo trên đường lúc nửa đêm, Ngài đã rơi xuống một cái hố và qua đời. Vì thế mà ngày này rất linh thiêng. Do đó, việc ăn thực phẩm có lỗ thủng bên trong vào ngày này đã d-ứ-t kh-o-á-t bị cấm từ thời xa xưa. Những loại thức ăn như mỳ ống, pho mát Thụy Sĩ, bánh rán, những lát hành tây và dĩ nhiên là những khoanh bánh mì có thể gây ra những vấn đề nghiêm trọng đấy".

"Xin thứ lỗi cho tôi nhưng vị Thánh Cừu tối linh lang thang trên đường lúc nửa đêm để làm gì vậy? Và tại sao lại có một cái hố giữa đường?"

"Tôi không được biết câu trả lời. Những sự kiện đó xảy ra từ 2.500 năm trước, vì thế nên chúng ta không thể biết được nguyên do. Nhưng dù sao điều luật đã được quy định từ lúc ấy. Đó là một điều luật bất khả xâm phạm. Dù cậu có biết hay không nhưng sự vi phạm sẽ dẫn đến hậu quả là sự rủa nguyền sẽ giáng xuống cậu. Một khi đã bị nguyền rủa, cậu không còn là Người Cừu nữa. Cũng chính lý do này đã làm cậu không thể sáng tác nhạc cừu được. Đúng như vậy đấy."

"Tôi thật là thằng ngu ngốc quá". Người Cừu yếu ớt nói. "Có cách nào để hóa giải lời nguyền rủa này không ạ?"

"Hừm". Vị giáo sư cừu nói. "Có một cách nhưng tôi sợ là sẽ chẳng dễ dàng gì đâu. Nhưng có cách làm là được rồi, phải không?"

"Tôi chẳng quan tâm. Tôi sẽ làm bất cứ cái gì có thể được. Làm ơn chỉ bảo cho tôi."

"Cái cách phải làm là cậu phải rơi xuống một cái hố".

"Hố à?". Người Cừu nói. "Cái hố à, chính xác là cái hố như thế nào? Cái hố nào cũng được ư?"

"Đừng ngu ngốc thế. Không phải cái hố nào cũng được đâu. Kích thước và chiều sâu cần thiết của hố để hoá giải lời nguyền được quy định rất rõ ràng. May mắn là nó khá nhỏ. Tôi sẽ cố gắng tìm cho cậu bây giờ".

Vị Giáo sư Cừu lấy ra một quyển sách rách nát có tựa "Huyền thoại về vị Thánh Cừu tối linh" và lật lật qua trang.

"À, Hừm... Đây rồi. Trong đây có nói rằng vị Thánh Cừu tối linh đã ngã xuống một cái hố đường kính hai mét và chiều sâu hai trăm lẻ ba căn-ti-mét rồi Ngài qua đời. Vì thế, chúng ta sẽ phải làm một cái hố có kích cỡ tương đương".

"Nhưng tôi không thể tự mình đào một cái hố sâu như thế. Với lại, nếu té xuống một cái hố như vậy, tôi sẽ chết trước khi lời nguyền được hủy bỏ còn gì?"

"Đợi chút đã. Trong đây có viết thêm là khi cố gắng hóa giải lời nguyền thì chúng ta có thể giảm chiều sâu xuống một phần một trăm cũng không sao. Vì thế mà cậu có thể đào một cái hố đường kính hai mét và chiều sâu ba căn-ti-mét cũng được".

"Ồ, tốt quá. Nếu chỉ thế thì tôi sẽ đào được. Không thành vấn đề". Người Cừu thanh thản nói.

Người Cừu mượn vị giáo sư cừu quyển sách và mang về nhà. Trong sách có viết hằng hà sa số những điều luật, giải pháp phải làm để hóa giải những bùa mê. Người Cừu cố gắng viết ra từng điểm một.

- Cái hố phải được đào bằng một cái xẻng làm thủ công bằng gỗ tsuneriko. (Bởi vị Thánh Cừu có mang một cái gậy bằng loại gỗ này).
- Việc té hố phải diễn ra đúng lúc 1 giờ mười sáu phút sáng ngày hai lăm tháng mười hai (Bởi vì vị Thánh Cừu té hố vào thời điểm này).
- Vào thời điểm té hố, phải mang theo thực phẩm không có lỗ thủng làm thức ăn nhẹ.

Điều luật (1) và (2) thì được rồi, và ngay cả điều luật liên quan đến chiều cao của quãng rơi cứ cho là có ý nghĩa đi nữa, nhưng Người Cừu thật không thể hiểu nổi sự cần thiết phải có một bữa ăn nhẹ.

“Thật lạ lùng”. Người Cừu thầm nghĩ. “Nhưng mình đoán tốt hơn hết là cứ làm theo những cách viết nơi đây.

Chỉ còn ba ngày nữa là đến Giáng Sinh. Trong ba ngày ngắn ngủi này, Người Cừu phải làm một cái xẻng làm bằng gỗ tsuneriko và đào một cái hố có đường kính hai mét và chiều sâu hai mét ba căn-ti.

“Những điều xảy ra thật quá lạ lùng”. Người Cừu nói và thở dài.

Người Cừu vào rừng tìm một cây gỗ tsuneriko, chặt lấy một cành nhỏ. Chỉ trong một ngày, anh ta đẽo thành một cái cán xẻng. Ngày hôm sau, Người Cừu bắt đầu đào một cái hố ở cái sân phía sau nhà.

Trong khi Người Cừu đào hố, bà chủ nhà đã phát hiện ra.

“Này cậu, cậu đào hố làm gì thế?”, bà chủ nhà gặng hỏi.

“Tôi đào hố để đổ rác thôi mà”. Người Cừu đáp “Tôi nghĩ nó sẽ rất tiện dụng đấy”.

“Ồ, vậy à? Nhưng nếu cậu thử làm cái gì khác thường là tôi sẽ gọi cảnh sát đấy”, bà chủ nhà khinh miệt nói. Sau đó, bà ta quay ngoắt người đi mất.

Sử dụng một cái thước đo, Người Cừu cẩn thận đo chính xác từng chi tiết của cái hố đang đào cho đúng với đường kính và chiều sâu.

“Ta phải làm thế thôi”. Người Cừu thầm nói và che một miếng gỗ trên mặt hố.

Cuối cùng thì cũng đến ngày Giáng Sinh. Người Cừu lấy từ cửa hàng bánh rán mười hai cái bánh rán đủ loại, không có lỗ thủng, và nhét vào một cái ba lô. Đó là bữa ăn nhẹ của Người Cừu. Cuối cùng, anh ta nhét cái ví và một cái đèn pin nhỏ vào túi áo ngực trong chiếc áo vét, rồi kéo dây khoá lại. Vào lúc một giờ sáng, Người Cừu đi lang thang quanh nhà mò mẫm trong bóng đêm. Trời không trăng không sao, tối đến mức mà Người Cừu giơ tay ra cũng không thể nhìn thấy.

"Chắc hẳn vào một đêm tối tăm thế này, vị Thánh Cừu tối linh đã rơi xuống hố". Người Cừu lẩm bẩm trong lúc dùng đèn pin kiếm tìm cái hố. "Bây giờ sắp là 1 giờ mười sáu phút. Nếu mình không thể tìm được cái hố thì mình phải chờ cho đến tận đêm Giáng sinh năm sau ư? Nếu thế thì kinh khuuuuuuủng quaaaaaá..." Khi chợt nói đến đó, mặt đất dưới chân Người Cừu thình lình biến mất. Và anh ta đã rơi xuống hố.

"Chắc hẳn có ai đó đã mở nắp hố ngày hôm nay". Người Cừu nói trong lúc đang rơi xuống. "Mình dám cá chính là mụ chủ nhà hiểm ác. Mụ ta luôn ghét bỏ tất cả những điều mình làm". Nhưng khi nghĩ như thế xong, Người Cừu chợt nhận ra rằng có điều khác thường đang xảy đến "Cái hố mình đào chỉ sâu có hai mét ba căn-ti thôi mà. Sao mà mình rơi mãi vẫn chưa chạm đáy nhỉ?

Và rồi thình lình, nghe một tiếng "thịch", Người Cừu đã chạm vào đáy hố. Mặc dù cái hố có chiều sâu đáng sợ như vậy, anh ta vẫn hoàn toàn vô sự.

Sau khi lắc đầu vài cái, Người Cừu cố gắng tìm đèn pin để soi chiếu xung quanh và chợt nhận ra rằng đèn pin rơi đâu mất. Anh ta đoán là mình đã đánh rơi nó trong khi đang ngã xuống hố.

“Cái gì vậy, đồ chết tiệt?”. Một giọng nói vang lên trong bóng tối. “Bây giờ mới là một giờ mười bốn phút. Đến sớm hai phút đó đồ chết tiệt. Chú mày phải leo lên và làm lại từ đầu đấy”.

“Thật xin lỗi. Nhưng bởi vì trời quá tối nên tôi không nhìn rõ, và ngẫu nhiên tôi bị rơi xuống cái hố này thôi”. Người Cừu nói. “Nhưng tôi sợ rằng mình không có cách nào leo lên khỏi cái hố sâu như thế này.

“Chú mày phải làm thôi đồ chết tiệt. Yeeeh, chú mày đến hơi sớm và có thể đè ta bẹp dí đấy. Ta cứ nghĩ là chú mày sẽ đến vào lúc một giờ mười sáu phút, đồ chết tiệt”.

Có tiếng quẹt diêm và một cây nến rực sáng. Dáng hình người cầm nến thật là cao lớn. Nhưng dù cao lớn như thế mà bờ vai của ông ta cũng chỉ cao bằng vai Người Cừu thôi. Đầu ông ta rất dài và cong vênh như một cái bánh rán cong queo.

“Nhưng dù sao, đồ chết tiệt. Chú mày cũng nên mang theo bữa ăn nhẹ khi rơi xuống đây chứ”. Người Cong queo nói. “Bởi vì nếu không làm thế, chú mày sẽ gặp vấn đề rắc rối lắm đấy đồ chết tiệt”.

“Dĩ nhiên là tôi có mang theo chứ”. Người Cừu căng thẳng nói.

“À, nếu vậy thì đưa đây, đồ chết tiệt. Ta đang đói đây”.

Người Cừu mở nắp ba lô, lấy ra từng cái bánh rán cong queo đưa chúng cho Người Cong queo.

“Cái quái gì thế này?”. Người Cong queo nhìn vào đống bánh rán và nói. “Ngươi thật là ngu ngốc khi mang cho ta những cái bánh rán trông như cái đầu khốn nạn của ta.

"Không, đây chỉ là hiểu lầm thôi". Người Cừu nói, lau mồ hôi trán. "Tôi làm việc ở một cửa hàng bánh rán, Ngài thấy đấy, và chỉ có loại bánh rán cong queo này là không có lỗ thủng mà thôi".

"Ah, đồ khốn kiếp, mày lại nói "cong queo" nữa chứ". Người Cong queo nói, khuỵu hai đầu gối xuống. Nước mắt tuôn rơi từ đôi mắt nhăn nhúm. "Chỉ bởi vì khuôn mặt mắc dịch này mà ta phải sống dưới đáy cái hố khốn kiếp này và trở thành một tên canh cửa khốn nạn. Thật là đồ chết tiệt".

"Tôi thật là một kẻ quê mùa cục mịch. Tôi gây chuyện hiểu lầm điên rồ mất rồi. Ý tôi muốn nói là "không được phẳng".

"À, quá trễ rồi, đồ khốn kiếp". Người Cong queo nói, vẫn không ngừng khóc.

Bất ngờ ngoài dự tính, Người Cừu lấy một cái bánh rán cong queo, và sau khi vuốt cho bớt cong, nắn cho thẳng thớm, Người Cừu đưa cho Người cong queo.

"Nhìn này, chẳng có vấn đề gì đâu. Xem đi, nó đã phẳng phiu rồi đấy. Vậy tại sao Ngài không dùng đi? Ngon lắm đấy".

Người Cong queo cầm lấy cái bánh rán, ăn một cách thích thú, ngon lành dù ông ta vẫn không ngừng khóc.

Trong khi Người Cong queo vừa khóc vừa ăn bánh rán, Người Cừu mượn cây nến của ông ta và điềm nhiên thám thính đáy hố. Đó là một cái hố rộng và trống trải, chỉ có độc mỗi một cái giường và cái bàn của Người Cong queo. "Bởi vì ông ta tự gọi mình là "người gác cổng" nên chắc chắn phải có một cái cổng ở đâu đó gần đây mà ông ta phải bảo vệ", Người Cừu suy luận. "Nếu không có một cái cổng thì chắc chắn bạn chẳng cần đến một người gác cổng làm chi".

Theo cách suy luận như vậy, Người Cừu đã tìm ra một hành lang nằm ở phía bên cạnh chiếc giường. Tay cầm nến, Người Cừu trườn vào trong đường hầm.

"Nếu như mình không ăn mấy cái bánh rán đó vào Giáng Sinh năm ngoái thì mình đâu gặp chuyện rắc rối như bây giờ". Người Cừu thầm nói.

Sau khoảng mười phút, Người Cừu bắt đầu thấy ánh sáng cuối đường hầm. Chẳng bao lâu sau, miệng hầm đã ở ngay tầm mắt. Ở cái hố bên ngoài, ánh sáng mặt trời rạng rỡ khắp nơi.

"Thật lạ lùng quá. Khi mình té hố, chỉ mới hơn một giờ sáng. Trời chưa thể sáng được", Người Cừu thầm nghĩ, nghểnh cổ lên xem.

Khi bước ra khỏi đường hầm, Người Cừu thấy một vùng quang đãng, trống trải và rộng rãi trước mặt. Những cây cao đến mức như thể Người Cừu mới thấy lần đầu vây bọc xung quanh nơi quang đãng này. Từng đám mây trắng dày lờ lững trôi trên nền trời, và Người Cừu có thể nghe tiếng chim kêu.

"Hừm. Mình đang tự hỏi là nên làm gì bây giờ đây. Trong quyển sách đó có viết là khi mình té hố thì lời nguyền sẽ được rũ bỏ, nhưng sách chẳng đề cập gì về nơi này".

Cảm thấy khá đói, Người Cừu quyết định ăn một trong những cái bánh rán còn lại trong túi xách. Nhưng khi chuẩn bị gặm bánh, Người Cừu nghe một giọng nói phía sau.

“Xin chào, Chàng Người Cừu”.

“Xin chào”.

Khi ngoái nhìn phía sau, Người Cừu thấy hai cô gái sinh đôi đứng đó. Một cô mặc chiếc áo sơ mi có dán số "208" và cô kia là số "209".

Ngoài sự khác biệt về chữ số trên áo, còn lại thì hai nàng giống y hệt nhau.

“Này, hai cô gái”. Người Cừu nói “Mấy cô có thích đến đây ăn bánh rán với tôi không?”

“Chà, tuyệt quá.” Cô 208 nói.

“Nhìn chúng khá ngon đấy chứ”. Cô 209 nói.

“Đây này, xin mời. Bánh này tôi tự tay làm đấy”. Người Cừu đáp lời.

Rồi ba người ngồi bệt xuống đất, kế bên nhau và ăn bánh rán.

“Cám ơn anh đã cho chúng tôi ăn bánh”. cô 209 nói.

“Đây là lần đầu tiên tôi được ăn những chiếc bánh rán ngon lành như thế đấy”, cô 208 cất lời.

“Thế thì tốt quá rồi”. Người Cừu nói. “Nhân tiện đây, tôi đang chịu đựng một lời nguyền rủa. Và tôi tự hỏi rằng liệu hai cô có cách nào giúp đỡ tôi hay không? Tôi đến đây để cố gắng tìm cách thoát khỏi lời nguyền đó”.

“Khủng khiếp quá!”, cô 208 nói.

“Bị nguyền rủa chắc hẳn là vận xui của anh rồi”, cô 209 nói.

“Thật sự là xúi quẩy đấy”. Người Cừu thừa nhận và thở dài.

"Hay là nói anh ta nên thử đến tìm gặp phu nhân của ngài mòng biển xem sao", cô 209 nói với cô 208.

"Một ý kiến hay tuyệt đấy. Mình cá là phu nhân của ngài mòng biển biết cách giải quyết đấy", cô 208 nói với cô 209.

"Sau cùng hết bởi bà ta biết tất cả các lời nguyền rủa đấy", cô 209 nói với cô 208.

"Này, vậy thì các cô có thể đưa tôi đến gặp phu nhân của ngài mòng được chứ?", Người Cừu xúc động hỏi thăm.

"Hừm, không phải là ngài mòng", cô 208 nói.

"Ngài mòng biển", cô 209 nói.

"Sau cùng bởi vì mòng và mòng biển là hoàn toàn khác nhau", cô 208 nói.

"Đúng như thế", cô 209 nói.

"Xin lỗi, xin lỗi", Người Cừu xin lỗi hai nàng 208 và 209. "Hai cô có thể đưa tôi đến gặp phu nhân của ngài mòng biển được không?

"Sẽ phục vụ ông", cô 208 nói.

"Với niềm hân hạnh", cô 209 nói.

Và hai nàng cùng với Người Cừu đi dọc theo con đường xuyên qua cánh rừng. Vừa đi, hai nàng vừa hát một bài hát ngắn:

"Luôn luôn sánh bước bên nhau
Cho dù gió thổi phương nào đông tây
Luôn luôn sánh bước vui vầy
Cho dù gió thổi bên này bên kia"[1]

---

[1] Tạm dịch từ bản tiếng Anh "Always with the twins, Even if the wind blows

Sau khi đi khoảng 10 đến 15 phút, họ đã đi qua cánh rừng và bờ biển trải rộng phía xa trong tầm mắt.

“Anh có thấy ngôi lều nhỏ ở phía trên tảng đá lớn kia không? Đó là nhà của ngài mòng biển đấy”, cô 209 chỉ và nói.

“Chúng tôi không thể đi ra ngoài khu rừng này được”, cô 208 nói.

“A, xin cảm ơn rất nhiều. Các cô thật sự đã giúp đỡ tôi nhiều lắm”, Người Cừu nói và lục tìm trong ba lô lấy ra hai cái bánh rán đưa cho hai nàng.

“Cám ơn chàng Người Cừu”, cô 208 nói.

“Chúc anh gặp may mắn, được hóa giải lời nguyền”.

Đến được căn nhà của phu nhân ngài mòng biển là một nỗ lực vượt qua thách thức chết người. Tảng đá lởm chởm và dốc đứng, không hề có một lối mòn nhỏ nào cả. Hơn thế, cơn gió biển buốt giá đe dọa thổi bay Người Cừu đi vào bất cứ lúc nào.

"Mình chắc là điều này chẳng thành vấn đề gì với phu nhân ngài mòng biển bởi vì bà ta có thể bay được. Nhưng chúng ta chẳng vui vẻ gì khi phải trèo leo như thế này". Người Cừu phàn nàn.

Tuy thế, cuối cùng Người Cừu cũng leo lên được đỉnh tảng đá và gõ cửa căn nhà của phu nhân ngài mòng biển.

“Ai đấy? Anh là người đến thu gom báo đấy à?”, Người Cừu nghe một giọng nói lớn và nhanh mạnh từ trong căn nhà vọng ra.

“À không. Tôi là Người Cừu...”, Người Cừu bắt đầu nói.

---

east and west, Always with the twins, Even if the wind blows right and left”.

"Tôi chẳng muốn gì đâu", giọng nói cộc lốc đáp.

"Tôi không phải là người lập dị gì đâu. Làm ơn mở cửa ra đi".

"Anh thật sự không phải đến để thu gom báo à?"

Thình lình, cánh cửa bật mở và gương mặt của phu nhân ngài mòng biển hiện ra. Bà ta rất cao và cái mỏ khoằm nhô ra như cái cuốc chim.

"Hai nàng con gái sinh đôi bảo tôi rằng bà biết tất cả mọi thứ cần biết về những lời nguyền". Người Cừu bồn chồn nói. Cái mỏ đó có thể chẻ đôi đầu và giết Người Cừu. Phu nhân ngài mòng biển nhìn Người Cừu đầy vẻ nghi ngờ.

"Anh nên vào trong nhà đi. Tôi chẳng nghe anh nói gì cả".

Trong nhà cực kỳ bừa bãi lộn xộn. Nền nhà phủ đầy bụi bặm, một chai nước xốt chảy tràn lan trên bàn và cái thùng rác đầy tràn.

Người Cừu lần lượt giải thích tất cả những sự việc trước đó, từng cái một.

"Này, cậu trai, thế thì xui cho cậu đấy", phu nhân ngài mòng biển nói. "Cậu phải tìm một cách khác để trở về thế giới của mình thôi".

"Nhưng tôi không thể quay về theo lối cũ được sao?"

"Không. Một khi cậu đã xuống đây thì không có đường về đâu", phu nhân ngài mòng biển nói, lắc cái mỏ khoằm từ trái qua phải. "Dù vậy nhưng tôi có thể đưa cậu ngồi trên lưng tôi bay đến một nơi có thể hóa giải lời nguyền này".

"Điều đó làm tôi hết sức vui sướng".

"Nhưng trông cậu có vẻ khá nặng nề đấy nhỉ", phu nhân ngài

mòng biển nói vẻ nghi ngờ.

“Tôi chẳng nặng chút nào đâu. Tôi chỉ cân nặng có 75 pounds thôi mà”, Người Cừu nói, giảm đi 10 pounds so với trọng lượng thực.

“Được rồi. Vậy chúng ta thỏa thuận nhé.” Phu nhân ngài mòng biển nói. “Cậu sẽ lau chùi căn phòng này và tôi sẽ đưa cậu đến nơi có thể hóa giải lời nguyền của cậu”.

“Được thôi”.

Nhưng Người Cừu phải mất khá nhiều thời gian để lau chùi dọn dẹp căn nhà của phu nhân ngài mòng biển. Căn nhà đúng nghĩa là đã không được dọn dẹp trong nhiều tháng liền. Người Cừu phải đánh chùi dĩa và chén uống trà, gom lại rác rưởi, tẩy lau mặt bàn, hút bụi sàn nhà, đánh bóng mái ngói, lượm lặt tất cả thứ rác rưởi rồi đi đổ. Khi đã làm xong tất cả những việc đó, Người Cừu kiệt sức.

"Mình chịu đựng lời nguyền rủa khốn kiếp để chuốc lấy tất cả niềm khổ sở này ư?" Người Cừu lặng lẽ phàn nàn.

“Trông căn nhà khá tuyệt đấy chứ nhỉ”, phu nhân ngài mòng biển nói, vẻ hài lòng. “Một căn nhà luôn cần phải ngăn nắp như thế này chứ nhỉ?”

“Vậy bây giờ bà sẽ đưa tôi đến nơi để có thể xóa bỏ lời nguyền chứ?”

“Đúng, tôi sẽ giữ lời hứa của mình. Nào leo lên lưng tôi đi”.

Khi Người Cừu đã yên vị trên lưng, phu nhân ngài mòng biển nhanh chóng dang cánh bay lên trời. Bởi vì đây là lần đầu tiên

Người Cừu được bay đi đây đó, nên anh ta ôm chặt lấy cổ bà mòng biển.

"Này, đừng làm tôi bị đau chứ. Đừng siết chặt quá. Tôi không thể nào thở được", phu nhân ngài mòng biển càu nhàu.

"Ồ, tôi thật sự xin lỗi", Người Cừu ngượng ngùng nói.

Từ trên không trung, cả đại dương, cánh rừng và núi đồi đều ở trong tầm mắt. Màu xanh của cánh rừng và màu xanh sậm của mặt biển trải dài vô tận. Và bờ cát trắng như một chiếc thắt lưng phân đôi ranh giới. Đúng là một quang cảnh đẹp tuyệt vời đến mức không thể tin được.

"Phong cảnh thật tuyệt vời đấy chứ, phải không?", Người Cừu nói.

"Có lẽ đó là với cậu thôi. Còn tôi thì trông thấy mỗi ngày, và tôi thấy chúng chán ngắt", bà mòng biển đáp lời với vẻ chán chường rõ rệt.

Tung cánh bay một lát, bà mòng biển bay vòng vòng xung quanh nhà rồi đáp xuống một cánh đồng cỏ cách đấy không đầy 100 dặm.

"Chuyện gì vậy, thưa bà? Bà cảm thấy mệt sao?", Người Cừu hỏi thăm vẻ quan tâm.

"Không, tôi thấy khỏe lắm", bà mòng biển vừa lắc đầu vừa nói, "Tại sao cậu lại hỏi tôi một câu ngu ngốc như vậy? Tôi nổi tiếng khắp vùng này về sức mạnh đấy".

"Vậy thì tại sao bà lại đáp xuống đây".

"Bởi vì nơi cần đến chính là nơi này đấy", bà mòng biển nói.

Nhưng từ chỗ bà đến đây chưa đầy 100 dặm mà", Người Cừu ngạc nhiên nói. "Nếu gần như vậy, thì cần gì tôi phải leo lên lưng bà bay đến đây. Tôi có thể đi bộ một cách dễ dàng mà.

"Nhưng nếu thế thì cậu đâu có lau chùi nhà cho tôi, đúng không?"

"À, tôi chắc là không, nhưng..."

"Thôi, tôi không muốn nghe một lời bóng gió nào đâu nhé. Tôi đã đưa cậu đến đây trên đôi cánh của mình đúng như tôi đã hứa."

"Hừm, vâng, dĩ nhiên", Người Cừu hoài nghi nói.

Bà mòng biển vẫn tự cười vui vẻ rồi tung cánh vào không trung, bay về hướng nhà mình.

Khi Người Cừu ngước nhìn xung quanh, anh ta trông thấy một cây cao lớn nằm giữa đồng cỏ. Có một cái thang dây gắn vào thân cây. Bởi vì chẳng thấy ai trong tầm mắt, Người Cừu quyết định dùng thang leo lên cây.

Cái thang dây cứ đung đa đung đưa, thật khó để leo lên. Mồ hôi đầm đìa, Người Cừu tìm mọi cách để trèo lên đến đỉnh. Sau khoảng 30 đến 40 nấc thang, khi ở khoảng giữa những cành cây, Người Cừu chợt nghe một giọng nói tươi vui:

"Này, cậu đang làm gì trên đây thế?"

"Ồ, xin lỗi. Tôi đến đây bởi vì một lời nguyền. Nhân tiện đây, ngài có thể giúp tôi chứ, đúng không?". Người Cừu hướng về giọng nói lúc nãy và đáp.

"Cậu nói là một lời nguyền rủa à? À, tôi hiểu rồi. Nhưng dĩ nhiên, cậu cứ lên đây đã". Giọng nói đáp.

Người Cừu cố gắng hết sức, tránh trượt chân, dùng cùi chỏ thúc người lên những cành cây. Khi vào trong, Người Cừu thấy có một cái hố trong cây được chỉnh trang lại thành một căn phòng nhỏ. Và đứng trước căn phòng là Người Cong queo đang ngồi xổm, cạo râu bằng một chiếc dao cạo lớn.

“Baa...baa...ba”. Người Cừu lắp bắp. “Không phải ông sống ở đáy hố hay sao?”

“Ha... ha... Không, không phải tôi.” Người Cong queo đáp và cười lớn.

“Đó là ông anh tôi. Xem này, tôi bị vênh về bên phải. Còn anh tôi bị vênh về phía trái. Anh tôi rất dễ khóc và luôn luôn nói những chuyện xấu về con người”.

Người Cong queo Hữu, mắt hướng về phía phải và cằm vênh về phía trái, dùng dao cạo râu rất cẩn thận và cười suốt ngày.

“Cùng một gia đình mà tính cách lại khác nhau như thế đấy”. Người Cừu nói một cách ấn tượng.

“À, cậu biết đấy, phải và trái tương phản với nhau mà.” Người Cong queo Hữu nói, dùng dao cạo phía sau tai. “Ha ha ha ha”.

“À, còn về lời nguyền...” Người Cừu mở lời.

“Đừng nói với tôi về tất cả những thứ ấy, he he he he”. Người Cong queo Hữu nói.

“Nó còn tệ hơn việc bị nguyền rủa nữa đấy, ha ha ha ha”. Người Cừu, chán nản và giận dữ.

"Mình thật sự ghét nơi này", anh ta nói. "Người Cong queo Hữu rồi Người Cong queo Tả, họ đều cong queo giống nhau. Và cái bà mòng biển đó thật là ích kỷ quá chừng".

Ý nghĩ như vậy làm cho Người Cừu chán nản. Anh ta lê bước xuống đường. Sau khi đi bộ một lúc, Người Cừu nhận ra một dòng suối tuyệt đẹp. Anh ta quyết định dừng lại uống vài ngụm nước và ăn một cái bánh rán. Khi ăn xong, Người Cừu bắt đầu buồn ngủ và ngả mình xuống bãi cỏ, Người Cừu đánh một giấc ngon lành.

Khi Người Cừu thức dậy, trời đã tối hẳn, vài vì sao chiếu sáng trên nền trời. Tiếng gió gào rền rỉ. Lẫn trong tiếng gió, đôi khi ta có thể nghe ra tiếng sủa của chó sói.

"Mình kiệt sức rồi. Và trên hết là mình đã lạc lối vào một vùng đất lạ. Và thậm chí mình còn chưa thoát khỏi được lời nguyền chết tiệt đó". Người Cừu nói.

"Hừm, tôi ngẫu nhiên nghe được lời tâm sự của bạn. Bị nguyền rủa chắc là một điều vô cùng phiền muộn đấy nhỉ, một giọng nói rụt rè thình lình vang lên trong bóng tối".

"Ai đấy? Bạn là ai thế?". Người Cừu ngạc nhiên hỏi.

"À, Thật sự thì tôi chẳng là ai cả", giọng nói cất lên, nghe rất lúng túng ngượng nghịu.

Người Cừu nhìn quanh một cách điên cuồng, nhưng anh ta chẳng thấy bất cứ cái gì trong bóng tối cả.

"Làm ơn đừng lo lắng kiếm tìm tôi. Tôi chẳng đáng để bạn bỏ thời gian tìm kiếm đâu".

"Thế bạn có thể bước ra đây và cùng ăn bánh rán với tôi không?". Người Cừu cố gắng mời mọc "Chứ tôi ngồi đây có một mình buồn lắm.

"Thật sự thì chẳng đáng để bạn mời tôi ăn bánh rán đâu", người Không Ai Cả Vô hình nói "Mặc dù lời đề nghị của bạn vô cùng hấp dẫn".

"Chẳng sao đâu. Tôi có nhiều lắm. Nhưng nếu như bạn e thẹn thì tôi sẽ để một cái bánh ở đây rồi quay đi chỗ khác để bạn đến đây thưởng thức. Bạn thấy thế nào?"

"Được đấy", người Vô hình đáp. "Nhưng thật sự thì tôi rất nhỏ nên nửa cái bánh cũng đã là nhiều".

Người Cừu đặt một cái bánh lên bãi cỏ rồi quay đi. Sau đó một lúc lâu , có một âm thanh rón rén của ai đó đang tiến đến gần và ăn bánh rán.

"Trời ơi, bánh này ngon tuyệt. Thật sự là rất ngon", người Vô hình nói. "Nhớ đừng quay mặt lại đấy.

"Tôi sẽ không quay mặt lại đâu. Nhưng bạn có thể nói cho tôi những điều bạn biết về lời nguyền này không?", Người Cừu hỏi thăm.

"Ồ vâng, lời nguyền. À, tôi hiểu. Măm măm. Vâng, tôi biết đôi điều về chúng". Không Ai Cả đáp. "Thật sự là bánh ngon lắm. Măm măm".

"Tôi có có thể rũ bỏ lời nguyền ở đâu?". Người Cừu hỏi.

"Chỉ việc lặn xuống con suối kia. Măm măm. Thật sự làm chuyện đó dễ dàng thôi." Không Ai Cả nói.

"Nhưng tôi không biết bơi".

"Bạn không cần phải lo lắng về chuyện mình có biết bơi hay không. Chẳng sao cả đâu. Cái bánh này tuyệt quá. Măm măm

măm".

Lòng lo lắng không yên, Người Cừu bước về rìa con suối và cắm đầu nhảy xuống giữa dòng trôi. Tuy thế, ngay khi Người Cừu bắt đầu lặn, tất cả nước suối đều biến mất, và anh ta đâm đầu xuống đáy một cái hố nghe một tiếng: "Huỵch". Người Cừu thấy đầu mình choáng váng.

"Ôi trời ơi. Tôi xin lỗi". Có ai đó nói. "Tôi không ngờ cậu lại cắm đầu mà lặn xuống".

Khi mở mắt ra, Người Cừu thấy một ông già nhỏ bé cao khoảng 150cm đang đứng trước mặt.

"A, thật là đau quá". Người Cừu nói. "Và ông là cái đồ chết tiệt nào vậy?"

"Ta là vị Thánh Cừu tối linh đây". Ông già đáp với một nụ cười tử tế.

"Ông. Tại sao ông lại giáng lời nguyền rủa vào tôi? Tại sao tôi phải làm tất cả những chuyện tệ hại này chứ? Tôi có bao giờ làm hại ai đâu? Vậy mà tôi phải chịu đựng tất cả những chuyện này. Thật sự ý tôi là vậy đó. Toàn thân tôi đau ê ẩm và nhìn đi, đầu tôi sưng một cục đây này". Người Cừu nói và cho vị Thánh Cừu tối linh xem cục u trên trán.

"Đúng, tôi đồng ý. Thật là tệ quá. Thật sự là quá tệ. Nhưng tôi có lý do để làm thế", vị Thánh Cừu nói.

"À, vậy thì tôi rất muốn nghe đây", Người Cừu giận dữ nói.

"Tôi nói ngay đây", vị Thánh Cừu nói. "Nhưng trước hết thì đến đây đã. Tôi muốn cho cậu xem cái này".

Vị Thánh Cừu quay đi và bước lanh lợi vào sâu trong hố. Người Cừu vẫn lắc đầu, do dự bước theo sau. Khoảng một lúc lâu sau, vị Thánh Cừu đến trước một cánh cửa, và ngay lập tức mở nó ra.

"Giáng Sinh vui vẻ", mọi người reo lên. Tất cả mọi người đều có mặt trong phòng: Người Cong queo Tả và Người Cong queo Hữu, hai cô gái 208 và 209, bà phu nhân ngài mòng biển và thậm chí còn có Không Ai Cả.

Không Ai Cả vẫn còn dính mấy mẩu bánh vụn quanh miệng. Người Cừu cũng thấy thêm một dáng người nữa y chang như vị Giáo sư Cừu.

Trong căn phòng có một cây thông Noel lớn được trang trí bắt mắt. Bên dưới cây chất đống những món quà có thắt những dải ruy-băng, xếp chồng lên nhau.

"Cái quái gì thế này? Tất cả các người làm gì ở đây thế?", Người Cừu sửng sốt nói.

"Tất cả chúng tôi đang đợi anh", cô 208 nói.

"Chúng tôi lúc nào cũng đợi anh cả", cô 209 nói.

"Cậu không thấy mình đang được mời đến dự bữa tiệc Giáng Sinh hay sao?", vị Thánh Cừu nói.

"Nhưng tôi bị nguyền rủa, vì thế mà tôi...", Người Cừu lắp bắp nói.

"Tôi giáng cho cậu lời nguyền để cậu có thể xuống đây chơi", - vị Thánh Cừu đáp lời "Cái cách này thú vị và mọi người đều vui vẻ thực hiện".

"Dĩ nhiên là vui rồi. Cạp cạp", bà mòng biển nói.

"Và thú vị nữa chứ, đồ chết tiệt". Người Cong queo Hữu nói.

"Một niềm vui thích, ha ha he he". Người Cong queo Tả cười khúc khích.

"Thật là ngon tuyệt". Không Ai Cả lẩm bẩm.

Mặc dù Người Cừu thực sự khá khó chịu về trò lừa gạt này, nhưng anh ta nhanh chóng vui vẻ trở lại. Khó có thể giữ niềm bực bội lâu dài trong lòng khi tất cả mọi người xung quanh đang trải qua những phút giây vui vẻ.

"Nếu vì lý do đó, thì tôi chắc là được thôi". Người Cừu nói và gật đầu tán thành.

"Này, chàng Người Cừu, anh phải chơi đàn cho chúng tôi", cô 208 nói.

"Chắc hẳn anh chơi đàn rất hay", cô 209 nói.

"Có cây đàn piano ở đây không", Người Cừu hỏi.

"Có chứ, có chứ", vị thánh cừu nói, kéo giật một tấm vải. Dưới lớp vải phủ là một cây đàn piano hình con cừu.

"Cây đàn piano này được làm đặc biệt cho cậu đó. Hãy chơi với tất cả lòng mình đi nhé".

Đêm hôm đó Người Cừu hạnh phúc vô cùng. Chiếc đàn piano cừu vang lên những thanh âm tuyệt hay, những giai điệu say mê và đẹp đẽ tuôn tràn từ tâm trí Người Cừu, hết lớp này đến lớp khác.

Người Cong queo Tả và Hữu hát vang, cô 208 và 209 nhảy nhót, và phu nhân của ngài mòng biển bay quanh phòng và kêu vang. Vị giáo sư Cừu và vị Thánh cừu tối linh mặt đối mặt, so tài uống bia cao thấp. Không Ai Cả lăn tròn qua lại trên mặt đất trông rất vui vẻ. Và chẳng bao lâu sau, chiếc bánh Giáng Sinh được chia đều cho tất cả mọi người.

“Măm măm... ngon tuyệt. Măm măm”. - Không Ai Cả nói, lấy cho mình miếng bánh thứ ba.

“Xin cầu cho hoà bình và hạnh phúc mãi mãi cho thế giới Người Cừu”, vị Thánh Cừu cầu nguyện.

Khi Người Cừu thức giấc, anh thấy mình đang nằm trên giường trong căn phòng của mình. Mặc dù dường như Người Cừu mới chợt tỉnh giấc mơ nhưng anh biết rằng đây không chỉ là một giấc mơ. Vẫn còn cục u rất dễ thấy trên đầu, mấy vết dầu sau lưng áo, và cây đàn piano cũ kỹ xập xệ biến đâu mất, thay vào đó là cây piano hình cừu màu trắng.

Đó là điều thực sự xảy ra khi Người Cừu thức dậy.

Ngoài cửa sổ, tuyết đã rơi. Trên các cành cây, trên những hộp thư, trên những cây cột rào, tuyết trắng chất cao.

Buổi chiều ngày hôm đó, Người Cừu đến ngoại ô thành phố để thăm vị Giáo sư Cừu, nhưng căn nhà của ông ta không còn ở đó nữa. Chẳng có gì khác ngoài một bãi đất hoang. Những bụi cây cắt tỉa hình cừu, những cây cột cổng, những viên đá lát hình cừu cũng hoàn toàn biến mất.

"Mình sẽ chẳng bao giờ có thể gặp ai trong số bọn họ nữa rồi", Người Cừu nghĩ thầm. "Hai Người Cong queo, hai cô gái sinh đôi 208 và 209, phu nhân ngài mòng biển, Không Ai Cả, vị Giáo sư Cừu và vị Thánh Cừu nữa chứ". Khi nghĩ như thế, nước mắt tuôn trào từ đôi mắt Người Cừu. Thật sự anh dần dần trở nên thích thú với tất cả những người đó.

Khi Người Cừu quay trở về căn nhà rộng lớn, anh thấy một bức thư. Bên trong có một tấm thiệp Giáng Sinh có vẽ một chú cừu. Và mặt trong bức thiệp có in dòng chữ:

"Xin cầu cho hòa bình và hạnh phúc mãi mãi cho thế giới Người Cừu..."

Vương Quốc Điêu Tàn

Truyện ngắn "Vương quốc điêu tàn" rất thú vị của Murakami Haruki sau đây được chúng tôi dịch từ nguyên tác "駄目になった王国" trong tập truyện "Một ngày tốt lành để đi xem kangaroo" (カンガルー日和) do Nhà xuất bản Kodansha ấn hành năm 2013. Sự tàn phai của một điều đẹp đẽ luôn khiến ta xót xa. Bao nhiêu người trong chúng ta mãi không ý thức mình đã bệ rạc như thế nào so với thời tuổi trẻ rồi cứ sống qua ngày như thể một cái xác chết biết đi? Câu nói "Vài người chết ở tuổi 25 nhưng đến 75 mới được chôn cất" (Some people die at 25 and aren't buried until 75) của Benjamin Franklin đáng để cho chúng ta suy ngẫm sau khi đọc xong câu truyện này.

*

Phía sau vương quốc điêu tàn có một dòng suối nhỏ trong lành. Đó là một dòng suối nhỏ đẹp đẽ đầy cá tôm. Chúng ăn rong rêu mà sống. Lũ cá nghĩ rằng vương quốc có điêu tàn chăng nữa thì cũng có liên quan gì đến mình đâu. Quả đúng là như thế. Đối với lũ cá thì cho dù là vương quốc hay nhà nước cộng hòa thì cũng chẳng liên quan gì. Chúng đâu có đi bầu cử hay nộp thuế gì đâu.

Vì thế mà lũ cá đều nghĩ rằng "chẳng có chút liên quan gì đến bọn ta cả".

Tôi rửa chân nơi dòng suối nhỏ. Nước rất lạnh, chân vừa ngâm chút xíu đã đỏ tấy lên ngay. Từ đây có thể nhìn thấy được bức tường thành và đỉnh tháp cao vút của vương quốc điêu tàn. Trên đỉnh tháp còn có lá cờ hai màu đang bay phần phật trong gió ngàn. Tất cả những người đi ngang qua đây đều nhìn thấy lá cờ đó và họ đều bảo nhau.

"Nhìn kìa, đó là lá cờ của vương quốc điêu tàn đấy"

*

Anh Q là bạn của tôi, hay đúng hơn là đã từng là bạn. Bởi vì mười năm rồi tôi và Q chưa từng một lần liên lạc với nhau như bạn bè gì cả. Vì thế dù đang nói chuyện bây giờ nhưng tôi nghĩ dùng thì quá khứ thì sẽ chính xác hơn. Dù gì đi nữa, chúng tôi cũng từng là bạn.

Mỗi lần muốn tả về anh Q cho ai đó tôi đều cảm thấy yếu đuối tuyệt vọng vô cùng. Mặc dù tôi cũng không phải là người giỏi ăn khéo nói gì nhưng cho dù cân nhắc suy xét kỹ lưỡng thì tôi vẫn thấy nói về những người như anh Q là một việc vô cùng đặc biệt và khó khăn. Và cứ mỗi lần muốn cất lời thì tôi lại cứ cảm thấy tuyệt vọng vô cùng sâu sắc.

Thôi cứ nói một cách đơn giản vậy.

Anh Q cùng tuổi với tôi và đẹp trai hơn tôi năm trăm bảy mươi lần. Tính cách hòa nhã, không bao giờ bắt nạt người ta. Cũng không kiêu ngạo tự mãn. Ai đó buồn chuyện gì mà đến làm phiền, anh cũng không bao giờ tức giận. Anh chỉ nói "Đành chịu vậy nhỉ. Trong trường hợp của bạn mình cũng vậy thôi mà". Nhưng tôi chưa từng nghe thấy chuyện anh làm phiền người khác bao giờ cả. Hơn nữa, anh cũng được nuôi dạy trong gia cảnh rất tốt. Cha anh kinh doanh một bệnh viện ở đâu đó vùng Shikoku. Mặc dù anh có kha khá tiền tiêu vặt nhưng chưa bao giờ anh phung phí xa xỉ. Lúc nào cũng ngăn nắp gọn gàng. Trang phục cũng được chọn lựa cẩn thận.

Hơn thế anh Q lại là dân thể thao. Thời cấp ba đã có mặt trong đội tuyển tennis tham gia đại hội thể thao trường trung học toàn quốc. Sở thích của anh là bơi lội, một tuần phải đi bơi hai lần. Về chính trị, anh là người theo chủ nghĩa tự do ôn hòa. Thành tích học tập cũng tốt tuy không đặc biệt xuất sắc nổi trội. Tuy hầu như không học hành để thi cử gì nhưng anh chưa từng rớt hạng. Vì trong giờ học anh luôn lắng nghe bài giảng một cách cẩn thận chăm chú.

Anh cũng đánh piano khá hay. Anh có rất nhiều dĩa nhạc của Bill Evans và Mozart. Anh thích tiểu thuyết Pháp với các tác giả Balzac và Maupassant. Đôi khi anh cũng đọc Oe Kenzaburo nữa. Và còn đưa ra những lời bình luận rất xác đáng.

Dĩ nhiên là anh rất đào hoa, không đào hoa mới lạ. Tuy nhiên không phải là được chăng hay chớ mà có chọn lọc kỹ càng. Cô người yêu thuộc hàng thượng đẳng đang học năm hai ở một trường nào đó, mỗi tuần hai người đều dành ra ngày chủ nhật để hẹn hò nhau.

Nói chung là thế đấy.

Đó là anh Q mà tôi biết thời đại học. Mặc dù tôi có cảm giác mình quên nói gì đó nhưng dù sao cũng chẳng quan trọng lắm. Nếu nói tóm lại một câu thì anh Q là loại người hoàn hảo không tỳ vết.

Vào thời đó, anh Q sống trong căn hộ sát bên tôi. Trong lúc qua lại mượn nhau khi thì chút muối khi thì ít nước sốt mà dần dần chúng tôi trở nên thân thiết. Rồi từ đó thỉnh thoảng qua phòng nhau nghe nhạc hay uống bia. Tôi và anh Q cùng hai người bạn gái của chúng tôi đã từng lái xe đi Kamakura chơi nữa. Nói chung mối quan hệ bạn bè hai chúng tôi rất thân thiết nồng ấm. Vào mùa hè năm tư đại học, tôi rời căn hộ và từ đó bặt tin nhau.

Tôi đã gặp lại anh Q sau đó khoảng mười năm. Khi đó tôi đang ngồi đọc sách chỗ hồ bơi khách sạn gần Akasaka. Anh Q ngồi duỗi chân nơi chiếc ghế dựa cạnh tôi. Ngồi sát bên anh Q là một em gái chân dài mặc bộ bikini thời trang. Nàng là người tình của anh Q.

Tôi nhận ra anh Q ngay lập tức. Anh vẫn đẹp trai như xưa nhưng còn thêm vào đó nét uy nghiêm của người đàn ông trên ba mươi tuổi mà trước đây chưa có. Những cô gái trẻ đi ngang qua đều liếc mắt nhìn anh.

Anh Q không nhận ra tôi. Gương mặt tôi có vẻ tầm thường, đã thế lại còn đeo kính râm. Tôi do dự một chút nhưng cuối cùng quyết định không cất tiếng chào hỏi. Bởi vì tôi nhận thấy anh Q đang nói chuyện với cô gái sợ mình làm phiền đến hai người nên thôi. Nhưng quan trọng nhất là giữa tôi và anh Q chẳng có chủ đề gì chung để nói cả. Không cần phải mất thời gian để nhắc lại chuyện tôi đã cho cậu mượn hũ muối, cậu đã cho tôi mượn chai nước sốt làm gì. Vì thế tôi tiếp tục im lặng đọc sách.

Vì hồ bơi rất yên tĩnh nên dù không muốn câu chuyện của hai người cũng lọt vào tai tôi. Câu chuyện rất phức tạp. Tôi dừng đọc sách và lắng tai nghe.

"Ghét anh quá, đây không phải là chuyện đùa đâu mà", em chân dài nói.

"Thiệt tình, đã nói là anh hiểu rõ điều em nói mà", anh Q trả lời.

"Nhưng anh muốn em hiểu rõ điều anh nói. Anh cũng chẳng thích thú gì chuyện này. Cũng chẳng phải do anh quyết định nữa. Đó là quyết định của cấp trên. Có nghĩa là quyết định đó được cấp trên truyền đạt xuống cho anh. Vì vậy đừng nhìn anh bằng ánh mắt đó nữa"

"Vậy giờ anh tính sao đây?", cô gái nói.

Anh Q thở dài.

Bây giờ để tôi tóm tắt lại câu chuyện dài dòng của hai người bọn họ, dĩ nhiên là thêm vào kha khá sự tưởng tượng suy nghĩ của tôi nhưng đại khái là vậy. Anh Q hiện giờ đang làm giám đốc gì đó ở một đài truyền hình, còn cô gái kia là một diễn viên hay ca sĩ có chút tên tuổi. Rồi thì nàng ta có rắc rối hay vướng scandal gì đó hay có lẽ đơn giản là lượng người hâm mộ giảm sút nên bị loại khỏi chương trình. Anh Q là người chịu trách nhiệm trực tiếp phải đưa ra tuyên bố kia. Vì tôi không rành giới nghệ sĩ lắm nên cũng không rõ rình tiết cụ thể nhưng nói đại khái như vậy chắc cũng không sai.

Theo những điều tôi nghe được thì anh Q thực sự hoàn thành trách nhiệm công việc của mình một cách thành thực.

"Chúng ta không thể thiếu nhà tài trợ được đâu", anh Q nói. "Em kiếm cơm trong giới này ít ra cũng phải hiểu điều đó chứ?"

"Vậy là anh nói anh không có trách nhiệm với tiếng nói trong công việc ư?"

"Không phải là không có nhưng rất hạn chế"

Rồi hai người cứ tiếp tục nói câu chuyện không đi đến đâu cả. Nàng có vẻ muốn biết anh Q đã nỗ lực như thế nào để bảo vệ mình. Anh Q nói anh đã làm hết sức. Nhưng chẳng có chứng cứ gì. Nàng ta không tin. Tôi cũng cảm thấy chẳng tin mấy. Anh Q càng thành thực ra sức giải thích thì không khí của sự không thành thực lại càng phảng phất dâng lên như đám sương mù. Tuy nhiên đó không phải là trách nhiệm của anh Q. Cũng chẳng là trách nhiệm của ai cả. Vì lẽ đó mà câu chuyện của hai người không đi đến đâu.

Cho đến lúc đó, người con gái trông có vẻ rất quan tâm đến anh Q. Chắc hẳn cho đến trước sự việc này hai người rất tâm đầu ý hợp đây. Có lẽ chính vì vậy mà nàng ta lại càng giận dỗi. Cuối cùng nàng ta bỏ cuộc.

"Em hiểu rồi", nàng nói. "Vậy là đủ rồi, anh đi mua Coca đi"

Anh Q nghe vậy thì dứng dậy với vẻ nhẹ nhõm đi về phía quầy bán hàng. Người con gái đeo kính râm vào rồi nhìn đăm đăm về phía trước. Tôi đọc đi đọc lại dòng chữ trong quyển sách của mình.

Cuối cùng anh Q trở lại. Hai tay mang hai ly Coca lớn. Anh đưa một ly cho cô gái rồi ngồi xuống chiếc ghế dựa. "Em đừng nghĩ nghiêm trọng quá làm gì", anh Q nói. "Chẳng bao lâu nữa, chắc chắn..."

Lúc đó người con gái ném thẳng cái ly giấy đựng Coca vào mặt anh Q. Chiếc ly trúng ngay giữa mặt. Hai phần ba nước Coca trong ly giấy lớn hắt trúng anh Q, một phần ba còn lại văng trúng vào tôi. Sau đó cô gái chẳng nói chẳng rằng, đứng dậy, khẽ kéo phần vải bikini phía mông xuống một chút rồi ngúng nguẩy bước đi. Không thèm ngoái đầu nhìn lại. Tôi và anh anh Q sững sờ mất mười lăm giây. Những người xung quanh nhìn chúng tôi với vẻ ngạc nhiên vô cùng.

Người đầu tiên lấy lại tinh thần là anh Q. Anh hướng về phía tôi xin lỗi rồi đưa cho tôi chiếc khăn tắm. Tôi từ chối lời đề nghị đi tắm của anh Q. Vẻ mặt của anh Q thoáng bối rối. Anh rụt tay cầm chiếc khăn tắm lại rồi lau người mình.

"Cho tôi đền quyển sách vậy", anh nói. Quyển sách cũng ướt đẫm. Đó là quyển sách bìa mềm rẻ tiền và chẳng thú vị gì. Chỉ cần ai đó tưới Coca lên và cảm phiền đọc hết cho cũng may rồi. Tôi nói vậy và anh Q mỉm cười. Gương mặt cười hòa nhã thân thiện như ngày xưa.

Ngay sau đó anh Q bỏ về. Khi về còn xin lỗi tôi thêm lần nữa. Tuy thế, đến phút cuối cùng anh Q vẫn không nhớ ra tôi là ai.

*

Cái tựa đề "Vương quốc điêu tàn" có được là do tôi ngẫu nhiên đọc được trong tờ báo chiều hôm đó nói về một vương quốc điêu tàn ở Châu Phi. "Một vương triều rực rỡ đã suy tàn". Bài báo viết như vậy. "Điều đó còn thê thảm hơn nhiều so với khi nước cộng hòa nhỏ bé vô danh tàn lụi".

Kẻ Lãng Du Ba Mươi Hai Tuổi

Truyện ngắn "Kẻ lãng du ba mươi hai tuổi" (32 歳のデイトリッパー) sau đây được chúng tôi dịch từ nguyên tác Nhật ngữ trong tập truyện "Một ngày tốt lành để đi xem kangaroo" (カンガルー日和) do nhà xuất bản Kodansha ấn hành năm 2014, từ trang 133 đến 140.

*

Tôi ba mươi hai còn nàng mười tám. Nghĩ như thế thật chán làm sao.

Tôi mới ba mươi hai, còn nàng đã mười tám tuổi. Nghĩ vậy hay hơn nhiều.

Chúng tôi chỉ là bạn bè quen sơ, không hơn, không kém. Tôi đã có vợ, còn nàng có đến sáu người bạn trai. Nàng hẹn hò với sáu người đó trong tuần, còn lại cứ mỗi tháng một lần, vào ngày chủ nhật nàng lại hẹn hò với tôi. Những ngày chủ nhật khác nàng ở nhà, xem ti vi. Khi xem tivi, nàng dễ thương như một con hà mã.

Nàng sinh năm 1963, năm mà tổng thống Kenedy bị ám sát. Khi đó tôi mới hẹn hò với bạn gái lần đầu tiên. Bản nhạc thịnh hành năm đó hình như là “Kỳ nghỉ hè” (Summer Holiday) của Cliff Richard thì phải?

Mà thôi, sao cũng được.

Cứ biết rằng nàng được sinh ra vào những năm tháng đó.

Khi đó đương nhiên tôi không bao giờ nghĩ rằng mình sẽ hẹn hò với một cô gái sinh vào năm này. Ngay cả bây giờ tôi cũng cảm thấy kỳ lạ. Như thể mình phải đi tận phía sau mặt trăng chỉ để rít vài hơi thuốc lá.

Mấy em gái trẻ rất chán. Đám bạn tôi đều nhất trí như vậy. Vậy mà không hiểu sao cả lũ lại thường xuyên cặp kè với các em gái trẻ. Không lẽ chúng nó đã tìm ra được những em gái thú vị chăng? Không, hoàn toàn không phải thế. Nói ngắn gọn thì sự nhàm chán của các em gái trẻ đã hấp dẫn bọn nó. Chúng vui thích hết sức thưởng thức trò chơi vừa dội cái xô nước chán chường từ đầu xuống chân vừa cố gắng không làm văng một giọt nào vào người các em gái trẻ.

Ít nhất thì tôi nghĩ như vậy.

Sự thực là trong mười em gái trẻ thì có đến chín em là vô cùng chán ngắt. Tất nhiên là các em không nhận ra điều này. Các em đều trẻ, đẹp và vô cùng hiếu kỳ. Các em không có lý do gì nghĩ rằng mình vô duyên chán chường cả.

Đại khái là vậy.

Tôi hoàn toàn không có ý trách hờn hay ghét bỏ gì các em gái đâu. Tôi thích nữa là khác. Các em làm tôi nhớ lại thời tuổi trẻ chán chường của mình. Biết nói sao nhỉ, nhưng đó thật sự là điều tuyệt vời.

"Này, anh có muốn quay về tuổi mười tám lần nữa không", nàng hỏi.

"Không đâu", tôi trả lời. "Anh không hề muốn quay trở lại".

Nàng dường như không thể hiểu được câu trả lời của tôi.

"Không muốn à? Anh nói thật chứ?"

"Dĩ nhiên"

"Tại sao vậy?"

"Bởi vì cứ như bây giờ cũng hay rồi"

Nàng để tay lên bàn, chống cằm suy nghĩ rất lung. Vừa suy nghĩ vừa không ngừng dùng muỗng quấy loạn xạ ly cà phê.

"Em không thể nào tin được"

"Em nên tin thì hơn"

"Nhưng chẳng phải tuổi thanh xuân là tuyệt nhất đời à?"

"Có lẽ vậy nhỉ"

"Vậy sao anh cứ muốn như bây giờ?"

"Vì trải qua một lần là quá đủ rồi em ạ"

"Em vẫn chưa thấy đủ chút nào"

"Gì vậy? Em mới mười tám mà"

"Ừm"

Tôi vẫy cô phục vụ rồi gọi hai chai bia. Ngoài cửa sổ mưa rơi tí tách. Từ đây chúng tôi có thể nhìn thấy cảng Yokohama.

"Này, khi mười tám tuổi anh đã nghĩ chuyện gì thế?"

"Ngủ với các cô gái"

"Còn gì khác không?"

"Chỉ vậy thôi"

Nàng cười khúc khích rồi uống một ngụm hết ly cà phê.

"Rồi có được không?"

"Có khi được có khi không. Nhưng dĩ nhiên là không được nhiều hơn"

"Vậy anh đã ngủ với bao nhiêu cô rồi?"

"Anh không đếm"

"Thật sao?"

"Anh không muốn đếm"

"Nếu em là đàn ông, chắc chắn em sẽ đếm. Chuyện đó vui mà"

Có lần tôi đã nghĩ nếu quay về tuổi mười tám cũng không phải không hay. Tuy nhiên khi tôi thử nghĩ là nếu được quay về tuổi mười tám thì đầu tiên mình sẽ muốn làm gì đây? Và tôi không tìm thấy câu trả lời nào cả.

Hay có lẽ tôi sẽ hẹn hò với một quý cô lịch lãm hấp dẫn ba mươi hai tuổi chăng? Nếu vậy thì cũng tuyệt.

"Chị có từng muốn quay trở lại tuổi mười tám chưa?", tôi sẽ hỏi.

"À", chị ta mỉm cười và giả vờ suy nghĩ một chút. "Không đâu. Có lẽ không"

"Thật sao?"

"Ừ"

"Em không hiểu", tôi nói. "Người ta nói tuổi thanh xuân là tuyệt nhất trần đời mà"

"Đúng đấy, tuyệt vời lắm"

"Vậy tại sao chị không muốn quay trở lại những tháng năm tuổi trẻ?"

"Khi lớn hơn chút, em sẽ hiểu thôi"

Tuy vậy, tôi thực sự đã ba mươi hai tuổi rồi và rơi vào tình cảnh chỉ cần lười chạy bộ một tuần thôi là bụng phệ ra ngay. Không thể nào quay trở lại tuổi mười tám. Đó là chuyện đương nhiên.

Hoàn thành cuốc chạy bộ buổi sáng xong, tôi uống một ly nước ép rau củ rồi nằm dài ra ghế mà nghe bản nhạc "Kẻ lãng du" (Day Tripper) của Beatles.

"Lãng... du....."

Khi nghe ca khúc đó, tôi cảm thấy mình đang ngồi trên tàu điện. Con tàu lướt đi và để lại phía sau mình những cột điện, nhà ga, đường hầm, cầu sắt, trâu, ngựa, ống khói, bãi rác...Đó luôn là một quang cảnh quen thuộc cho dù bạn có đi đến bất kỳ nơi đâu. Mặc dù ngày xưa tôi đã từng cho rằng quang cảnh đó rất quyến rũ...

Chỉ có người ngồi bên tôi đôi khi lại thay đổi. Lúc đó ngồi sát bên tôi là một cô gái mười tám tuổi. Tôi ngồi cạnh cửa sổ, nàng ngồi sát lối đi.

"Để tôi đổi chỗ cho cô nhé", tôi đề nghị.

"Cám ơn anh", nàng nói. "Anh thật là tử tế"

Chẳng phải tử tế gì đâu, tôi cười khổ sở. Chỉ vì tôi đã quen với nỗi chán chường hơn em nhiều mà thôi.

Một kẻ lãng du ba mươi hai tuổi chán cả việc đếm những cái cột điện khi đoàn tàu đi qua...

Đường Bờ Biển Tháng Năm

Một lá thư từ người bạn, một tấm thiệp mừng cưới đã đưa tôi quay trở lại con phố cũ của ngày tháng xa xưa.

Tôi xin hai ngày nghỉ phép, đặt trước phòng khách sạn. Cảm giác kỳ lạ như nửa thân hình mình đã trở nên trong suốt pha lê.

Buổi sáng tháng năm trong xanh, tôi nhét vật dụng cá nhân vào chiếc va ly rồi lên chuyến tàu tốc hành Shinkansen. Ngồi bên cạnh cửa sổ, tôi lật một trang sách, gấp lại, uống cạn lon bia, ngủ được chút ít rồi chán nản mở mắt nhìn ra phong cảnh bên ngoài.

Phong cảnh bên ngoài cửa sổ tàu Shinkansen quanh đi quẩn lại cũng chỉ có vậy. Đó là kiểu phong cảnh khô cằn bị cắt xẻ vô lý thành một đường thẳng hàng rời rạc. Cứ như những bức tranh đóng khung trang trí trên tường những căn hộ xây để bán, nó làm tôi chán chường không sao chịu nổi.

Chẳng có gì đổi khác so với mười hai năm xưa. Ánh mặt trời tháng năm xuyên qua lớp kính chịu lực, mùi vị chiếc sandwich giăm bông khô khốc, cả khuôn mặt của gã viên chức trẻ tuổi ngồi bên cạnh liếc mắt vào tờ báo kinh tế với vẻ chán chường...Tiêu đề bài báo viết "Liệu rằng Cộng đồng Châu Âu sẽ hạn chế mạnh mẽ hàng hóa nhập khẩu từ Nhật Bản trong vài tháng tới đây?".

Mười hai năm trước, tôi có người yêu nơi thành phố này. Những ngày nghỉ ở đại học, tôi nhét tư trang vào va ly rồi đón chuyến tàu Shinkansen sớm nhất. Ngồi bên cạnh cửa sổ, tội đọc sách, ngắm phong cảnh bên ngoài, ăn sandwich giăm bông và uống bia. Đến thành phố lúc nào cũng gần trưa. Mặt trời còn chưa lên đỉnh, sự náo nhiệt của buổi sáng vẫn còn len lỏi từng góc phố, chưa tan biến đi. Tôi cứ mang valy và bước vào một tiệm cà phê, gọi một phần điểm tâm gồm bánh sanwich và cà phê rồi điện thoại cho nàng.

Trong những thời khắc đó, tôi yêu thành phố vô cùng. Ánh sáng ban mai, hương vị cà phê, những đôi mắt lờ đờ ngái ngủ, một ngày mới còn tinh khôi...

Tôi ngửi thấy mùi biển. Một mùi dịu nhẹ êm ru.

Dĩ nhiên làm gì có mùi vị biển cả thực sự. Chỉ là cảm giác bất chợt của tôi mà thôi.

Tôi thắt lại chiếc cà vạt, lấy valy xuống khỏi kệ hành lý rồi xuống tàu. Và rồi mùi vị biển cả thực sự dâng đầy ngực tôi. Theo phản xạ, những số điện thoại lại hiện lên trong đầu. Những nàng thiếu nữ năm 1968...Chỉ cần sắp xếp lại những con số đó là tôi lại có cảm giác như được gặp lại những người con gái kia...

Rồi ngồi nơi chiếc bàn nhỏ của nhà hàng khi xưa thường đến, có lẽ để chuyện trò với nhau một lần nữa chăng? Có lẽ khăn trải bàn vẫn sọc vuông, bên cửa sổ vài chậu hoa phong lữ thảo, ánh nắng mang tính tôn giáo chan hòa chiếu qua cửa sổ...

"Đã bao nhiêu năm qua rồi đấy nhỉ? À, cũng đã mười năm. Thời gian quả thật như chớp mắt tên bay"

Không, không phải vậy.

"Từ lần cuối cùng gặp em mới chỉ mười năm thôi nhỉ. Vậy mà anh cứ cảm thấy như đã trăm năm"

Nói kiểu nào cũng đều có vẻ ngớ ngẩn như nhau cả.

"Nhiều chuyện xảy ra quá nhỉ?", có lẽ tôi sẽ nói như thế. Bởi vì quả thật là có rất nhiều chuyện đã xảy ra.

Còn nàng thì có lẽ sẽ nói là em lập gia đình năm năm trước, có đứa con, chồng em làm bên đại lý quảng cáo, đang nợ nần khoản này khoản kia...

"Mấy giờ rồi anh nhỉ?", nàng hỏi.

"Ba giờ hai mươi phút", tôi đáp lời.

Ba giờ hai mươi phút. Thời gian quả thật như cuộn phim tin tức cũ kỹ quay ken két không ngừng.

Tôi một chiếc taxi trước nhà ga và nói tên khách sạn. Rồi tôi châm thuốc nhả khói, đầu óc lại một lần nữa trống rỗng mơ màng.

"Cuối cùng thì mình có muốn gặp ai đâu chứ", tôi xuống taxi trước cửa khách sạn, vừa đi dọc con đường vắng lặng buổi sáng vừa bâng quơ nghĩ ngợi. Phố thoảng mùi bơ, mùi trà, mùi nước người ta hắt ra làm mát con đường. Nơi tiệm dĩa nhạc vừa mới mở văng vẳng ra bài ca mới đang thịnh hành. Âm thanh và những mùi vị đó từ từ thẩm thấu vào người tôi từng chút một như đang lẻn qua bóng ảnh của ý thức mơ hồ.

Tôi cảm giác như ai đó đang cám dỗ mình.

Này, phía này cơ mà. Tớ đây, không còn nhớ gì sao? Có chỗ này rất hợp với cậu đấy. Chúng ta cùng đi nhé. Chắc chắn cậu sẽ thích mà.

Có lẽ mình chẳng thích thú gì chỗ ấy đâu. Tôi nghĩ vậy. Ngay cả gương mặt cậu tôi còn không nhớ ra kia mà.

Không khí mất quân bình.

Mặc dù trước đây tôi chưa từng nhận ra nhưng trong lòng phố không khí đang mất cân bằng. Cứ đi khoảng mười mét là nồng độ không khí lại trở nên khác biệt. Trọng lực, ánh sáng và độ ẩm khác đi. Tiếng bước chân trên con đường nhẵn bóng cũng khác. Ngay cả thời gian quả thật cũng trở nên mất quân bình như cỗ máy hao mòn cũ kỹ.

Tôi bước vào một tiệm bán thời trang nam giới, mua một đôi giày và chiếc áo sơ mi thể thao, bỏ vào trong túi giấy. Trước tiên phải thay đồ đã. Uống một tách cà phê nóng rồi thay quần áo mới. Mọi chuyện khác tính sau.

Tôi trở về khách sạn, tắm nước nóng vòi hoa sen, nằm vật ra giường hút ba điếu thuốc Marlboro, cắt túi giấy bóng kính, đi thử đôi giày thể thao mới mua. Lấy chiếc quần jean mà tôi đã nhét đại vào valy ra thay, rồi thắt dây giày.

Để cho quen chân, tôi đi đi lại lại trên chiếc thảm trong phòng. Trong khi đó, cơ thể tôi từng chút một quen dần với thành phố. Cảm giác căng thẳng không biết đi đâu về đâu của ba mươi phút trước đó đã vơi đi được mấy phần.

Cứ mang nguyên đôi giày như thế tôi nằm vật ra giường nhìn mơ màng lên trần nhà và một lần nữa tôi ngửi thấy mùi biển cả. Mùi vị rõ ràng hơn nhiều so với trước đó. Mùi cát ẩm, mùi rong biển dạt vào bờ đá, mùi gió thoảng trên mặt biển... tất cả hòa quyện vào nhau thật nồng đượm.

Một tiếng đồng hồ sau, khi tôi đón taxi đi đến bờ biển thì biển đã biến mất.

Không, nói một cách chính xác thì biển bị đẩy ra xa kia hàng mấy kilomet.

Chỉ còn lại dấu tích của con đê chắn sóng cũ men theo bờ biển ngày xưa như một vật kỷ niệm. Giờ nó là bức tường thấp chẳng giúp ích gì được nữa. Và phía bên kia không còn là biển sóng vỗ xô bờ mà là một cánh đồng rộng lớn phủ đầy bê tông. Trên cánh đồng bát ngát đó có mấy chục tòa nhà cao tầng nối tiếp nhau nhìn xa như hàng bia mộ ngất trời.

Ánh nắng ngày đầu hạ không ngừng rót xuống mặt đất.

"Chỗ này xây xong cũng ba năm rồi đó", người tài xế lớn tuổi nói cho tôi hay. "Từ khi bắt đầu lấp biển cho đến khi hoàn thành mất bảy năm. Người ta xẻ núi rồi dùng băng chuyền chở đất lấp biển đấy. Rồi núi trở thành đất thổ cư, biển trở thành nơi xây căn hộ. Cậu không biết à?"

"Cũng mười năm tôi mới trở lại nơi này mà"

Người tài xế gật đầu. "Nơi này hoàn toàn thay đổi rồi. Đi thêm chút nữa là đến bờ biển mới đấy. Cậu muốn thử xem không?"

"Không đâu, đến đây được rồi. Cám ơn bác"

Người tài xế chỉnh công tơ mét rồi nhận lấy mấy đồng tiền xu tôi đưa.

Tôi bước trên con đường ven bờ biển cũ, mồ hôi rịn lấm tấm trên mặt. Đi khoảng năm phút thì tôi lên đến mặt đê, bắt đầu dạo trên mặt tường bê tông dày khoảng nửa mét. Đế giày cao su kêu loạt soạt. Tôi đi qua mấy đứa trẻ trên bờ đê bị bỏ mặc hoang vu.

Mười hai giờ ba mươi phút.

Tịch mịch vô cùng.

Này, thuở xa xưa chừng hai mươi năm trước đấy, cứ đến mùa hè, tôi đều đi tắm biển mỗi ngày đấy. Cứ mặc quần bơi như vậy rồi đi chân trần từ sân nhà ra đến bãi biển. Mặt nhựa đường phản chiếu ánh nắng nóng vô cùng, tôi phải vừa đi vừa nhảy nhảy mới được đấy. Cũng có lúc mưa rào nữa. Tôi rất thích mùi mưa rào thấm ướt vào mặt đường nhựa nóng rẫy đó...

Khi về nhà thì đã có quả dưa hấu ngâm sẵn trong giếng nước rồi. Dĩ nhiên là nhà tôi cũng có tủ lạnh nhưng dưa hấu ngâm trong giếng nước là tuyệt nhất trần đời. Tôi đi tắm, rũ sạch lớp muối trên người xong thì ra hiên nhà gặm dưa hấu. Có một lần sợi dây cột quả dưa bị tuột ra, không làm sao vớt lên được, quả dưa cứ nổi trong giếng cả mấy tháng trời. Mỗi lần múc nước giếng là vài mảnh dưa lại rơi vào trong gàu nước. Đó là mùa hè năm tuyển thủ Ou Sadaharu đạt giải quán quân ở sân Koshien đấy. Cái giếng nhà tôi sâu lắm, chăm chú nhìn xuống chỉ thấy vùng đen thăm thẳm mà thôi.

Khi lớn lên chút nữa (lúc đó biển đã trở nên dơ lắm rồi), bọn tôi phải đi bơi ở hồ trên núi ấy. Cứ đến chiều, tôi dắt chó đi dạo chơi (con chó nhà tôi màu trắng và to lắm) trên con đường ven bờ biển. Tôi thả nó chạy trên bãi cát, thơ thẩn thế nào thì gặp được mấy cô bạn cùng lớp. Nếu may mắn thì bọn tôi có thể nói chuyện với nhau cả tiếng đồng hồ cho đến khi trời tối mịt. Những cô gái năm 1963 mặc váy dài, trên tóc thoảng hương dầu gội, che vầng ngực mới nhú bằng cái áo ngực màu trắng nhỏ cứng cáp. Chúng tôi ngồi cạnh nhau, kể nhau nghe những chuyện bí ẩn của mình. Con gái thích và ghét điều gì, chuyện trường lớp, chuyện phố phường và thế giới, những bộ phim mới của Anthony Perkins, Gregory Peck, Elvis Presley rồi bản nhạc "Chia tay là những niềm đau" (別れはつらいね) của Neil Sedaka nữa.

Nơi bờ biển mỗi năm có mấy xác chết trôi dạt vào. Thường là những người tự tử. Không ai biết họ dạt đến từ phương nào. Những người tự tử đó mặc áo không nhãn mác, trong túi không giấy tờ tùy thân (hay có thể bị sóng cuốn đi mất rồi cũng nên). Chỉ còn một mẩu tin trên tờ báo địa phương là "phụ nữ, không rõ lai lịch, suy đoán tầm trên dưới hai mươi tuổi..." thế thôi. Những người phụ nữ trẻ làn da trương phình lên như bong bóng nước, trong phổi ngậm đầy nước biển...

Như thể là vật thất lạc, trôi dạt trong dòng thời gian, những người chết được sóng mang đi từ từ đến một ngày dạt vào bến bờ lặng lẽ.

Trong số đó có một người bạn của tôi. Lâu lắm rồi kia, lúc tôi lên sáu tuổi. Cậu ấy bị dòng sông mùa lũ dâng nước lên cuốn trôi đi mất. Đó là buổi chiều mùa xuân, xác cậu ta theo dòng nước đục cuốn ra ngoài khơi xa rồi ba ngày sau dạt vào bờ biển cùng với các cây gỗ mục.

Mùi của cái chết.

Mùi thiêu xác của cậu bé sáu tuổi trong lò lửa.

Cột khói chỗ hỏa thiêu bốc cao in sắc nét lên bầu trời mây mù tháng tư. Làn khói màu tro xám.

Chấm dứt một cuộc đời.

Chân tôi bắt đầu đau.

Tôi tháo giày, cởi tất ra, tiếp tục đi chân trần trên bờ mặt đê.

Trong ánh nắng buổi chiều yên tĩnh, tôi nghe vang vọng tiếng chuông báo hiệu của một trường phổ thông gần đó.

Dãy nhà cao tầng cứ nối tiếp nhau. Như một dàn hỏa thiêu lớn. Không có bóng dáng con người. Chẳng có mùi sự sống. Chỉ đôi lúc có chiếc xe hơi chạy vút qua trên mặt đường trơn nhẵn.

Tôi cất lời tiên tri.

Dưới ánh mặt trời tháng năm, hai tay mang đôi giày lủng lẳng, đi dạo bộ trên con đê cũ hoang vu, tôi cất lời tiên đoán. "Tất cả rồi sẽ bị vùi chôn"

Mấy năm nữa, mấy mươi năm nữa, mấy trăm năm nữa thì tôi không biết. Nhưng mà chắc chắn một lúc nào đó tất cả sẽ tiêu biến diệt vong. Xẻ núi, lấp biển, vùi giếng... Tất cả những thứ được xây trên linh hồn người chết cuối cùng là cái gì đây? Chẳng phải chỉ xây được một mớ bê tông và cỏ dại, ống khói bãi thiêu xác thôi ư?

Tôi đã thấy con sông chảy phía trước. Cả con đê và tòa nhà cao tầng chấm dứt ở đây. Tôi bước xuống, ngâm chân mình trong làn nước mát. Cái lạnh gợi nhớ ngày tháng xa xưa. Khi biển bắt đầu bẩn đi thì nước sông vẫn còn trong vắt. Dòng nước chảy theo một đường thẳng từ trên núi xuống theo lớp cát dưới lòng sông. Có mấy dòng thác ngăn cát chảy nên hầu như không có tôm cá gì.

Tôi lần theo dòng sông cạn, cuối cùng cũng thấy được bờ biển phía xa. Tiếng sóng, mùi nước mặn, loài chim biển, bóng dáng những con tàu chở hàng thả neo ngoài khơi xa...Đường bờ biển dẫu bị kẹp bởi lớp đất hai bên nhưng vẫn thầm thì hơi thở. Trên mặt tường đê cũ trơn nhẵn, có vô số những hàng chữ được phun bằng sơn.

Đại khái là ghi tên người. Nam có, nữ có và cả ngày tháng.

Ngày mười bốn tháng tám năm 1971. (Mình đã làm gì vào ngày này nhỉ?)

Ngày hai tháng sáu năm 1976 (Vào năm 1976 có diễn ra kỳ Olympic và bầu cử Tổng thống. Olympic Montreal? Tổng thống Ford chăng?)

Ngày mười hai tháng ba. (Không ghi năm. Này, tôi đã trải qua ba mươi mốt lần ngày mười hai tháng ba rồi đấy)

Rồi thì những dòng nhắn gửi.

"...Làm tình với bất cứ ai?" (Sao không để lại số điện thoại liên lạc nhỉ?)

"EM CHỈ CẦN TÌNH YÊU, CỦA NGÀY THƠ NGÀY MỘNG..." (dòng chữ được phun bằng sơn màu xanh cô ban)

Tôi ngồi xuống, tựa lưng vào triền đê, ngắm đường bờ biển nhỏ nhoi bị thu hẹp lại chỉ còn khoảng năm mươi mét suốt mấy tiếng đồng hồ. Tất cả đều yên lặng, chỉ nghe tiếng sóng rì rầm của bờ biển tháng năm.

Mặt trời đã quá tầng không, hắt bóng con đê xuống lòng sông cạn. Tôi vừa ngắm vừa thiu thiu mơ màng. Trong ý thức đã dần trở nên mờ nhạt, bất chợt tôi thầm nghĩ. Khi thức dậy mình ở đâu đây?

Khi mở mắt thức dậy, mình sẽ ở chốn nào trong cuộc trăm năm...

Chim Lặn

Tôi bước xuống chiếc cầu thang hẹp xây bằng bê tông thì thấy phía trước có một hành lang sâu hun hút. Trần hành lang cao thật là cao, khiến hành lang nhìn như mương thoát nước. Những bóng đèn huỳnh quang phủ đầy bụi đen, hắt lên ánh sáng không cân bằng như thể lẻn qua tấm lưới nhỏ. Đã thế cứ ba bóng thì có một bóng bị cháy, đến mức nhìn lòng bàn tay mình cũng cảm thấy khó khăn. Xung quanh không một tiếng động. Chỉ có tiếng đế cao su của chiếc giày thể thao bước trên sàn bê tông vọng lên đơn điệu trong hành lang mờ tối.

Có lẽ tôi đã đi hai trăm mét, ba trăm mét, không cả cây số rồi đấy. Tôi cắm cúi bước đi, hoàn toàn không suy nghĩ điều gì cả. Nơi đây không có khoảng cách cũng không có cả thời gian. Ngay cả cảm giác mình tiến lên phía trước cũng không có nữa. Nhưng dù sao cứ phải bước đi thôi nhỉ. Và đột nhiên tôi thấy mình đứng giữa ngã ba đường.

Ngã ba ư?

Tôi lấy tấm bưu thiếp nhàu nát trong túi áo khoác ra chầm chậm đọc lại một lần nữa.

"Hãy đi thẳng theo hành lang. Đến cuối đường sẽ thấy một cánh cửa". Bưu thiếp viết như thế.

Tôi nhìn quanh quất bức tường chỗ cuối đường với sự chú tâm cao độ nhưng chẳng thấy bóng ảnh hay hình dáng một cánh cửa nào hết. Ngay cả dấu tích đã từng có một cánh cửa trước đây cũng không, và cả triển vọng từ giờ trở đi sẽ có một cánh cửa được gắn lên cũng không có nốt. Chỉ là một bức tường bê tông đơn điệu, không có gì đáng nhìn ngoài đặc tính cố hữu của bức tường bê tông. Không có một cánh cửa siêu hình, cánh cửa tượng trưng hay cánh cửa ẩn dụ gì cả. Hoàn toàn không.

Tình hình là vậy đấy.

Tội dựa vào bức tường bê tông, châm lửa hút một điếu thuốc. Bây giờ mình phải làm sao nhỉ? Tiếp tục đi về phía trước hay quay trở về đây?

Thành thật mà nói thì tôi không phân vân nghiêm túc đến thế. Thực sự thì tôi chỉ còn có cách đi về phía trước mà thôi. Tôi đã chịu đựng đủ cuộc sống bần hàn rồi. Tiền lãi hàng tháng, tiền chu cấp hàng tháng cho người vợ vừa ly hôn, căn hộ chật chội, những con gián trong phòng tắm, xe điện ngầm giờ cao điểm, tất cả đều làm tôi chán chường cay đắng. Và đây là công việc tuyệt vời àm tôi vừa tìm được. Công việc vui vẻ và tiền lương cao đến mức ngạc nhiên. Một năm hai lần thưởng, lại có kỳ nghỉ hè dài. Chẳng có lý do gì tôi phải bỏ cuộc vì một cánh cửa hay một lối rẽ bất ngờ.

Tôi dùng đế giày dụi tàn thuốc lá rồi tung đồng mười yên rồi chụp dính trên mu bàn tay. Mặt ngửa và tôi rẽ phải.

Tôi rẽ phải hai lần, rẽ trái một lần, bước xuống mười bậc cầu thang rồi tiếp tục rẽ phải.

Không khí buốt lạnh như thạch cà phê.

Tôi vừa đi vừa nghĩ đến tiền nong, văn phòng có máy điều hòa mát mẻ, những cô gái tuyệt vời...Chỉ cần lần tìm được một cánh cửa là tôi sẽ có mọi thứ trong tay.

Ngay cuối đường, tôi nhìn thấy cánh cửa. Nhìn từ xa nó giống như một con tem cũ kỹ nhưng tiến lại gần thì nó dần dần có vẻ là một cánh cửa và đúng là một cánh cửa thực sự.

"Cánh cửa", âm hưởng nghe mới tuyệt vời làm sao.

Tôi đằng hắng rồi gõ nhẹ cánh cửa, sau đó lùi lại một bước và chờ phản hồi.

Năm mươi giây trôi qua mà không nghe thấy gì cả. Tôi gõ lại lần nữa, lần này mạnh hơn một chút và lại lùi xuống chờ đợi. Không có tiếng trả lời.

Xung quanh tôi, không khí bắt đầu đông đặc lại.

Ngập tràn trong sự bất an, tôi định bước lên và gõ lại lần thứ ba thì cánh cửa mở ra không tiếng động.

Cánh mở cửa rất tự nhiên như thể gió thoảng qua đẩy cánh cửa ra vậy nhưng dĩ nhiên cánh cửa không phải tự nhiên mà mở đâu. Tôi nghe thấy tiếng bật công tắc đèn điện và một người thanh niên xuất hiện trước mặt tôi.

Cậu ta tầm khoảng hai mươi lăm tuổi và thấp hơn tôi năm xen ti mét. Nước nhỏ xuống từ mái tóc vừa gội, chiếc khăn tắm màu nâu quấn quanh người. Bàn chân nhỏ và trắng bệch không tự nhiên. Bàn chân chắc vừa cỡ giày số 22 thì phải. Tuy mặt cậu ta trơ và đơn điệu như quyển vở tập viết nhưng lại mỉm cười có vẻ tử tế.

"Xin lỗi nhé, tôi đang tắm mà"

"Tắm ư", tôi nói và theo phản xạ liếc nhìn đồng hồ.

"Quy định đấy. Sau bữa cơm trưa là nhất thiết phải đi tắm"

"Thì ra là vậy", tôi nói.

"Có chuyện gì thế?"

Tôi lấy bức bưu thiếp từ trong túi áo khoác và đưa ra. Cậu ta cầm lấy bằng mấy đầu ngón tay như sợ làm ướt nó và đọc đi đọc lại nhiều lần.

"Có vẻ như tôi đã đến trễ khoảng năm phút", tôi giải thích.

Cậu ta gật gù rồi trả lại bưu thiếp cho tôi. "Vậy là anh sẽ làm việc ở đây"

"Đúng thế", tôi nói.

"Sao tôi vẫn chưa nghe nói gì nhỉ, để tôi báo lên cấp trên mới được"

"Cám ơn anh"

"Nhân tiện xin cho biết mật khẩu?"

"Mật khẩu ư?"

"Người ta không nói cho anh mật khẩu à?"

Tôi bàng hoàng lắc đầu. "Chẳng nói gì..."

"Vậy thì tệ thật. Cấp trên nói với tôi là nếu không có mật khẩu thì không cho bất cứ ai vào"

Tôi lôi tấm bưu thiếp ra đọc một lần nữa, không thấy ghi chép gì về mật khẩu cả.

"Chắc chắn họ quên viết rồi", tôi nói.

"Trước hết anh cứ trình cấp trên cho tôi đã nhé"

"Tôi đã nói rồi mà, phải cần mật khẩu mới được", cậu ta nói rồi hình như có vẻ tìm thuốc lá nhưng không may chiếc khăn tắm không có túi. Tôi lấy ra một điếu thuốc của mình, châm lửa mời cậu ta.

"Tệ quá. Thiệt tình, anh không thể nhớ ra điều gì có vẻ như là mật khẩu hả?"

Thật là một câu chuyện vô lý. Làm gì có mật khẩu chứ. Tôi lắc đầu.

"Tôi cũng chẳng ưa gì ba cái chuyện phiền phức này đâu nhưng cấp trên có những suy nghĩ riêng của họ. Anh hiểu chứ?"

"Hiểu"

"Trước tôi cũng có một gã làm công việc này. Chỉ vì đưa một vị khách quên mật khẩu vào mà gã bị sa thải ngay lập tức. Anh biết mà, thời buổi này công việc tốt khó kiếm lắm"

Tôi gật gù. "Anh có thể cho tôi dù chỉ một chút xíu gợi ý không?"

Người thanh niên cứ đứng dựa vào cánh cửa, nhả khói lên không trung. "Điều đó không được phép"

"Chỉ một chút xíu xiu thôi mà"

"Nhưng biết đâu có máy ghi âm lẩn quất quanh đây thì sao?"

"Có lẽ vậy"

Cậu ta phân vân một lúc lâu rồi thì thầm vào tai tôi. "Này, từ đơn giản thôi, có liên quan đến nước. Tuy có thể đặt trên lòng bàn tay nhưng không thể ăn được"

Lần này đến phiên tôi trầm ngâm nghĩ ngợi.

"Từ đầu tiên là gì?"

"Ka", cậu ta nói.

"Kaigara" (貝殼 con sò) ư? Tôi nói thử.

"Sai rồi". "Hai lần nữa"

"Hai lần gì?"

"Nếu anh sai hai lần nữa thì xong xuôi. Mặc dù tiếc nhưng tôi không muốn chuốc lấy nguy hiểm vì phá vỡ quy tắc đâu"

"Cảm tạ anh vô cùng", tôi nói. "Nhưng nếu anh có tôi thêm chút xíu gợi ý nữa thì hay quá. Chẳng hạn nó gồm bao nhiêu từ"

"Chẳng phải tôi đã nói hết rồi ư?"

"Làm gì có", tôi giả vờ. "Anh chỉ cần chỉ cho tôi số từ là được thôi mà"

"Năm từ", cậu ta chán nản nói. "Đúng như cha tôi dặn"

"Cha à?"

"Cha tôi thường hay nói. Nếu con đánh bóng đôi giày của người khác thì lần tới con sẽ phải bị cột giây giày[1]"

"Thì ra là vậy", tôi nói.

"Năm chữ cái"

---

[1] Nguyên văn "他人の靴を磨いてやるとその次は靴紐を結ばされる" hàm ý "được voi đòi tiên"

"Liên quan đến nước, có thể đặt trên lòng bàn tay nhưng không thể ăn được"

"Đúng vậy"

"Kaitsuburi" (かいつぶり chim lặn), tôi nói.

"Chim lặn ăn được mà"

"Thật ư?"

"Có lẽ. Và có lẽ cũng chẳng ngon lành gì đâu", cậu ta nói không chút tự tin. "Với lại, không thể đặt trên tay đâu"

"Anh đã từng thấy chưa?"

"Chưa", anh ta nói.

"Đó là chim lặn", tôi khăng khăng nói. "Chim lặn có thể đặt trên lòng tay dở tệ đến mức chó cũng không ăn đâu"

"Hượm đã", cậu ta nói. "Mật khẩu không phải là chim lặn mà"

"Nhưng mà nó có liên quan đến nước, dù đặt được trên lòng bàn tay nhưng không thể ăn và lại có năm ký tự nữa"

"Lý luận sai rồi"

"Sai chỗ nào?"

"Tôi đã nói chim lặn không phải là mật khẩu"

"Vậy thì là gì?"

Cậu ta ngớ người một lát. "Tôi không thể nói được"

"Bởi vì không hề có mà", tôi buông từng lời lạnh lùng hết mức có thể.

"Không có từ nào năm chữ cái liên quan đến nước, có thể đặt

trên lòng tay mà không ăn được ngoài chim lặn cả"

"Có mà", cậu ta nói như sắp khóc.

"Không đâu"

"Có"

"Không có bằng chứng nào cho thấy có cả", tôi nói. "Hơn nữa chẳng phải từ chim lặn đáp ứng đầy đủ các điều kiện sao?"

"Nhưng mà biết đâu có con chó thích con chim lặn có thể đặt trên lòng tay thì sao?"

"Ở đâu? Và con chó nào?"

"Trời ơi", cậu ta rên rỉ.

"Tôi biết mọi điều về chó nhưng tôi chưa từng thấy con chó nào thích chim lặn cả"

"Nó dở tệ đến vậy à?"

"Vô cùng tệ luôn"

"Anh từng ăn rồi à?"

"Chưa. Làm sao tôi có thể ăn những thứ dở tệ hại như vậy được chứ"

"Đúng vậy nhỉ"

"Thôi anh trình cấp trên giùm tôi đi", tôi gằn giọng dứt khoát. "Chim lặn".

"Đành chịu", cậu ta nói. "Tôi sẽ báo thử, nhưng chắc chẳng được đâu"

"Cám ơn. Tôi biết ơn lắm"

"Nhưng thực sự có con chim lặn có thể đặt trên lòng bàn tay à?"

"Có chứ"

Con chim lặn có thể đặt trên lòng bàn tay lau mắt kính bằng tấm vải nhung rồi thở dài. Răng hàm dưới bên phải đang đau buốt. Đến bác sĩ nha khoa à? Nó nghĩ. Quá đủ rồi. Bác sĩ nha khoa, báo cáo tài chính, tiền trả xe hàng tháng, máy điều hòa bị hư...Tựa đầu vào chiếc ghế bành bọc da, con chim lặn thử suy ngẫm về cái chết. Cái chết yên lặng như đáy biển sâu.

Con chim lặn an nghỉ ở đây.

Đúng lúc đó chuông điện thoại reo.

"Chuyện gì?", con chim lặn quát nạt.

"Có khách ạ", giọng của người gác cửa.

Con chim lặn nhìn đồng hồ đeo tay. "Trễ mười lăm phút"

PHẦN 3

TRUYỆN NGẮN KAWABATA

Những truyện ngắn trong lòng bàn tay cũng là một mảng quan trọng trong văn nghiệp của Kawabata. Quý độc giả có thể tìm thấy sự khác biệt về văn phong và chủ đề sáng tác của Kawbata và Murakami. Những truyện ngắn này được chúng tôi dịch từ nguyên tác Nhật ngữ.

Tóc

Một người con gái muốn sửa lại búi tóc của mình ở một thôn nhỏ trong khe núi sâu.

Cô gái kinh ngạc khi đến nhà người thợ búi tóc. Tất cả các thôn nữ trong làng đều tụ họp nơi đó.

Vào cái đêm mà những búi tóc xấu đã được trang điểm lại, một trung đội binh lính đã về đến làng. Từ trụ sở thôn, những người lính được chia về từng nhà và ngủ qua đêm. Mỗi nhà trong thôn đều có khách. Đối với sơn thôn, khách khứa là điều rất hiếm. Vì vậy, những sơn nữ tự nhiên có ý định sửa lại búi tóc của mình.

Dĩ nhiên giữa những sơn nữ và những người lính không xảy ra điều gì. Và sáng hôm sau, trung đội lính rời khỏi làng và tiến về phía núi cao.

Dù đã quá sức mệt mỏi, những người thợ búi tóc vẫn nghĩ rằng trong vòng bốn ngày tới, mình sẽ thật sự rảnh rỗi. Với tâm trạng vui vẻ sau khi làm việc xong vào buổi sáng hôm đó, lắc lư trên chiếc xe ngựa, người thợ búi tóc cùng trung đội lính đi gặp người đàn ông ở trên ngọn núi cao.

Khi đến một sơn thôn khác lớn hơn, người thợ búi tóc trong thôn ấy cũng nói “Vui vẻ quá nhỉ. Thật sự mọi người đi về nơi ấy rất tuyệt. Để tôi giúp cho một tay”. Tất cả những người sơn nữ trong làng đã tụ tập lại. Và đến chiều tối, những búi tóc đã được sửa sang xong. Mọi người lại đi về ngọn núi bạc, nơi người đàn ông đang làm việc tại một làng nhỏ trên núi cao.

Vừa thấy người đàn ông, người thợ búi tóc liền hỏi:

- Nếu được nhập ngũ, tôi nghĩ mình sẽ giàu có.

- Mày muốn đi à? Đừng có đùa. Thằng nhóc hôi sữa mặc áo vàng, Kinh ngạc đấy. Ngu ngốc.

Người đàn ông đột nhiên lao vào đánh người thợ búi tóc. Những người sơn nữ dù mệt lả nhưng trừng mắt nhìn người đàn ông trong tâm trạng ngọt ngào như tê liệt.

Tiếng kèn hành quân trong trẻo đầy sức mạnh hình như đang hành quân xuống núi, vang lên trong buổi chiều tà của sơn thôn.

Gia đình

Sự mù lòa của tôi ở đây, không phải mang ý nghĩa là mắt không thấy.

Anh dắt tay người vợ mù, dắt nàng lên dốc để tìm căn nhà cho thuê.

- Tiếng gì vậy anh?

- Tiếng gió thổi qua rừng trúc.

- Vậy à? Em đã ở trong nhà lâu đến nỗi quên tiếng lá trúc rồi. Cái thang gác nhà mình bây giờ hẹp quá anh nhỉ? Lúc mới dọn đến, chân em yếu đến độ không bước lên được thang gác. Khi em vừa mới quen thuộc ngôi nhà, anh lại nói chúng mình đi xem căn nhà mới. Đối với người mù, căn nhà là vật thân thuộc như chính thân thể mình vậy. Và em hiểu rõ căn nhà cũ của mình đến từng ngõ ngách như thân thể em. Máu của người mù vẫn chảy nơi căn nhà mà người sáng mắt cho là đã chết. Em vẫn phải vấp vào cột nhà hay ngưỡng cửa nhà mới phải không anh?

Anh buông tay vợ và mở một chiếc hộp sơn trắng.

- Hình như cái sân này hơi tối vì có nhiều cây xanh. Vào mùa đông sẽ lạnh lắm.

- Đây là kiến trúc kiểu phương Tây với cửa sổ và tường u ám. Hình như một gia đình người Đức đã sống ở đây. Còn cái biển hiệu "Liederman" này.

Ngay khi đẩy cửa vào nhà, anh bước lùi ra sau như bị choáng vì luồng ánh sáng.

- Tuyệt diệu. Sáng quá. Nếu như ngoài sân là buổi tối thì trong nhà là buổi trưa.

Giấy dán tường kẻ sọc xanh sọc đỏ sặc sỡ như những tấm vải hồng bạch trang trí trong các lễ hội. Rèm cửa màu đỏ sậm sáng lấp lánh như ánh đèn điện.

- Trường kỷ, lò sưởi, ghế bàn, tủ quần áo, đèn trang trí... Có tất cả vật dụng gia đình ở đây. Em hãy xem...

Anh dắt nàng ngồi xuống trường kỷ cứ như là anh đẩy nàng.

Người vợ quơ cánh tay giống như một tảng băng trơn. Thân hình nàng bật nảy lên như lò xo.

- A... Có cả đàn piano.

Anh dắt nàng ngồi nơi cái đàn piano nhỏ nằm cạnh lò sưởi. Những phím đàn ngân lên nghe thật sợ hãi.

- A. Đàn vẫn còn chơi được.

Nàng chơi một bài ca tuổi nhỏ. Đó là bài hát nàng học từ khi nàng còn là một thiếu nữ chưa bị mù.

Anh bước thử vào phòng đọc sách, nơi có một chiếc bàn lớn. Anh phát hiện kế sát bên là phòng ngủ. Trong phòng có chiếc giường đôi. Có cái đệm rơm quấn quanh cái chăn được trang trí góc cạnh bằng vạch đỏ và trắng.

Anh ngồi lên và tấm nệm nảy lên mềm mại.

Những khúc ca vợ anh chơi bây giờ dần trở nên tươi sáng. Nhưng anh cũng nghe tiếng cười trong trẻo như trẻ thơ khi nàng đánh sai vài phím - đó là nỗi buồn của người mù.

- Em ơi! Lại mà xem cái giường đôi này.

Không thể hiểu nổi. Nàng đi bộ trong căn nhà xa lạ như người sáng mắt, tiến về phòng ngủ.

Họ ôm nhau. Vừa ngồi trên giường nàng vừa vui vẻ lắc lư như con lật đật. Nàng huýt sáo thì thầm. Hai người quên đi thời gian.

- Đây là đâu vậy anh.

- À...

- Thật sự đây là đâu vậy?

- Dù thế nào đi nữa, đây cũng không phải là nhà của em.

- Nếu có nhiều nơi như thế này thì tuyệt diệu biết bao.

Biển

Một đoàn người Triều Tiên thiên di trên con đường núi vào tháng bảy trắng. Đến khi trông thấy biển thì mọi người đã thấm mệt.

Họ đã làm một con đường xuyên qua núi. Khoảng bảy mươi người làm việc cật lực trong ba năm thì con đường mới hoàn thành, kéo dài đến tận bờ biển.

Người chủ thầu cho rằng phương hướng của bờ biển sai nên không cho làm tiếp nữa.

Khoảng mười sau, mười bảy cô giá rời khỏi sơn thôn vào lúc bình minh. Đến khi trông thấy biển thì những khuôn mặt mệt mỏi đã trắng bệch như tờ giấy.

Tôi đau bụng quá, không thể đi tiếp được nữa.

Khổ quá nhỉ. Thôi hãy nghỉ ngơi một lát rồi đi sau, bọn đàn ông còn xa lắm.

Có lẽ mọi người sẽ đến sau nhỉ.

Sẽ cùng đến chứ. Người ta chảy như sông vậy.

Những cô gái vừa cười đùa như thế, vừa sửa sang áo dạ và hành lý, đi xuống biển.

Người con gái ngồi xổm trên cỏ, sửa sang lại hành lý.

Khoảng mười người thổ dân vượt qua cô gái.

Này làm sao vậy?

Có lẽ còn có người tới sau.

Cùng đi chứ.

Tôi đau bụng quá. Tôi sẽ đi sau.

Khi nhìn mặt biển mùa hạ, người con gái đầu óc tán loạn. Thanh âm ve sầu xuyên qua cơ thể cô gái. Tâm tư cô xôn xao khi mỗi bốn người, bảy người, hai người thổ dân vượt qua cô gái và cất tiếng gọi.

Người con gái lại nói những câu giống nhau.

Này làm sao vậy?

Có lẽ còn có người tới sau.

Cùng đi chứ.

Một người thổ dân trẻ mang một cái giỏ lớn bằng vỏ cây liễu đi ra khỏi rừng thông.

Này, tại sao lại khóc?

Có lẽ ai đó sẽ đến sau chứ.

Cùng đi nhé.

Tôi đã cố tình rớt lại sau cùng, miễn cưỡng chia tay người con gái ấy.

Thật sự không có ai đến ư?

Có lẽ sẽ đến.

Thật không?

Đừng khóc nữa. Làm sao vậy?

Người thổ dân dựa lưng mình vào cô gái.

Tôi đau bụng quá, không thể đi tiếp được nữa.

Vậy à. Cho tôi ôm cô nhé. Chúng mình thành vợ chồng đi.

Không được. Ba em đã trối trăn không được kết hôn trên mảnh đất đã giết ba em, không được làm vợ ai khi đi vào nội địa. Hãy lập gia đình khi đã trở về Triều Tiên.

Hừm. Vì thế mà ba em chết thảm như vậy. Hãy xem lại kimono của em đi.

Cái này ư? Người con gái cúi đầu nhìn vào chiếc yukata trang điểm bằng hoa cỏ mùa thu.

Người ta cho em đấy. Em muốn có tiền đi tàu điện và váy áo Triều Tiên.

Em mang gì vậy?

Nồi và chén bát.

Chúng mình thành vợ chồng đi.

Không có ai đến nữa sao?

Theo tôi thì chẳng còn hy vọng gì nữa. Dù đợi đến ba năm người Triều Tiên cũng không qua con đường này đâu.

Thật sự là không đến ư?

Ừ vì vậy em hãy nghe tôi nói.

Ah.. Ah

Được chứ?

Người thổ dân ôm lấy vai cô gái, đứng dậy. Hai người xốc lại gói hành lý to đùng.

Thật sự không còn người nào đến nữa ư?

Im đi.

Hãy đưa em đi xa đến đâu đó để không còn nhìn thấy biển nữa.

Trang điểm

Cửa sổ phòng tắm nhà tôi đối diện với buồng tắm nhà tang tế Yanaka. Khoảng không gian giữa hai buồng tắm là đống rác nhà tang tế, nơi cất giữ những bông hoa cúng tế và vòng hoa tang. Dù trời đã chớm sang đông, tiếng côn trùng mùa thu vẫn kêu rỉ rả nơi nghĩa trang và nhà tang tế. Tôi đặt tay lên vai vợ tôi đưa nàng và em gái nàng ra hành lang lạnh lẽo để chỉ cho xem một điều kỳ thú.

Trời đã tối. Ngay khi mở cánh nhà tắm ở cuối hành lang, mùi hương hoa cúc nồng nàn xông vào mũi chúng tôi. Kinh ngạc, hai nàng ghé sát mặt vào thành cửa kính trên bồn rửa tay. Hoa cúc trắng nở đầy nơi cửa sổ. Khoảng hai mươi vòng hoa cúc được sắp thành hàng. Đó là phần còn lại của lễ tang ngày hôm nay. Vợ tôi đưa tay ra như muốn hái một nhành hoa cúc, vừa nói rằng đã bao năm nay nàng chưa từng thấy nhiều hoa cúc đến vậy trong cùng một khoảng thời gian.

Tôi bật đèn. Ánh sáng soi chiếu vào những tờ giấy bạc được gói nơi vòng hoa. Trong khi làm việc vào đêm ấy, không biết bao nhiêu lần tôi ra đứng nơi nhà tắm. Mỗi lần như vậy tôi đều bắt gặp mùi hương hoa cúc. Và tôi cảm thấy sự mệt mỏi vì làm việc vào đêm khuya đều tan biến vào mùi hương kia.

Trong ánh sáng ban mai, hoa cúc như trắng hơn. Những tờ giấy bạc bắt đầu lấp lánh. Lúc đi làm, tôi nhìn thấy một chú chim hoàng tước đậu mãi trên vòng hoa. Dường như chú chim được phóng sinh ngày hôm qua đã mệt mỏi và quên mất đường về tổ. Mặc dù cảnh sắc ấy đẹp tuyệt vời, nhưng từ cửa sổ phòng nhà mình, tôi cũng nhìn thấy sự phai tàn với mùi hương ngai ngái của những cánh hoa tang.

Trời đã vào tháng ba khi tôi viết những dòng này. Tôi đã chăm chú quan sát sự khô héo của hoa chuông và hoa hồng nở trên vòng hoa từ bốn đến năm ngày trước và tự hỏi những bông hoa kia đã đổi sắc như thế nào cùng với sự tàn phai. Nếu chúng mọc ở đó thì tốt biết bao.

Tôi đã nhìn thấy nhiều người nơi cửa sổ buồng tắm nhà tang tế. Trong số đó có nhiều người phụ nữ trẻ và vài người đàn ông. Nhiều bà già cũng ghé qua. Họ càng đứng lâu soi gương thì càng thấy mình không còn trẻ nữa. Hầu hết các cô gái đi vào phòng tắm để trang điểm. Tôi rùng mình khi thấy người con gái mặc áo tang đứng trang điểm trong phòng tắm. Nàng tô son môi. Và tôi có cảm giác như cặp môi máu liếm xác chết. Những cô gái rất bình tĩnh. Họ tin rằng không ai thấy mình, nhưng không thể che giấu mặc cảm đã làm điều xấu xa. Và sự mặc cảm phạm tội đó biểu hiện ra trên gương mặt các nàng.

Tôi không nghĩ là mình thích xem những sự trang điểm kỳ quái đó. Nhưng vì cửa sổ hai nhà đối diện nhau quanh năm suốt tháng nên tôi đã thấy không ít lần những sự tình cờ không hay. Tôi vội vàng quay mặt đi chỗ khác.

Vì vậy mỗi lần nhìn thấy sự trang điểm của các nàng trên đầu dãy phố và trong phòng khách tôi lại nhớ đến người con gái trong phòng tắm nhà tang tế. Đó là niềm hạnh phúc.

Tôi muốn gửi thư đến những người con gái mà mình yêu thương để dặn các nàng đừng bước vào phòng tắm cho dù có cho dự lễ tang ở nhà Yanaka. Tôi muốn ngăn các nàng không gia nhập bọn ma nữ kia.

Nhưng vào ngày hôm qua, nơi cửa sổ phòng tắm, tôi đã nhìn thấy một cô gái tuổi chừng 17,18 lau nước mắt tuôn rơi bằng chiếc khăn tay màu trắng. Dường như nàng lau mãi mà không hết nước mắt. Nàng khóc thút thít, bờ vai run rẩy. Cuối cùng, dường như nỗi buồn đã tan đi, nàng dựa người vào bức tường nơi nhà tắm. Nàng không còn đủ sức để lau gò má nữa và để mặc cho nước mắt tuôn rơi.

Chỉ có nàng là không đến ẩn mình nơi nhà tắm để trang điểm. Chắc nàng đến đó chỉ để khóc mà thôi.

Ngay khi tôi vừa cảm thấy cái định kiến với người phụ nữ đã đi sâu vào trong tôi từ cửa sổ phòng tắm sắp tan biến đi hoàn toàn nhờ nàng thì ngay lúc ấy, ngoài sức tưởng tượng của tôi, nàng lấy ra một cái gương nhỏ và mỉm cười rồi vội vàng đi ra khỏi nhà tắm. Tôi kinh ngạc như thể bị dội nước vào mặt. Tôi đã suýt gọi nàng.

Đối với tôi, đó là nụ cười bí hiểm.

Chiếc dù

Có người con gái ở một căn phòng trong khu phố làm dù.

Những cơn mưa thất thường đã đến.

Người trong nhà lấy những chiếc dù phơi đầy ở ngoài sân vào. Thanh âm của giấy dầu mới vọng đến chúng ta.

Mưa tạnh. Bước ra khỏi nhà, người con gái nói:

Á, mình quên mang theo dù mất rồi.

Và cơn mưa lại đến.

Sau khi ra khỏi phòng lúc mưa đã tạnh, tôi nói:

Mình quên mang dù theo rồi.

Người con gái lặng yên nhưng đưa lại chiếc dù cho tôi.

Chúng tôi cùng lúc mở hai chiếc dù như vợ chồng xa xưa.

Người con gái đã thuộc về tôi từ lúc nào ấy nhỉ?

Ở trong phòng, vì muốn tình cảm cuồng nhiệt của mình nghỉ ngơi, tôi đã quên mất ngay cả việc chạm vào ngón tay cô gái.

Nàng đã đi về nhà người đàn ông vào tối hôm đó.

Đến khi mưa thấm vào da áo dạ, tôi mới phát hiện mình không mang theo dù và quay lại ngôi nhà ấy tìm kiếm.

Trong khi người con gái ấy chưa trở thành cô dâu, tôi phải lấy về.

Khi tôi ngước lên định nhìn bảng hiệu của ngôi nhà xây theo kiểu kiến trúc mới, nước mưa tụ lại trên vành mũ rơi xuống như thanh âm của thác nước.

Nơi nhà vệ sinh, hắt ra một quầng sáng.

Từ cửa sổ kia, chiếc dù bị ném ra tàn nhẫn.

Đó là chiếc dù cũ bị phá tan.

PHỤ LỤC

Liệu giải Nobel văn chương có đang chờ đón Murakami Haruki

Matt Thompson

Người ta từng so sánh ông với Auster, Salinger, Chandler, Borger... Tác phẩm của ông đã bán được hàng triệu bản cho những độc giả dưới ba mươi ở Nhật, và nay ông có lượng độc giả đông đảo trên toàn thế giới. Càng ngày càng có nhiều người nhất định cho rằng Murakami sẽ đoạt giải Nobel văn chương. Các chủ bút tạp chí săn tìm ông một cách vô vọng. Dường như ai cũng muốn có trong nhà mình một tác phẩm của Murakami.

Không có gì ngạc nhiên khi con người khó dò này nói với tôi trong một bài phỏng vấn hiếm hoi rằng ông chỉ muốn nương tựa vào chính mình: “Tôi đang tìm câu chuyện của riêng tôi. Tôi cày xới bề mặt để đi xuống đáy sâu tâm hồn tôi”. Tâm thức hướng nội này là chìa khóa để đi vào tác phẩm của Murakami và cuộc du hành nội tâm này có thể cũng là nguồn hấp dẫn giới độc giả trẻ ở Nhật. Những thống khổ của xã hội vật chất đã làm biến đổi một đất nước từng nổi tiếng về mặt kỷ luật và lễ nghi truyền thống. Giới trẻ không muốn chấp nhận tất cả những điều đó nữa. Murakami hi vọng rằng "sách của tôi có thể cống hiến cho họ cảm thức về tự do "tự do thoát khỏi thế giới thực tại".

Cá nhân Murakami cho ta ấn tượng về sự ung dung tự tại. Phong thái đĩnh đạc, nhưng luôn hàm chứa một sự hài hước đen. Thời thơ ấu ông nói bằng một phương ngữ vùng Kyoto. Cha của ông là con của một nhà sư, mẹ ông là con gái của một thương gia Osaka. Ngày nay ông đang sống ở ngoại ô gần biển, thuộc vùng Oshio (cách Tokyo khoảng bảy mươi phút tàu điện nhanh nhất). Căn nhà rất rộng, khung thép theo kiến trúc hiện đại tuy trên sàn trải chiếu tatami theo kiểu truyền thống. Căn phòng nơi chúng tôi trò chuyện có hai cái loa Blake"s 7 sừng sững như hai cái cột khổng lồ, còn trên bức tường bằng nhựa vinyl là bảy ngàn đĩa hát, di sản thời Murakami còn mở câu lạc bộ nhạc jazz Peter Cat - lấy tên một con mèo cưng của ông - ở Tokyo. Hồi đó ông đang chạy trốn chính mình: "Tôi ẩn dật trong cõi thần tiên của nhạc jazz".

Việc Murakami hay nhắc đến văn hóa phương Tây – Le Figaro, Duran Duran, Spaghetti – làm thế hệ độc giả lớn tuổi Nhật bản khó chịu. Họ thích cái đẹp kiểu cách Mishima, Tanazaki hay Kawabata. Theo Murakami, điều đó là một phần sự rút lui của người Nhật vào chủ nghĩa hình thức: "Sau chiến tranh và hiện đại hóa, Nhật Bản đã đánh mất cảm thức cố hương và bị thương tổn sâu sắc. Bằng việc thu thập và miêu tả cái đẹp tự nhiên Nhật Bản, những trang phục hay thức ăn truyền thống, họ (các nhà văn – ND) cố gắng tái lập cái quê hương Nhật Bản ngày xưa".

Murakami cố gắng khôi phục lĩnh vực tinh thần bằng cách khác –

ông không ngoái nhìn quá khứ. Khi tôi hỏi ông về những con rối Bunraku, ông nói: "Tôi thấy chúng chán ngắt". Đấy chính là thái độ mà những người Nhật lớn tuổi e sợ. Tình dục cũng là một đề tài khác. Tiểu thuyết nặng kí "Rừng Na Uy" được xem như là "Bắt trẻ đồng xanh" của Nhật Bản: Hầu như mọi người Nhật trẻ tuổi đều đọc tác phẩm này (tác phẩm đã làm ông lừng danh đến mức ông phải rời khỏi Nhật Bản để trốn tránh cái danh tiếng đó).

Những người khắt khe cho rằng sách bán chạy bởi các nhân vật quá quan tâm đến sex và nói về điều đó một cách quá tự do. Murakami có cách nhìn khác: "Tình dục là cánh cửa mở vào cõi tâm linh. Nó tương tự như những giấc mơ. Khi bạn tỉnh thức, tình dục cũng như một giấc mơ. Tôi nghĩ những giấc mơ là tập thể. Một vài phần trong giấc mơ không thuộc về chính bạn".

Tác phẩm của ông chia làm hai khuynh hướng. Một mặt, đó là những chuyện tình như "Rừng Na Uy" và tiểu thuyết mới "Người tình vệ tinh" (tạm dịch từ "Sputnik Sweetheart"). Một mặt là những truyện ngụ ngôn hư ảo như "Cuộc săn cừu hoang" (tạm dịch từ "A Wild Sheep Chase"), trong đó một chuyên viên quảng cáo chật vật truy tìm một con cừu huyền bí.

Gần đây, Murakami còn thử đi vào những chuyện "người thật việc thật". Tác phẩm "Đường xe điện ngầm": Vụ tấn công bằng hơi ngạt ở Tokyo (Underground: The Tokyo gas attack) và Tâm lý Nhật (Japanese Psyche) là tuyển tập ghi lại tâm tư và bài phỏng vấn những nạn nhân sống sót và các thành viên của giáo phái Aum do Shoko Asahara cầm đầu.

"Thật buồn khi nghe những người trong giáo phái này nói chuyện. Có điều gì đã bị đánh mất. Họ đánh mất chính thực tại của họ. Họ phê phán hệ thống xã hội hiện thời ở Nhật Bản, thế nên họ tìm đến Đạo sư, kẻ đề ra một hệ thống mới. Tất cả những gì họ làm là lựa chọn trong chính họ; người ta phải tìm một hệ thống riêng cho mình. Hệ thống Nhật Bản đề ra một huyền thoại là càng làm việc chăm chỉ, bạn càng giàu có. Còn Đạo sư đề ra hệ thống của ông ta, huyền thoại và câu chuyện của riêng ông ta, để người ta có thể mơ. Nhưng như thế là nguy hiểm".

Một vài tiểu thuyết của ông cũng có giọng u ám như thế. "The Wind – Up Bird Chronicle" - "Ký sự con chim vặn dây thiều" câu chuyện ngụ ngôn siêu nhiên đã làm ông nổi tiếng khắp Nhật Bản - khảo sát về tội ác chiến tranh của Nhật Bản ở Mãn Châu. Nhưng giọng điệu đặc trưng nhất cho Murakami là một giọng điệu hài kịch đầy ám ảnh, như trong tập truyện ngắn xuất sắc "Con voi biến mất" ("The Elephan Vanishes"). Trong truyện ngắn mang tựa đề trên, một con voi đã thực sự biến mất. Trong một chuyện khác, một con quái vật đào một đường hầm xuyên qua vườn nhà một người đàn bà để săn đuổi cô ta. Và trong những tiểu thuyết dài hơi của Murakami, có một tính tất yếu tuyệt vời cho sự giải quyết những tình huống đó.

Chẳng có gì đáng ngạc nhiên khi ta khám phá rằng thời điểm Murakami trở thành nhà văn tự nó đến như một sự mặc khải kỳ lạ. Giữa lúc nhà văn đang xem một trận bóng chày vào buổi chiều ngày 01 tháng 4 năm 1978 "trong một khoảnh khắc, tôi thấy mình có thể viết. Đơn giản thế thôi". Hành trình của ông đến chỗ trở thành một tác gia nổi tiếng mang đậm nét tiêu biểu cho Nhật Bản. Murakami được một trong năm tạp chí văn chương chú ý và đạt giải thưởng cho quyển tiểu thuyết đầu tay "Lắng nghe gió hát".

Qua một anh chàng DJ yếm thế trở nên động lòng trước câu chuyện của một cô gái trẻ, Murakami phát triển một chủ đề phổ quát: mặc dù cô đơn, chúng ta vẫn luôn gắn bó với nhau.

Murakami đọc nhiều và rộng, từ Dostoevsky đến Agatha Christie. Raymond Chandler cũng là một nhà văn ưa thích khác của ông. "Phillip Marlowe là nhân vật tưởng tượng của Chandler nhưng với tôi, anh ta là thật, phần nào đó, anh ta đã làm ra tôi. Khi còn là sinh viên, sau một thời gian mất phương hướng, tôi chỉ muốn sống như Marlowe".

Murakami cũng khâm phục nhà thần thoại học theo trường phái Jung là Joseph Campbell và chính bản thân Jung. Ông nghiên cứu kết cấu những câu chuyện tưởng tượng của mình trong từng tình tiết chi li. "Tôi lập gia đình ba mươi năm rồi. Đôi khi tôi tự hỏi điều gì sẽ xảy ra nếu tôi còn "đơn thương độc mã"... nếu, nếu và những nếu... hẳn tôi sẽ tiếp tục tiến trên con đường đó và tìm những căn phòng xa lạ mới".

Murakami nói, chính qua những sự lan man suy tưởng đó mà tiểu thuyết thành hình. "Khởi đầu câu chuyện là thế. Chúng ta có những căn phòng trong chính chúng ta. Hầu hết những căn phòng đó chúng ta chưa thăm đến. Những căn phòng bị lãng quên. Từng lúc chúng ta tìm thấy lối đi. Chúng ta tìm thấy những vật lạ... những máy hát cũ, những bức tranh, những quyển sách... chúng thuộc về chúng ta, nhưng đây là lần đầu chúng ta tìm thấy chúng".

Việc đề cập đến Marlowe ở trên dường như không chỉ là một sự ngẫu nhiên; các nhân vật chính của Murakami không hẳn là không giống những thám tử. Họ kiếm tìm manh mối bằng cách trò chuyện với những con người lập dị ở những nơi "trái khoáy": dưới lòng đất trong thành phố, dưới những giếng sâu. Điều này phản ánh cách nhìn của chính Murakami về việc viết: "Nếu tôi biết mọi thứ trước khi viết thì sẽ rất chán. Những sự vật và con người tự động đến với tôi. Tôi không "bịa đặt" ra bất cứ điều gì".

Đấy không chỉ là "tìm ra một cái gì đó". Nhìn chung, nhân vật chính của Murakami thường là một người đàn ông phần nào không nắm bắt được những cảm xúc của chính mình. Qua gần gũi với phụ nữ, anh ta khám phá ra manh mối để khai mở cảm thức về tự ngã. Người đàn ông là một thám tử, nhưng tội ác bằng cách này hay cách khác đã xảy ra trong chính anh ta.

Việc nhân vật phanh phui một bí mật kiểu Hitchcock khớp với những phân tích tự ngã của chính Murakami qua các trang viết. Như ông nói: "Anh ta dính líu đến một cái gì mà anh ta không biết. Anh ta có một kiểu đạo đức nào đó. Tôi tìm kiếm câu chuyện của mình trong chính tôi. Đó cũng là kinh nghiệm của nhân vật của tôi: kiếm tìm một điều gì đã mất. Trong khi viết, tôi trải nghiệm những cảm thức siêu nhiên. Đó là lý do tại sao tôi thích Joseph Campbell. Con người kiếm tìm những câu chuyện của mình trong chính mình. Không có những câu chuyện, con người không thể sống".

Murakami nhận thức rằng cõi mơ mộng được giáo phái Aum rao giảng cũng có chung vài tính chất với việc tạo ra tiểu thuyết ("chúng ta, các tác giả, cũng đưa ra những chuyện hoang đường"). Nhưng cũng có một nét nhẹ nhàng trong tác phẩm của ông: "Nhân vật của tôi hành động như thể họ đang chơi trò chơi điện tử. Anh ta đứng tách riêng. Anh ta phải đáp trả lại những gì đang xảy ra." Điều này làm giới phê bình chạm nọc. "Một vài người phê phán sách của tôi là phù phiếm". Nhưng, ông nói thêm, dưới cái bóng gớm ghiếc của những chiếc loa Blake"s7, chúng ta đang sống trong một thế giới kiểu video."

Sài Gòn, tháng 8/2020

Hoàng Long

www.ingramcontent.com/pod-product-compliance
Ingram Content Group UK Ltd.
Pitfield, Milton Keynes, MK11 3LW, UK
UKHW041633190726
13854UKWH00006B/2473

9 781716 616754